கான்கிரீட் மனைகள்

காண்கிரீட் மனசுகள்

சிறுகதைகள்

வித்யா சுப்ரமணியம்

Pustaka
EBooks | Audiobooks | Paperback

முதற்பதிப்பு: 2023
First Edition: 2023

Concrete Manasugal

கான்கிரீட் மனசுகள்

Vidya Subramaniam

வித்யா சுப்ரமணியம்

ISBN: 978-93-95301-79-4

Pustaka
EBooks | Audiobooks | Paperback

Pustaka Digital Media Pvt. Ltd.
#7-002, Mantri Residency,
Bannerghatta Main Road, Bengaluru - 560 076
Karnataka, India
+91 7418555884

பொருளடக்கம்

முன்னுரை

வெ. இறையன்பு I.A.S.
மதுரை
2003
Present Chief Secretary

உயர்த்திப் பிடிப்பவை

வித்யா சுப்ரமணியம் எழுதிய சிறுகதைத் தொகுதிகளை ஏற்கெனவே படித்திருக்கிறேன். இந்தத் தொகுப்பு அவற்றிலிருந்து வித்தியாசமானது.

வெறும் தகவல் சொல்கிற பாணியிலிருந்து (Reporting Format) விலகி தத்துவார்த்தப் பார்வையுடன் இவை எழுதப்பட்டிருப்பது தெரிகிறது.

மானுடத்தின் அசிங்கமான பக்கங்களைக்காட்டி 'இப்படித்தான் நாம் இருக்கிறோம்' எனச் சுட்டிக்காட்டுவது ஒரு வகை வெளிப்பாடு.

'இல்லை... இல்லை... நாம் மேன்மையானவர்கள்தான்' என்று வீடு என்பது கழிவறை மட்டுமல்ல... கமகமக்கும் வரவேற்பறையும்தான் என வெளிச்சம் போடுவது இன்னொரு வகை.

நல்ல மனிதர்களைப் பற்றியும், மனிதநேயம் பற்றியும், மானுடம் பற்றியும் இனிய பக்கங்கள் குறித்தும் தொடர்ந்து படித்தால் நம்மையும் அறியாமல், "நாம் இன்னும் மேம்பட்டவர்களாக, கூடுதல் கருணையுடன், அதிக அன்புடன் இருப்போமே! நம்மிடம் இருக்கும் சிலவற்றைத் தொலைக்க முற்படுவோமே!" என்கிற எண்ணம் ஆழ்மனத்தில் விழுந்துவிடும். உயர்ந்தவற்றை சொல்வதற்குத்தான் இலக்கியம். உயர்ந்தவனையும் இன்னும் உயர்த்தவல்லவை தாம் உண்மையான கதைகள். இதைத்தான் செய்ய வித்யா சுப்ரமணியம் முயன்றிருக்கிறார். அதில் அவர் பெறுகிற வெற்றியின் விஸ்தீரணம் நம்முடைய கைகளில்.

மனித மனங்களில் அமுங்கி எழுந்த அடையாளம் தத்துவக் கீற்றுகளாகத் தெறித்து விழுந்திருக்கின்றன.

'பூமி' என்கிற கதை - வழக்கமாகச் சித்தரிக்கப்படும் குடும்ப உறவுகளிலிருந்து வேறுபட்ட சூழலை உள்ளடக்கியது. மருமகளே மாமியாருக்காகத் தாலியை அடகு வைக்க முன் வருகிற கரு. இப்படி இருந்தவைதாம் நம் குடும்பங்கள். ஒவ்வொருவரும் அடுத்தவர்களுக்காகக் கொஞ்சம்கூட வருத்தப்படாமல் விட்டுக்கொடுத்து வாழ்ந்த வரலாறு நிறைந்ததுதான் பூமி. எழுத்தாளர் இலட்சிய மாந்தர்களை உருவாக்கும் முயற்சியைத்தான் மேற்கொள்ள வேண்டும். பார்த்தவற்றை எழுதுவதல்ல எழுத்து. பார்க்க வேண்டியவற்றைப் படைத்துக் காட்டுவது - மகிழ்ச்சியாயிருந்தது.

'கதிர்' என்ற கதையும் வெளிச்சக்கதிராய் வேலையற்றவர்களுக்குத் திகழ்கிறது. வேளாண்மை என்னும் மண்ணுக்கு மருதாணி தடவும் தொழிலை நேசிக்கிறபோதுதான் நம்முடைய நாட்டின் முதுகெலும்பில் உள்ள கூன் நிமிரும்.

'ஞானப்பால்' என்கிற சிறுகதையில் மகனைப் பறிகொடுத்த தந்தையின் தவிப்பும் ராகிங் கொடுமையும் பின்புலமாக உள்ளது.

"எந்தத் தாயும், தகப்பனும் தவறு செய்வதற்காகப் பிள்ளைகளைப் பெறுவதில்லை. எந்தக் குழந்தையும் பிறக்கும்போது பட்டங்களுடன் பிறப்பதில்லை..." வரிகள் யோசிக்க வைப்பவை.

"உன் படிப்பும், பயிற்சியும் முடிந்ததும் ஏதாவது ஒரு கிராமத்திற்குச் சென்று உன் மருத்துவப் பணியைத் துவங்க வேண்டும். என் மகன் இருந்திருந்தால் தன் ஆயுட்காலம் முடிய எத்தனை உயிர்களைக் காப்பாற்றியிருப்பானோ, அத்தனையையும் உன் கணக்கில் சேர்த்துக்கொண்டு உயிர் காக்கும் சேவையில் உன்னை அர்ப்பணித்துக்கொள்ள வேண்டும். செய்வாயா?" என்று திருஞானசம்பந்தம் கூறும் பிராயச்சித்தம் தியானிக்க வைப்பவை.

நவீன ஓவியத்தைப்பற்றிய இவர் கண்ணோட்டம் (வர்ணங்கள்) எனக்கு மாறுபட்டது என்றாலும் அக்கதையின் திருப்பங்கள்

'பௌன்சர்களாக' இருக்கின்றன. கலை என்பது வரையறை தாண்டியது என்பதையும், கல்லையும் கசிய வைப்பது என்பதையும் உணர்த்துகிற கதை.

'கண்ணாமூச்சி' சுயக்குறிப்புள்ள சிறுகதை. வித்யா சுப்ரமணியத்தைத் தெரிந்தவர்களுக்கு அது இன்னும் அதிகமான பாதிப்பை ஏற்படுத்தும். தன் சொந்தத்தாக்கம் இல்லாமல் சுயகதையை எழுதுவது சிரமம். அந்தக் கயிற்றின்மேல் நடக்கும் வித்தை அவர் எளிதில் நிகழ்த்தியிருக்கிறார்.

“நல்லா இருக்கற உடம்பைக் கெட்டபழக்கங்களால் கெடுத்துக்கறதுகூட தற்கொலை மாதிரிதான் புரிஞ்சுதா.”

“புருஷன் பிரிந்து செல்ல, பயம் புருஷனாயிற்று.”

“எங்களுக்கு டென்ஷன் இல்லையா? இப்போ எனக்கேற்பட்டிருக்கிற டென்ஷனுக்கு நானும் நாலு பாக்கெட் பிடிக்கவா..?”

“உதட்டில் உட்கார்ந்துகொண்டிருந்த நெருப்பு முழு உடம்பையும் ஸ்வீகரித்துக்கொண்டது.”

“மரணத்தைக் கண்டு நான் அஞ்சவில்லை. அந்த மரணம் நல்லபடி நிகழ வேண்டுமே என்ற பயம்தான் என்னைக் குடைந்திருக்கிறது.” போன்ற வரிகள் அழுத்தமாய் வந்து விழுந்திருக்கின்றன.

எல்லா இயற்கைச் சீற்றங்களும் ஏழைகளுக்கு மட்டுமே இடையூறு செய்பவையல்ல. பணம் படைத்தவர்களுக்கும் நிலநடுக்கம் உண்டு என்பது 'கான்கிரீட் மனசுகள்' இடிந்து விழுகிற கதையில் சொல்லப்பட்டிருக்கிறது. எந்த வாழ்க்கையை நுகர இத்தனை கெடுபிடிகள் என்ற இருண்மயப் பார்வை (Mystical Question) மூள்கிறது.

'பிறவி' மலம் அள்ளுபவர்கள் அவஸ்தைகளைக் குறித்த யதார்த்த கதை. இன்னமும் மனிதக் கழிவுகளைத் தலையில் சுமக்கும் மனிதர்கள் இருக்கிறார்கள் என்பது மானுடத்தின் முகத்தில் காறி உமிழ்ந்த எச்சில். இல்லையா? இந்தக் கொடுமையை ஒழிக்கும்

திட்டங்களில் மேற்குவங்காளமே இந்தியாவிற்குக் கிழக்குத் திசையைக் காட்டியிருப்பதற்குச் சித்தாந்தமும் காரணம். அங்குதான் நிலசீர்த்திருத்தமும் முறையாகச் செயல்படுத்தப்பட்டிருக்கிறது.

பிறவியில் வரும் கிராமம் எனக்கு 'காந்தபுரா'வை நினைவுபடுத்துகிறது. "இந்த நிமிஷம் நீயும்தான் உள்ள வெச்சுக்கிட்டு அவதிப்படற" என்பது மும்மலங்களுக்கும்கூட பொருந்துவதாக இருக்கின்றது.

'ஒளி' தீபா'வலி' பற்றியது. தாமரை 'உங்க பொண்ணு எந்த பட்டாசுக் கம்பெனியில வேலை பார்க்குது?' என்று கேட்கிற கேள்வி எனக்கு தோடர்கள் 'இங்கிலாந்து ராணியிடம் எத்தனை எருமை மாடுகள் இருக்கின்றன?' என்று கேட்ட கேள்வியை நினைவுபடுத்தியது. எவ்வளவு பெரிய சோகம்!

பட்டாசுகளை வெடிக்க மறுத்து "எங்களுக்கு இந்த வெளிச்சம் வேண்டாம்" என்று சொல்கிற பதில் கன்னத்தில் அறைந்தாற்போல இருந்தது. அந்த வெளிச்சம் பலரது விழிகளைப் பிடுங்கியது என்பது எவ்வளவு நிதர்சனமான உண்மை.

பெரிதாக 'தேடல்' இன்னொரு இலட்சியக் கதை. "நான் என்ன சாதி?" என்று கேட்டு அடுக்கடுக்காக எழுதப்படுகிற கேள்விகள் நியாயமானவை, சுட்டெரிப்பவை.

தொகுப்பு முழுமையும் நம்மை உயர்த்திப் பிடிக்கிற கதைகள். இன்னும் உயரமான இடத்திற்கு நம்மை அழைத்துச் செல்கிறவை. மானுடத்தின் அழுக்குப்படாத அழகு நிறைந்த பக்கங்களை அடையாளம் காட்டுபவை.

உயரப் பறக்கச் சொல்லித் தருபவை. 'உலகம் அழகாக இருக்கிறது. இன்னும் அதில் வாசமுள்ள மலர்களும் வாழ்கின்றன' என்கிற நம்பிக்கையை அவை கற்றுத்தருகின்றன.

வெ. இறையன்பு

***

என்னுரை

இனிய நட்புக்கு,

வாழ்க்கை ஒவ்வொருவருக்கும் ஒவ்வொரு விதம். சிலருக்கு அது சப்பர மஞ்சம். சிலருக்கோ அது முட்படுக்கை. இன்னும் சிலருக்கு அலையடிக்கும் ஆழ்கடல். அந்த ஆழ்கடலின் விசித்திரங்கள் என்னை மூச்சடைக்க வைத்திருக்கின்றன. அதன் அலைகளும் ஆழங்களும் புரியாமல் திகைப்படைந்திருக்கிறேன்.

சில நேரம் அது என்னைக் கரையின் விளிம்புக்குத் தள்ளியிருக்கிறது. இன்னும் சில நேரம் அடியோடு புரட்டிப்போட்டு ஆழத்திற்குக் கொண்டு சென்றிருக்கிறது. என் காலடி மண்ணை காணாமலடித்திருக்கிறது. இனி அவ்வளவுதான் என்று நினைக்கும் நேரத்தில் என் கைகளில் வலம்புரிச் சங்குகளையும் முத்துக்களையும் அள்ளிக் கொடுத்துப் புன்னகைத்திருக்கிறது. அதன் அலைக்கழிப்பில் நான் எத்தனையோ பெற்றிருக்கிறேன். எதை எதையோ நழுவவிட்டிருக்கிறேன். ஆனால் ஒருபோதும் நான் நழுவவிடாத பொருள் ஒன்று உண்டு. அதுதான் என் பேனா.

என்னோடு எப்போதுமே இருந்திருக்கிறது அது. நான் முழுகும்போதும், மிதக்கும்போதும், நீந்தும்போதும், கரையில் ஒதுங்கும்போதும் என் தடங்களை அது எழுத்துக்களால் நிறைத்திருக்கிறது. நான் மூச்சு திணறும்போதும் அது உயிரோடு இருந்திருக்கிறது. இன்றுவரை அது தன் சிருஷ்டியை நிறுத்தவில்லை. சக மனிதர்களின் உணர்வுகளையும், வாழ்க்கையையும், போராட்டங்களையும் இத்தொகுப்பில் அது பதிவு செய்திருக்கிறது. அலைகளின் அலைக்கழிப்பில் சில வெகுமதிகள் எனக்குக் கிடைத்ததென்று சொன்னேனே, அவற்றில் ஒன்றுதான் திரு. இறையன்புவின் நட்பு. விலைமதிப்பற்றதாக நான் கருதுவது. அன்பு, அறிவு, அமைதி, எளிமை, பதவி இந்த ஐங்குணங்களும் மிக அபூர்வமாகத்தான் மனிதர்களிடம் ஒன்று

சேரும். இவற்றோடு இவரிடம் கூடுதலாக இருப்பது ஏழாவது அறிவு. அந்த அறிவினால் பல மனிதர்களை செப்பனிட்டுக் கொண்டிருப்பவர். அத்தகையவர் இத்தொகுப்பிலிருக்கும் கதைகளை சீர்தூக்கிப் பார்த்துத் தனது கருத்துக்களை அணிந்துரையாக்கியிருப்பது என் பேனா செய்த பாக்கியம்.

தமிழின் தரம் பார்க்க பொற்றாமரைக் குளத்தின் சங்கப் பலகையில் வைப்பார்களாம். எனது சங்கப் பலகையும் மதுரையில்தான் இருக்கிறது. அதற்கு என் அன்பு கலந்த நன்றி.

இது எனது ஆறாவது சிறுகதைத் தொகுப்பு, எழுபதாவது புத்தகம். இச்சிறுகதைத் தொகுப்பை எனது கணவர் திரு. பி.வி. சுப்ரமணியத்திற்கு சமர்ப்பிக்கிறேன்.

அன்புடன்
வித்யா சுப்ரமணியம்

— 1 —

கான்கிரீட் மனசுகள்

"சேட்ஜி கொஞ்சம் மனது வையுங்கள். கடவுள் கருணை மிக்கவன். அதனால்தான் உங்களிடம் அளவற்ற செல்வத்தையளித்து உங்களை என் முதலாளியாகவும், உங்கள் கைகளால் அவ்வப்போது சின்னச் சின்ன உதவிகள் பெறும்படியாக என்னை உங்கள் வீட்டு வேலைக்காரனாகவும் படைத்திருக்கிறான். நீங்கள் உதவாமல் எனக்கு வேறு யார் உதவுவார்கள்?"

ராம்லால் தன் முதுகு வளைத்து தீனமாகக் கெஞ்சினான்.

நிர்மல் ராஜ் பாலைவனத்துச் சூரியன்போல பார்வையால் அவனைச் சுட்டெரித்தார்.

"ஏற்கனவே நீ வாங்கிய நூறு இருநூறு ரூபாய் கடன்கள் வளர்ந்து வளர்ந்து இரண்டாயிரமாகி நிற்கிறது. இதோ அதோ என்கிறாயே தவிர அடைக்கும் வழியாக இல்லை. உன் சம்பளத்திலும் குறைக்க விடமாட்டேன் என்கிறாய். ஒன்று அழுது ஆர்ப்பாட்டம் செய்கிறாய் அல்லது அழகாய்ப் புகழ்ந்து என்னை மூளைச் சலவை செய்து விடுகிறாய். இம்முறை உன் புகழ்ச்சிக்கு மயங்குவதாக இல்லை. நீ உன்னைக் கத்தியால் அறுத்துக் கொண்டாலும் சரி உன் முழுச் சம்பளமும் பிடித்துக் கொண்டாயிற்று. என்னைத் தொந்தரவு செய்யாமல் மரியாதையாகப் போய்விடு சொல்லி விட்டேன்."

"இல்லை சேட்ஜி. அப்படிச் சொல்லக் கூடாது. உங்களுக்காக நாயாக உழைக்கிறேன். மொத்தச் சம்பளமும் இப்படிப் பிடித்துக்

கொண்டால் என் வீடு என்ன செய்யும்? ஆறு ஜீவன்கள் என் குடிசையில் பசியோடு காத்திருக்கும். நாங்கள் தினமும் உண்பதே கால் வயிறுக்குதான். அதையும் நிறுத்திவிடாதீர்கள். தயவுசெய்து சம்பளம் கொடுத்து உதவுங்கள் சேட்ஜி."

"என் உயிரை எடுக்காதே ராம்லால்."

"கொஞ்சம் யோசித்துப் பாருங்கள் முதலாளி. என் உழைப்புக்கேற்ற ஊதியமாக இன்னும் இருநூறு ரூபாய் சேர்த்துக் கொடுத்திருந்தால் எப்போதோ இந்தக் கடன் அடைந்திருக்கக் கூடும். பதினைந்து வருட காலமாக இந்த வீட்டில் அசுரத்தனமாய் வேலை செய்யும் எனக்கு நீங்கள் கொடுப்பது வெறும் முன்னூறு ரூபாய் மட்டுமே. நீங்கள் நியாயமான ஊதியம் வழங்கி இருந்தால் நான் ஏன் கடன் வாங்கப் போகிறேன்?"

"என்னடா சொன்னாய் வேலைக்காரப் பதரே? யாரிடம் பேசுகிறாய் நீ? வாங்கின கடனை அடைக்க வக்கில்லை! என்னையே குற்றம் சொல்கிறாயா? தொலைத்துவிடுவேன் ராஸ்கல்! வேறு பிழைப்பில்லாமல் வருஷத்திற்கு ஒரு பிள்ளை பெற்றுக் கொண்டால் வாங்கும் சம்பளம் எப்படியடா போதும்? வதவதவென்று பூனை குட்டி போட்டாற்போல பெற்றுத் தள்ளிவிட்டு, இதில் என்னைக் குற்றம் சொல்கிறாயாக்கும்!"

"என்ன திமிர் உனக்கு! இந்தத் திமிருக்கே உனக்கு ஒற்றை ரூபாய் தரமாட்டேன். கடன் அடையும் வரை நீ எங்கும் செல்லவும் முடியாது. கடன் பத்திரத்தில் கை நாட்டுப் போட்டுத் தந்திருக்கிறாய். போ... போய் வேலையைப் பாரு. உன் கடன் மூவாயிரத்திற்கு வந்து விட்டது. முதலில் அதனை அடை. அதன்பிறகு உன்னை விடுவிக்கிறேன். அப்புறம் எங்கு வேண்டுமானாலும் சென்று தொலை!"

சேட் அடிக்குரலில் உறுமினார்.

"கொஞ்சம் கருணை காட்டுங்கள் சேட்ஜி அரைச் சம்பளமாவது கொடுங்கள், அல்லது ஊதியமாவது அதிகம்

கொடுத்து உதவுங்கள். காலையிலிருந்து மாலை வரை கடுமையாக உழைக்கிறேன். இந்த உழைப்புக்கேற்ற ஊதியம் வழங்குங்கள். ஊதியமும் உயர்த்தாமல், கொடுக்கிற ஊதியத்தையும் பிடித்துக் கொண்டால் நான் என்ன செய்வேன். எப்படி என் குடும்பத்தைக் காப்பாற்றுவேன்?"

"ஒரு வழி சொல்லட்டுமா?"

"என்ன...?"

"உன் மனைவியையும் மகனையும் என்னிடமே வேலைக்கனுப்பு. அவர்கள் வேலைக்கு நான் தரும் ஊதியத்தில் உன் கடன் அடைந்துவிடும்."

"வேண்டாம். என் மகன் படிக்கிறான். என் மனைவி நோயாளி."

"இதுதான் உன் முடிவென்றால் அவதிப்படு. உனக்கு ஊதியம் கிடையாது."

"அப்படியானால் இன்னும் பத்து மாதத்திற்கு முழுச் சம்பளமும் பிடித்துக் கொள்ளப் போகிறீர்களா? ஐயோ சேட்ஜி, என்ன நியாயமிது? என் குடும்பம் பட்டினி கிடந்து செத்துவிடும்."

"சாகட்டுமே. என்னை நம்பியா பிள்ளை பெற்றாய்? மான ரோஷமிருந்தால் கடனை எப்படியாவது அடைத்திருப்பாய். ஆனால் உனக்கெங்கே.?"

சேட் கிளம்பிப் போய்விட்டார். ராம்லால் மரம் மாதிரி நின்றான்! 'இதற்குமேல் யாரால் கெஞ்ச முடியும்? இந்தப் பதினைந்து வருடத்தில் ஏதேனும் சுயதொழில் செய்திருந்தால் இந்நேரம் சொந்தமாய் ஒரு குடிசைகூட வாங்கியிருக்கலாம். இந்த ராட்சஸனிடம் வேலைக்குச் சேர்ந்தது எவ்வளவு பெரிய தவறு. குறைந்த ஊதியத்திற்கு அவனது உழைப்பைச் சுரண்டியதுமின்றி அவனைக் கடன்காரனாகவும் ஆக்கி... கிட்டத்தட்ட இப்போது அவன் கொத்தடிமை போல்தான். கடவுளே இந்த நரகத்திலிருந்து எனக்கு விடுதலையே இல்லையா? உன் படைப்பில் ஏன்

மனிதர்களுக்குள் குணத்திலும் பணத்திலும் இத்தனை வேறுபாடுகள்? ஒன்று எல்லோரையும் செல்வந்தர்களாகப் படைத்திருக்க வேண்டும், அல்லது நல்லவர்களாகவாவது படைத்திருக்க வேண்டும். இப்படி ராட்சஸர்களைப் பணக்காரராகப் படைத்து என் போன்றவர்களைக் கஷ்டத்தில் மிதக்கவிட்டிருப்பது என்ன நியாயம்? இன்னும் பத்து மாதம் ஊதியமின்றி எப்படி வாழ்வேன்? என் குழந்தைகள் பசியில் சாக வேண்டும் என்பதுதான் விதியா? பரம்பரை பரம்பரையாய் நாங்கள் கைநாட்டுப் போடும் கொத்தடிமைகளாகவே இருக்க வேண்டுமா?'

ராம்லால் சோர்வாடு அன்றையப் பணிகளைச் செய்யத் துவங்கினான்.

அடுக்குமாடிக் குடியிருப்பின் எட்டாவது தளம் முழுக்க நிர்மல் ராஜ் சேட்டுடையது. ஐயாயிரம் சதுர அடியில் சகல வசதிகளையும் செய்து கொண்டிருந்தார். உள்ளே நுழைந்தால் அரண்மனைக்குள் நுழைந்து விட்டாற்போல் தோன்றும். பணம்... பணம்... எங்கு நோக்கினும் அதன் ஆட்சிதான். சேட்டுக்குப் பல தொழில்கள். நிமிடத்திற்கு லட்ச ரூபாய் பார்க்கும் கோடீஸ்வரர்.

பணமிருக்குமிடத்தில் குணமிருக்காது என்ற வார்த்தையை நூற்றுக்கு நூறு நிரூபிக்கும் கலியுக ராட்சஸன். அதனால்தான் கோடிக்கணக்கில் பணமிருந்தும், ஒரு வேலைக்காரனுக்கு வெறும் முன்னூறு ரூபாய் கொடுத்து அவனைச் சக்கையாய்ப் பிழிந்து கொண்டிருக்கிறார். ராம்லால் பரம சாது. நம்பிக்கையானவன். அவன் வந்தபின் ஒரு குண்டூசிகூட அந்த வீட்டில் காணாமல் போனதில்லை. அவனது அந்த நேர்மைதான் அவர் அவனைக் கொத்தடிமையாக்கியதற்குக் காரணமே. அவன் கடைசிவரை தன்னிடமே வேலை செய்துகொண்டிருக்க வேண்டுமானால் அவனைக் கடன் எனும் சிறையில் அடைத்தால்தான் முடியும். அவர் அவனைக் கடன்காரனாக்கினார். அவ்வப்போது காய்ந்த ரொட்டிகளையும், புளித்த ஜிலேபிகளையும் கொடுத்துக் குளிர வைப்பார். அவன் வீட்டில் அவை தேவாம்ருதம். அவர் கணக்கு

தப்பவில்லை. அவன் கடன் சங்கிலியில் சிக்கினான். அவர் தன் காலருகிலேயே அவனைக் கட்டிப்போட்டு விட்டார்.

ராம்லால் பெருமூச்சு விட்டான். மொத்த வீட்டையும் சுத்தப்படுத்தி, பாத்ரூம் கழுவி, துணி துவைத்து பெட்டி போட்டு, கடை கண்ணிகளுக்குப் போய் வந்து, ஷூக்களுக்கு பாலிஷ் போட்டு, மெத்தை, தலையணை, திண்டுகளுக்கு உறை மாற்றி, இன்னும் நிறைய நிறைய வேலை செய்து களைத்துப் போனான். நடுவில் ஒரு கோப்பை டீயும் இரண்டு ரொட்டித் துண்டுகளும் கிடைத்தது. டீயை மட்டும் குடித்துவிட்டு ரொட்டியைக் குழந்தைகளுக்காக பத்திரப்படுத்திக் கொண்டான். சூரியன் மறையும் நேரம் வேலை முடிந்து வீட்டுக்குக் கிளம்பினான். ஒரு செக்யூரிட்டி வந்து உடுப்புகளைத் தடவி சோதித்தான். தினமும் நடக்கும் சோதனை இது.

“கையிலென்ன...?”

“மதியம் எனக்குச் சாப்பிடக் கொடுத்த ரொட்டித் துண்டுகள். பார்த்துக்கொள்.” ராம்லால் பொட்டலத்தை சற்றே பிரிக்க ரொட்டிகள் தெரிந்தன.

“சரி சரி போ.”

ராம்லால் லிப்ட்டில் நுழைந்து கீழே வந்தான். “மனைவியையும் மூத்த மகனையும் வேலைக்கு அனுப்பினால் இந்தக் கடன் அடைந்துவிடக்கூடும். ஆனால் வேண்டாம். அவனோடு போகட்டும் இந்த அடிமைப் பிழைப்பு. ஆனால் பணத்திற்கு என்ன செய்ய...?”

அவன் குழப்பத்துடன் வீதியில் கால் வைத்தான். விடிந்தால் குடியரசு தினம் என்பதால் தெருவெல்லாம் சுதந்திரக் கொடித் தோரணங்கள். ‘எனக்கு என்று விடுதலை? யார் வாங்கித் தருவார்கள்?’ அவன் பெருமூச்சு விட்டபடி நடந்தான்.

“ராம்லால்!” யாரோ அழைக்கத் திரும்பினான். சேட்ஜி வீட்டுக் காவலாளிதான் அழைத்தது.

"நாளைக்கு ஒரு நாள் உனக்கு விடுப்பாம். சேட்டம்மா சொல்லச் சொன்னார்கள். குடியரசு தின விழாவுக்காகக் குடும்பத்தோடு வெளியில் செல்கிறாராம். நாளை மறுநாள் சீக்கிரமாகவே வந்துவிட வேண்டும் என்று உத்தரவு."

ராம்லாலின் முகம் மலர்ந்தது. ஒருநாள் ஓய்வு. அடேயப்பா எவ்வளவு சந்தோஷமான விஷயம். இப்படி எப்போதாவது அவர்களே ஓய்வு தந்தால்தான் உண்டு. ராம்லால் வேகமாக நடந்தான்.

மறுநாள் மனைவியின் கையால் தேநீர் குடித்தபடி தெருப் புழுதியில் மகன்கள் விளையாடுவதை ரசித்துப் பார்த்தான். எட்டரை மணிக்கு சோம்பல் முறித்தபடி எழுந்து குடிசைக்குள் எட்டிப் பார்த்தான்.

"வீட்டில் எந்தப் பொருளுமில்லை. என்ன செய்வது?" மனைவி வாடிய முகத்துடன் கேட்டாள். ராம்லால் யோசனையிலாழ்ந்தான். திடீரென்று அவன் உடல் நடுங்கியது. கால்களுக்குக் கீழே பூமி கிடுகிடுவென்று ஆடுவதுபோலிருந்தது. தலைசுற்றி வயிற்றைப் பிறட்டியது. சட்டென்று பயம் சர்ப்பமாய் விழுங்க, ராம்லால் மனைவியை இழுத்துக்கொண்டு வீதிக்கு ஓடிவந்தான். என்ன ஆட்டம் இது என்று புரிந்துகொள்வதற்குள் அடுக்குமாடிக் கட்டிடங்கள் எல்லாம் சீட்டுக்கட்டுகளாய்ச் சரிந்து விழுவதை அவன் கண்கள் கண்டன. புழுதிப் புயல் கண்ணை மறைத்தது. அழுகுரல்களும், தீனமான அலறல்களுமாய் மரண ஓலங்கள் செவியைத் துளைத்தன. என்ன நடக்கிறது என்று உணர்வதற்குள், ஊரே தரைமட்டமாகியிருந்தது. அவன் குடிசையும் சரிந்திருந்தது.

தனக்குச் சொந்தமாய் ஒரு கல் வீடு இல்லாததற்காக முதன் முதலாக அவன் சந்தோஷப்பட்டான். சரிந்தது குடிசையானதால் இரண்டே நாளில் இழுத்து நிறுத்தி சரிசெய்து விடலாம். எதுவுமில்லாதவர்க்கு இழப்பும் அதிகமில்லை என்பது புரிந்தது அவனுக்கு. மனைவி குழந்தைகளை வெட்ட வெளியில் பத்திரமாக இருக்கச் சொல்லிவிட்டு சரிந்து விழுந்திருந்த

அடுக்குமாடிக் கட்டிடங்களை நோக்கி ஓடினான். தன்னால் முடிந்த வரை இடிபாடுகளில் சிக்கியிருந்தவர்களை வெளியில் இழுத்துக் காப்பாற்றினான்.

அப்பகுதி மட்டும்தான் பூமி அதிர்ச்சியில் நாசமாகியிருக்கிறதென்று நினைத்தார்கள் அவர்கள். நேரம் போகப் போகத்தான் அழிவின் வீரியமும், அளவும், உக்கிரமும் தெரிந்தது. சில கட்டிடங்கள் எலும்புக்கூடாய் நின்றிருந்தன. மிச்சமெல்லாம் தரைமட்டமாய்... பூமித்தாயின் லேசான சிலிர்ப்பிற்கே இப்படியா...? அவன் தேகம் நடுங்கியது. அழிவின் கோரம் கண்டு கண்கள் பெருகி வழிந்தது. கட்டுப்படுத்த இயலாமல் கலங்கிப் பொங்கியது. சற்று முன்புவரை இயல்பாய் இயங்கிக்கொண்டிருந்த நகரமா இது? கனவுகளோடு நடமாடிக்கொண்டிருந்த மனிதர்கள் கான்கிரீட் குவியலுக்குள் புதைந்து சமாதியான கொடுமையைக் காணச் சகியாமல் ராம்லால் வாய்விட்டு அழுதான். யாரோ எவரோ என்று நினைக்க முடியவில்லை. தன் குடும்பம் பிழைத்துவிட்டதற்காக நிம்மதியாக இருக்கவும் முடியவில்லை. இதுதான் வாழ்க்கையா? கண்மூடிக் கண் திறக்கும் முன் அனைத்தையும் புரட்டிப்போடும் இயற்கையின் வல்லமைக்கு முன் மனிதன் வெறும் தூசிதானா? அலையில் மிதக்கும் சிறு துரும்புதானா? அதற்கே இத்தனை ஆட்டமா?

சற்று நேரத்தில் ராணுவம் வந்தது. தனியார் சேவை அமைப்புகளும் அவர்களுடன் சேர்ந்துகொள்ள மீட்புப் பணிகள் துரித கதியில் ஆரம்பித்தன. சில ஈனப் பிறவிகள் இந்த அழிவிலும் ஈவிரக்கமின்றி பொன் நகைகளுக்காகப் பிணங்களின் உறுப்புகளையே வெட்டிக்கொண்டிருந்தனர். இன்னும் சிலர் உதவி செய்வதுபோல் இடிபாடுகளில் விலை உயர்ந்த பொருட்களைத் தேடி எடுத்துக்கொண்டிருந்தனர். எவன் நல்லவன் எவன் சமூக விரோதி என்றே புரியாத அளவுக்குக் கடும் குழப்பமும் மரண ஓலங்களுமாக அந்த இடம் ரத்தத்தை உறைய வைத்தது. இடிபாடுகளினிடையில் ஒரு சிறுமியின் பால் வடியும் முகம் மட்டும் ஜீவனடங்கித் தெரிய ராம்லால் முகத்தைப்

பொத்திக்கொண்டு அழுதான். கடவுளே ஏன் இத்தனை கொடுமை? எங்கே போயிற்று உன் இரக்கம்?

உடல்களை இழுத்துப் போட்டுக் களைத்துப் போனார்கள். தேகம் தள்ளாடியது. இதற்குமேல் தெம்பில்லை. மூச்சு வாங்க அவன் தன் குடும்பம் இருந்த இடத்தை நோக்கித் திரும்பி நடக்கையில்தான் அந்தக் காட்சியைக் கண்டான். வாயிலும் வயிற்றிலும் அடித்துக்கொண்டு அலங்கோலமான தோற்றத்துடன்... யாரது? நிர்மல் ராஜா? ஆம் அவரேதான். அப்போதுதான் உறைத்தது அவனுக்கு. அவருடைய அபார்ட்மெண்ட்டும் இடிந்து மண்ணோடு மண்ணாகியிருந்தது. சற்றுமுன் கோடீஸ்வரனாயிருந்தவர் இப்போது எல்லாமிழந்து பிச்சைக்காரனைப் போல் மண்ணில் மண்டியிட்டுக் கதறிக்கொண்டிருந்த காட்சி கண்றாவியாயிருந்தது. ராம்லால் துயரத்துடன் தன் எஜமானரின் அருகில் வந்தான்.

“சேட்ஜி.”

அவர் திடுக்கிட்டு நிமிர்ந்தார். அவனைப் பார்த்ததும் இன்னும் பெரிதாய் அழுதார்.

“எல்லாம் போய் விட்டது ராம்லால். என் வீடு, பணம், நகை, பொருட்கள் அனைத்தும் போயிற்று. என் இரண்டு குழந்தைகள் எங்கே என்று தெரியவில்லை. நான் ஏன் இன்னும் உயிரோடு இருக்கிறேன்” கதறினார் அவர்.

“வருத்தப்படாதீர்கள், சேட்ஜி. குழந்தைகள் எங்காவது பத்திரமாக இருப்பார்கள். பொருட்கள் போனால் போகட்டும். மீண்டும் சம்பாதித்துக் கொள்ளலாம். விலைமதிப்பற்ற உயிரை நமக்கு விட்டு வைத்துள்ளானே இறைவன் என்று நன்றி கூறுங்கள்.”

அப்போது லாரி ஒன்றில் உணவுப் பொட்டலங்கள் வர, மக்கள் முண்டியடித்துக்கொண்டு அதைச் சூழ்ந்தனர். தூக்கித் தூக்கி எறியப்பட்ட பொட்டலங்களைப் பிடிக்கப் போராடினார்கள். ராம்லாலும் தன் குடும்பத்துக்காக பொட்டலம் பெற ஓடினான்.

ஒரு வழியாய் அவன் உணவுப் பொட்டலங்களுடன் கூட்டத்திலிருந்து பிதுங்கி வெளியில் வந்தபோது நிர்மல் ராஜ் தன் பசிக்கு ஒரு பொட்டலம் கேட்டுக் கத்திக்கொண்டிருந்தார். ராம்லால் புன்னகையுடன் தன் குடிசை நோக்கி நடந்தான். தன் குழந்தைகளிடம் பொட்டலத்தைக் கொடுத்துவிட்டு சற்று பொறுத்து மீண்டும் நிர்மல் ராஜைத் தேடிக்கொண்டு சென்றான். ஊரே மயானமாகியிருந்தது. ராணுவத்தினர் டெண்ட்டுகள் அமைத்துக்கொண்டிருந்தனர். அவனைக் கண்டதும் நிர்மல் ராஜ் ஓடிவந்தார்.

"ராம்லால் என் மகன்கள் உயிருடன் இருக்கிறார்கள். மருத்துவ முகாமில் காயங்களுடன் அவர்கள் இருப்பதாகத் தகவல் கிடைத்தது. அவர்கள் உடல் தேற வேண்டிக்கொள் ராம்லால்."

அவர் மருத்துவ முகாம் நோக்கி வேகமாய் நடக்க, ராம்லால் அவரை அழைத்தான்.

"என்ன?" அவர் நின்றார்.

அவன் தன் பாக்கெட்டிலிருந்து சிறிய பொட்டலம் ஒன்றை எடுத்தான். உள்ளே பளபளவென்று மின்னிய ஒரு வைர நெக்லஸ்.

"நேற்று உங்கள் வீட்டிலிருந்து திருடியது. பத்து மாதம் என் குடும்பத்தைப் பட்டினிபோட இயலாது என்பதால் வேறு வழியின்றி இத்தவறைச் செய்துவிட்டேன். சப்பாத்திச் சுருளுக்குள் வைத்து மறைத்து எடுத்துச்சென்றேன். ஆனால் நம்புங்கள் சேட்ஜி. இரவெல்லாம் நான் தூங்கவில்லை. நானா திருடிவிட்டேன் என்ற குற்ற உணர்வு என்னைக் கொன்றுவிட்டது. பசி வந்தால் பத்தும் பறந்துவிடும் என்பது உண்மைதானா? நான் என் நேர்மையைப் பறக்க விட்டுவிட்டேன். என் மனசாட்சி என்னை உறங்கவிடவில்லை. இன்று இதை எடுத்த இடத்திலேயே வைத்துவிட நினைத்தேன். ஆனால் இது எடுக்கப்பட்ட இடம் இப்போது இல்லை. இருப்பினும் இதன் உடமஸ்தரைக் கண்டுவிட்டேன். நான் இதை எடுத்து வைத்திருந்தது கூட

நல்லதுதான் என்று இப்போது தோன்றுகிறது. உங்களுடைய இந்த நிலையில் இது ஒன்றாவது உங்களுக்குக் கொடுக்க முடிகிறதே. வைத்துக்கொள்ளுங்கள் சேட்ஜி. இதைக்கொண்டு உங்கள் மகன்களை வேறு எங்காவது அழைத்துச் சென்று வைத்தியம் பார்த்துப் பிழைக்க வையுங்கள். இந்தத் திருடனை மன்னித்துவிடுங்கள்."

ராம்லால் நகையை அவர் கையில் கொடுக்க, அவர் ஸ்தம்பித்து நின்றார். அவனையும் அதையும் மாறி மாறிப் பார்த்தார். தன் தவறுகள் புரியக் கண்கலங்கினார்.

"வேண்டாம் ராம்லால், நான் உன் உழைப்பைச் சுரண்டியவன். இதை நீயே வைத்துக்கொள். உன் ஊதிய பாக்கிக்கு நான் அளித்ததாக இருக்கட்டும்."

"இல்லையில்லை. ஏற்கனவே என் மனசாட்சி என்னைப் பார்த்து சிரிக்கும் சிரிப்பைத் தாங்க முடியாமல் தவித்துக்கொண்டிருக்கிறேன். பசியும் பட்டினியும் எனக்குப் பழகிப்போனவை. உங்களுக்கு அவை புதிது. இதைக்கொண்டு உங்கள் காயப்பட்ட மகன்களை நல்ல மருத்துவமனைக்கு மாற்றி நல்ல சிகிச்சை அளித்து அவர்களைக் காப்பாற்றுங்கள். எல்லோரும் எங்கேனும் சென்று பசியிலிருந்து விடுதலை பெற போராடுங்கள்."

ராம்லால் கை கூப்பி வணங்கிவிட்டு நடந்தான். இப்படி ஒரு பெரும் அழிவிலா தனக்கு விடுதலை கிடைக்க வேண்டும்? மனம் வலிக்க நடந்தான். தன் விடுதலைக்காக அவனால் சந்தோஷப்பட முடியவில்லை.

***

— 2 —

ஒளி

கதை கேட்டபடி என் மடியிலேயே தூங்கிப்போயிருந்த பெண்ணை அவள் உறக்கம் கலைந்துவிடாமல் படுக்கைக்கு மாற்றி, போர்வையால் போர்த்திவிட்டு அவள் முகத்தைச் சற்றுநேரம் அன்போடு பார்த்தேன். ஆறு வயசுக்கு அதிபுத்திசாலி. அடேயப்பா எத்தனை கேள்விகள்! பதில் சொல்வதற்குள் திணறிவிடும். அவள் கேள்விகளுக்கு பதில் சொல்வதற்காகவே நான் நிறைய புத்தகம் புரட்ட வேண்டியிருக்கும். பதில் சொல்லாவிட்டால் விடமாட்டாள்.

“சாமி ஏம்ப்பா கண்ணுக்குத் தெரியறதில்ல?”

கோகுலத்து கிருஷ்ணனின் லீலைகளைப் பற்றி சொல்லிக்கொண்டிருந்தபோது அவள் கேட்ட கேள்வி இது.

“ஏன் தெரியாம? எத்தனையோ பேருக்குத் தெரிஞ்சிருக்காரே.”

“உனக்குத் தெரிஞ்சிருக்காரா? நீ பாத்திருக்கியா?”

“இல்லையே.”

“ஏன்?”

“அதுக்கெல்லாம் நிறையக் கஷ்டப்படனும், தவம் பண்ணணும்.”

“நல்லவங்க கூப்ட்டா கடவுள் ஓடி வருவார்னு சொன்னாயே. அப்ப நாம நல்லவங்க இல்லையா?”

“இது கலியுகம்டா செல்லம். சாமி நேரா வரமாட்டார். மனுஷங்க மூலமாதான் மனுஷங்களுக்குத் தெரிவார்.”

“அப்ப மனுஷங்கள்ளாம் சாமியாப்பா?”

“அப்டித்தான்.”

“அப்போ ஏன் மனுஷங்கள்ளாம் சண்டை போட்டுக்கறாங்க? பாம் பிளாஸ்ட் எல்லாம் ஏன் நடக்குது?”

எனக்கு பதில் சொல்லத் தெரியவில்லை. வாயடைத்துப் போயிற்று. கேள்வி கேட்டுத் திணறடித்த குழந்தையின் புத்திசாலித்தனம் கண்டு ஒரு தந்தையாய் என் நெஞ்சு பெருமிதத்தில் விம்மியது. கூடவே மனசில் ஒரு மூலையில் மெலிதாய் ஒரு வலி. இரண்டு நாட்களுக்கு முன் நான் கண்ட குழந்தைகள் என் நினைவுக்கு வர என் அடிவயிறு கனத்துப் போயிற்று.

குழந்தைத் தொழிலாளர்கள் குறித்த ஆவணப்படமொன்று எடுப்பதற்காக சிவகாசிப் பக்கம் ஒரு வாரம் தங்கியிருக்க நேரிட்டது. இதுநாள் வரை கேள்வி மட்டுமே பட்டிருந்த விஷயங்கள் கண்முன்னே காட்சிகளாய்க் கண்டபோது மனம் சொல்லவொணாத் துயரத்தில் ஆழ்ந்தது.

விடியல் இருளில் பேருந்து ஒலிப்பானின் சப்தம் ஊரின் நிசப்தத்தைக் கலைத்த சில நிமிடங்களில் ஒவ்வொரு வீட்டுக் கதவும் திறந்து, சில குழந்தைகள் உறக்கம் கலையாமல் வெளிப்பட்டனர். காமரா மூலம் அந்தச் சிறுவர்களின் முகங்களை நெருக்கத்தில் கண்டபோது மனசு அதிர்ந்தது. பால்வடிந்த முகங்கள். விரல் சூப்பலைக் கூட நிறுத்தாத பிஞ்சுகள். தமக்கையின் கை பிடித்து அரைத் தூக்கத்தில் வாயில் விரலோடு நடந்த பாலகன். என் அடிவயிறு பிசைந்தது. சொகுசான பஸ் பயணம் என்ற தூண்டிலில் பிடிக்கப்பட்ட சின்னஞ்சிறு மீன் குஞ்சுகள். கந்தக வாசத்துடன் களங்கமில்லாமல் சிரித்த மலர்கள்.

“உம் பேரென்னம்மா?” நான் பெயர் கேட்ட அந்தச் சிறுமிக்குப் பத்து வயசிருக்கும். பெயர் கேட்டதும் வெட்கப்பட்டாள்.

"தாமர."

"அட... அழகான பேர். ஆமா படிக்க இஷ்டமில்லயா உங்களுக்கெல்லாம்? இந்த வயசுல வேலைக்குப் போறீங்க."

என் கேள்வி புரியாதது போல அவள் சிரித்தாள்.

"எவ்ளோ சம்பாதிப்ப ஒரு நாளைக்கு?"

"எட்டு ரூவா..."

"கை வலிக்கலையா உனக்கு?"

"வலிக்கும்."

"அம்மாகிட்ட சொல்லு வலிக்குதுன்னு."

"அம்மா அடிச்சா இதவிட வலிக்குமே."

"இது படிக்கற வயசு தெரியுமா?"

"அப்டின்னா?"

"ஸ்கூலுக்குப் போய் படிக்கற வயசு."

"அப்டின்னா?"

அந்தக் குழந்தைகள் யாருக்குமே படிப்பு பற்றி தெரியவில்லை. எது கேட்டாலும் சிரித்தார்கள். பசை, குச்சி, கந்தகம், தீப்பெட்டி இதைத்தாண்டி வேறெதுவும் தெரியவில்லை. இருட்டோடு உறக்கம் கலையாத விழிகளுடன் கிளம்பும் இவர்கள் இருட்டிய பிறகு, பஸ்ஸிலேயே தூங்கிக்கொண்டு வீடு திரும்பிய கொடுமையைப் படம்பிடித்துக்கொண்டு ஊருக்குக் கிளம்பியபோது மனசு கனத்துப் போயிற்று. கிளம்புவதற்கு முன் தாமரையின் தாயாரைப் பார்த்தேன்.

"என்ன கொடுமைங்க இது. இப்டி குழந்தைகளை வேலைக்கு அனுப்பினா விளையாட வேண்டிய அவங்க குழந்தைப் பருவத்தை இழந்துடமாட்டாங்களா?"

“அதுக்கென்னய்யா செய்ய? பாவப்பட்ட ஜென்மங்கய்யா நாங்க. இதான் எங்க தலையெழுத்து. பட்டாசுக் கம்பெனில குழந்தைங்களத்தான் வேலைக்கு எடுப்பாங்க.”

“அதுக்காக...? பால் குடிக்கற குழந்தையக் கூடவா பஸ்ஸூல ஏத்தி அனுப்புவீங்க?”

“என்ன செய்யச் சொல்றீங்க? அது வயத்துக்கு அது சம்பாதிச்சாத்தான் சோறு. எங்க நிலமை அதான். பழகிப்போச்சுங்க.”

நான் தாமரையை அருகில் அழைத்தேன். சாக்லெட் டப்பா ஒன்றைக் கொடுத்தேன்.

“பஸ்ஸூல எல்லாருக்கும் கொடுத்துட்டு நீயும் சாப்டு.”

“என்ன இது?”

“இனிப்பு.”

“அப்டின்னா.”

“சாப்ட்டுப் பாரு. நான் வரட்டுமா. இன்னிக்கு ஊருக்குக் கிளம்பறோம்.”

“மறுபடியும் வருவீங்களா?”

“தெரியலையே. ஏதாவது வேலையிருந்தா வருவேன்.”

“உங்களுக்குக் குழந்தைங்க இருக்கா?” தாமரையின் தாய் கேட்டாள்.

“ஒரு பொண்ணு இருக்கு. ஆறு வயசாகுது.”

“உங்க பொண்ணு எந்தப் பட்டாசு கம்பெனில வேலை பாக்குது?” தாமரை கேட்டதும் மனசு கனத்துப் போயிற்று. அவளைப் பொறுத்தவரை எல்லாக் குழந்தைகளும் பட்டாசுக் கம்பெனியில் வேலை பார்த்துக்கொண்டிருப்பதாக அவள் நினைப்பதில் தவறில்லை. அவளுக்கு அதுதான் தெரியும்.

நான் பதில் சொல்லாமல் மெலிதான துக்கத்துடன் சிரித்துவிட்டு அவள் முதுகில் தட்டிக் கொடுத்துவிட்டுக் கிளம்பினேன்.

தீபாவளி நெருங்கிக்கொண்டிருந்தது. அந்தக் குழந்தைகளுக்கு வேலையும் கூடியிருந்தது. கைகளில் கந்தகம், கண்களில் சோர்வு, இதழ்களில் புன்னகை. தாயின் மடி சுகம் தெரியாது. தந்தையின் அரவணைப்பு கிடையாது. தாயின் தாலாட்டு, உணவுக்குப் பதார்த்தமாய் பழந்தமிழ்க் கதைகள், காலைத் தூக்கம், மாலை விளையாட்டு, நல்ல உணவு எதுவும் இவர்கள் வாழ்க்கையில் கிடையாது.

நகரத்துக் குழந்தைகளுக்கும் இவர்களுக்கும் இடையில் ஏன் இத்தனை பெரிய பள்ளம்...! எனக்குப் புரியவில்லை. இந்தியா வளர்கிறதா, தேய்கிறதா...?

நான் பெருமூச்சு விட்டேன்.

“வந்ததுலேர்ந்து என்ன யோசனை?” திவ்யா கடிகாரத்திற்குச் சாவி கொடுத்தபடி என் சிந்தனையைக் கலைத்தாள்.

“ஒண்ணுமில்ல.”

“போன காரியம் நல்லபடியா முடிஞ்சுதா? படம் சரியா வந்திருக்கா?”

“ம்...”

“நாலு நாள்ள தீபாவளி. அப்பா வேணும்னு உங்க பொண்ணு ஒரே ரகளை. நீங்கதான் டிரஸ் எடுக்கணுமாம். நான் எடுத்தா போட்டுக்கமாட்டாளாம். நாளைக்கு முத வேலையா அவளுக்கு டிரெஸ் எடுத்துடுங்க சொல்லிட்டேன்.”

“ம்...”

நான் திரும்பிப் படுத்தேன். ஏனோ தாமரையின் முகம் கண்ணுக்குள் வந்து போயிற்று.

மறுநாள் துணிக்கடைக்குப் போய் சூர்யாவுக்கு கவுன் வாங்கினோம்.

“பட்டாசுப்பா.”

“வாங்கலாம்.”

“நிறைய வேணும்ப்பா.”

“சரி...”

பட்டாசுக் கடையில் கூட்டம் அலைமோதியது. திவ்யாவும் சூர்யாவும் பட்டாசு வாங்குவதில் மும்முரமாக, எனக்கோ ஒவ்வொரு பட்டாசிலும் தூக்கக்கலக்கத்தோடு ஒரு குழந்தையின் முகம் தெரிய, சட்டென வெளியில் வந்து நின்றேன்.

தீபாவளிக்கு முதல் நாள் நான் திடுதிப்பென்று அந்த சிவகாசி கிராமத்திற்குக் கிளம்பியபோது சூர்யாவும், திவ்யாவும் ஏமாற்றத்துடன் என்னை அனுப்பிவைத்தனர். ஏனோ இந்த தீபாவளியை அந்தக் குழந்தைகளோடு கழிக்க வேண்டும் போலிருந்தது. அந்தக் குழந்தைகள் தீபாவளியை எப்படிக் கொண்டாடுகிறார்கள் என்று பார்க்க வேண்டும் போல் ஒரு ஆசை. அந்தக் கிராமத்தில் ஒரு நூறு குழந்தைகள் இருப்பார்களா? அத்தனை பேருக்கும் இனிப்புகளும் மத்தாப்புகளும், ஊசி வெடிகளும் வாங்கிக்கொண்டேன்.

நான் போய்ச் சேர்ந்த நேரம் இருட்டியிருந்தது. தீபாவளியின் உற்சாகம் எங்கும் தென்படவில்லை. பட்டாசுக் கம்பெனி பஸ் ஒலிப்பானை அலறவிட்டபடி வந்து நின்று குழந்தைகளைத் தூக்கத்துடன் உதிர்த்துவிட்டுச் சென்றது.

“இனிப்பு வாங்கிக்குங்க” நான் அவர்களிடம் டப்பாக்களை நீட்ட, எவர் முகத்திலும் ஆர்வமில்லை.

“நாளைக்கு தீபாவளியில்ல இந்தப் பட்டாசையாவது வாங்கி வெடிங்க பசங்களா...”

குழந்தைகள் வாங்கவில்லை. வழக்கம்போல அசட்டுச் சிரிப்பு சிரித்தார்கள்.

“தாமர இந்தா வாங்கிக் குடு அவங்களுக்கு” நான் தாமரையைத் துணைக்கழைத்தேன்.

“வேணாம்...”

“ஏம்மா...?”

“எங்களுக்கு இந்த வெளிச்சம் வேணாம்.”

நான் திகைத்து நின்ற போதே குழந்தைகள் அரைத்தூக்கத்தோடு என்னைத் தாண்டிச் சென்றார்கள். தாமரை சொன்ன வார்த்தைகளுக்கடியில் வேறொரு அர்த்தமிருப்பதை என் உள்ளம் உணர்ந்தது. நான் கையாலாகாதவனாக பஸ் ஏறினேன்.

***

— 3 —

ஞானப் பால்

தடக் தடக்கென்று ரயில் சத்தம் தாலாட்டுப் பாடியும் கூடத் தூக்கம் வரவில்லை. திருஞானசம்பந்தத்திற்கு மேல் பர்த்தில் படுத்திருந்தவர் விழிகள் எதிர் பர்த்தைப் பார்த்தன. மூன்று மாதம் முன்பு இதே ரயிலில்தான் மகன் அருள்மொழியை அழைத்துச் சென்றார். எதிர் பர்த்தில்தான் அவன் படுத்திருந்தான். மருத்துவக் கல்லூரியில் சேரப்போகும் ஆர்வமும் பரபரப்பும் அவன் முகத்தில் படர்ந்திருந்தது.

"என்னடா தூக்கம் வரலையா?"

"டென்ஷனார்க்குப்பா."

"என்ன டென்ஷன்?"

"உங்களை எல்லாம் எப்டி பிரிஞ்சிருப்பேங்கற டென்ஷன்தான்."

"லட்சியத்தை சுமந்துக்கிட்டு போறப்பொ சின்னச் சின்ன விஷயங்களுக்கெல்லாம் டென்ஷனே ஆகக் கூடாது. மாசம் ஒரு தரம் நாங்க அங்க வந்து உன்னைப் பாக்கத்தானே போறோம்! உன் கவனம் இப்பொ படிப்புமேல மட்டும்தான் இருக்கணும். லட்சியத்துக்கு முன்னாடி பாசம் பந்தம் எல்லாம் ரெண்டாம்பட்சமாதான் இருக்கணும் புரிஞ்சுதா?"

"புரியறது, இருந்தாலும் ஒரு சின்னக் கேள்வி."

"என்ன?"

“உனக்கிந்தப் பக்கம் டிரான்ஸ்ஃபர் கிடைக்காதா?”

“கிடைக்காது. பல்லைக் கடிச்சுண்டா வருஷம் ஓடியே போய்டப்போறது. நடுல எவ்ளோ லீவு வரும். ராத்திரி ஏறி உக்காந்தா காலம்பற ஒருத்தரை ஒருத்தர் பார்த்துக்கப் போறோம். நீ என்ன குழந்தையாடா அருள்?”

“நாப்பது வயசானாலும் உங்களைவிட்டுட்டுத் தனியா இருக்கறதுன்னா கஷ்டம்தாம்ப்பா எனக்கு.”

“அது சரி எவ்ளோ வயசு வரை நாங்க உசிரோட இருப்போம்ங்கற? ஒரு நாள் பர்மனன்ட்டா பிரியத்தானே வேணும். அதுக்கு இப்போலேர்ந்தே பிராக்டிஸ் பண்ணிக்க வேண்டாமா?”

“ம்ஹூம். உங்களுக்கு சாவே கிடையாது. எப்பவும் என் கூடவே இருக்கணும்.”

“வியாதி வந்தா?”

“நாந்தான் டாக்டராய்டுவனே. தினம் மூணுவேளையும் செக் பண்ணி ஒரு வியாதியும் வரவிடாம பாத்துட்டுப்போறேன்.”

வண்டி சிக்னலுக்காக எங்கோ வேகம் குறைந்து நிற்க, திருஞானசம்பந்தம் தன் கண்ணீரைத் துடைத்துக்கொண்டார். அன்று நினைத்திருப்பானா? அடுத்த நாற்பது நாள் வரைதான் தனக்கு ஆயுள் என்று? மரணம் அந்த மருத்துவக் கல்லூரியில் அவனுக்காகக் காத்திருக்கிறது என்று? யார்தான் எதிர்பார்த்தார்கள்? கைபிடித்து அழைத்துப்போய் தானே எமனுக்குத் தாரைவார்த்துக் கொடுக்கப்போகிறோம் என்று அவர்தான் நினைத்தாரா? கடைசி நிமிடம் வரை இயல்பாய் இருந்துவிட்டுப் போகட்டும் என்றுதான் மரண ரகசியத்தை மனிதனின் அறிவுக்கு எட்டாமலே வைத்திருக்கிறானா இறைவன். எத்தனை கனவுகள்! அத்தனையும் கண்விழிப்பதற்கு முன்னே கருகப்போகிறது என்று யார் நினைத்தார்கள்.

“டாக்டரானதும் நான் ஏதாவது இன்டீரியர் கிராமத்துக்குதான் போஸ்டிங் கேட்டு வாங்கப்போறேம்ப்பா. எல்லாரும் கிராமத்தை ஒதுக்கினா எப்டி? அங்க இருக்கறவா மட்டும் மனுஷா இல்லையா? அவாளோட உசிர் மட்டும் சீப்பா போச்சா என்ன? கிராமத்துல இருக்கறவன் எல்லாம் நல்ல ட்ரீட்மெண்ட்டுக்கு சிட்டிக்கு வந்துதான் தீரனும்ங்கற நிலைமையை என்னால முடிஞ்ச அளவுக்கு மாத்தணுங்கறதுதான் என் லட்சியம்ப்பா.”

கலியுகத்தில் பணம் மட்டுமே குறியாயிருப்பவர்களுக்குத்தான் கடவுளும் கடைக்கண் காட்டுவாரோ! இல்லாவிட்டால் எதனால் இந்தத் துடிதுடிப்பான, நேர்மையான, லட்சியவாதிக்கு அப்படி ஒரு கொடூர மரணத்தைக் கொடுக்க வேண்டும்.

நினைக்கும்போதே உடல் நடுங்கியது அவருக்கு.

“உங்கள் மகன் ஐந்தாவது மாடியிலிருந்து குதித்துத் தற்கொலை செய்துகொண்டு விட்டான். உடனே வரவும்” தொலைபேசியில் கல்லூரி நிர்வாகி சொன்ன வினாடி உலகம் இருட்டித்தான் போயிற்று. இடுப்புக்குக் கீழே சகலமும் தனியே கழன்றுவிட்டதுபோல் தேகம் நடுங்கியது. என்னாயிற்று? எப்படி? மனசு கேட்கத் துடித்தாலும் நாக்கு குழறி நெஞ்சடைத்தது. யாரோ தாங்கிப் பிடித்தார்கள். நினைவு திரும்பி மரணத்தை மெல்ல மெல்ல ஜீரணித்து, நெருங்கிய உறவுகளுடன் பிரயாணித்து, மூட்டையாய்க் கொள்ளியிட்ட நிமிடம் அவருடைய எல்லா நம்பிக்கைகளும் தவிடுபொடியாயின. கொள்ளியிடப் பிள்ளை பிறந்தான் என்ற நம்பிக்கைக்கு விழுந்த பெரிய அடி.

கொள்ளியிடும் கர்மா பிள்ளைக்கா, தகப்பனுக்கா என்று தீர்மானிப்பது கடவுளல்லவா? இது புரியாமலே பிள்ளையைப் பெற்றுவிட்டேன் என்ற கர்வத்தில் மிதப்பவர்கள் எத்தனை பேர்? கர்வம் என்றில்லாவிடினும் அப்படி ஒரு சந்தோஷம் அவருக்கும்தானே இருந்தது. “நீ எனக்கு மகனா இருக்கறதைவிட இந்த உலகத்துல மிகச்சிறந்த மனிதனா இருக்கவேண்டியதுதாண்டா ரொம்ப முக்கியம். இருப்பாயா?”

“கண்டிப்பா இருப்பேன். நீங்க எனக்கு அப்பாவா கிடைச்சிருக்கும்போது எனக்கென்ன கவலை? என்னை வழிநடத்த நீங்கதான் இருக்கேளே.”

போன பிறந்தநாளின் போதுதான் அவனுடைய பிளஸ் டு ரிஸல்ட்டும் வந்தது. அப்போது அவர் சொன்னதற்குத்தான் அவன் அப்படிப் பதிலளித்தான். இப்படிப்பட்டவனா தற்கொலை செய்துகொள்வான். கண்டிப்பாக இருக்காது. அவரால் நம்ப முடியவில்லை. ஆனால் அவன் கீழே குதித்ததைக் கீழிருந்து சிலர் பார்த்திருக்கிறார்களே! என்ன காரணம்? ஏன் குதித்தான்? எதற்கு பயந்து குதித்தான்? தற்கொலை செய்துகொள்ளுமளவுக்கு என்னதான் நடந்தது. யாராவது ராகிங் செய்தார்களா? அல்லது ராகிங் என்ற பெயரில் அவமானப்படுத்த முயன்றார்களா?

“நோ நோ. டெஃபனட்லி நாட். இந்தக் காலேஜ்ல ராகிங்கற வார்த்தைகூடக் கிடையாது. ராகிங் சட்டப்படி குத்தம்ங்கறதால இப்பல்லாம் ரொம்ப ஸ்ட்ரிக்ட்டார்க்கோம். நீங்க யார்ட்டவேணா விசாரிச்சுக்கலாம்.”

பிரின்ஸிபால் அடித்துப் பேசினார். எந்த வழியிலும் காரணம் புரிபடவில்லை. மகனின் சாவு அவருக்கு மர்மமாகவே இருக்க, தற்கொலை என்று கோப்பை முடித்துக்கொண்டது போலீஸ்.

பெற்றது ஒரு பிள்ளை. அந்த ஒரு பிள்ளையும் துர்மரணமடைய அவரும் அவர் மனைவியும் நடைப்பிணமானார்கள். உண்பது உறங்குவது எல்லாமே இயந்திரத்தனமாக கடமைக்காக என்றாயிற்று.

இந்நிலையில்தான் அந்தத் தபால் அவருக்கு வந்தது. போஸ்டல் ஸ்ட்ரைக் காரணமாக தாமதமாக வந்துசேர்ந்த கடிதத்தில் மகனின் கையெழுத்தைப் பார்த்ததும் உடம்பெல்லாம் ஆட நடுக்கத்துடன் கடிதத்தைப் பிரித்தார்.

ஹாய் அப்பா,

இந்த ஒரு மாசத்தில் கணிசமாய் இரண்டு கிலோ குறைந்திருப்பேன் என நினைக்கிறேன். ஏனெனில்

அம்மா சமையலைவிட ஹாஸ்டல் சமையல் நன்றாகவே இருந்தாலும் கூட அதை ஊட்டிவிட அருகில் அம்மா இல்லாததால் எடை குறைந்துவிட்டேன். இதை சத்தம் போட்டுப் படிக்கவும்; அம்மா மூஞ்சி எப்டிப் போச்சுன்னு எனக்கு விவரமாக எழுதவும். அல்லது கார்ட்டூன் வரைந்து அனுப்பினாலும் சரி இன்னும் வகுப்புகள் சீரியஸாக ஆரம்பிக்கவில்லை. அட்மிஷனே முழுக்க முடியவில்லை எனத் தெரிகிறது. அதனால் பேருக்கு வகுப்புகளுக்குப் போகிறோம், வருகிறோம். எனக்கென்று நண்பர்கள் இன்னும் சரியாக அமையவில்லை. விரைவில் நல்ல நண்பர்கள் கிடைப்பார்கள் என நம்புகிறேன்.

அப்புறம், அப்பா, ஒரு விஷயம்; இங்கே வெளிப்படையாய் ராகிங் பெரிய அளவில் இல்லையென்றாலும் எதற்கும் துணிந்த ஒரு சில மாணவர்கள், ரகசியமாய் சிலபேரை ராகிங் செய்துகொண்டுதான் இருக்கிறார்கள். வெளியில் சொன்னால் நீ தூங்கும்போது உன் நாடி நரம்பை பிளேடால் அறுத்து, பிளேடையும் உன் கைலயே வெச்சுத் தற்கொலை பண்ணிக்கிட்டான்னுவோம் ஜாக்ரதை அப்டின்னு மிரட்டறாங்கன்னு கேள்வி.

உண்மையைச் சொல்லணும்னா சம்பத்னு நாலாவது வருஷ மாணவன் ஒருவன் ரெண்டு நாளா ராகிங்கற பேர்ல என்னைத் தொந்தரவு பண்ணிட்ருக்கான். மொட்டை மாடி மதில் சுவர்மேல ஒரு கோடிலேர்ந்து மறுகோடிக்கு நடந்துபோகச் சொல்றான். என்னால முடியாது எனக்கு உயரத்தைக் கண்டா பயம் உண்டு. தலைசுத்தும்னு சொன்னேன். ஆனா அவன் என்னை மிரட்டிண்ருக்கான். ஞாயிற்றுக்கிழமை வரை எனக்கு கெடுவெச்சிருக்கான். நான் நடக்கலைன்னா என்னை ஏதாவது பிரச்சனைல மாட்டிவிட்டு காலேஜைவிட்டே டிஸ்மிஸ் பண்ணவெப்பேன்னு மிரட்டறான். நான்

பயப்படலன்னாலும், அந்தப் பையன் எதுக்கும் துணிஞ்சவன் மாதிரிதான் தெரியறது. நான் என்ன செய்யட்டும்ப்பா?

நம்ம வீட்ல ஒரு போன் இல்லைங்கற குறை இப்பத்தான் எனக்குப் பெரிசாத் தெரியறது. உங்க ஆபீஸ்க்கு ரெண்டுமுறை போன் பண்ணினேன். நீ கேம்ப் போயிருக்கறதா சொன்னாங்க. அதான் சரி லெட்டராவது எழுதுவோம்னு எழுதறேன். இந்த லெட்டர் கண்டதும் நீ வேணா ஒரு நடை வரியா? அந்தப் பையனோட பேசிப் பார்க்கறயா? இந்த ஒரு விஷயத்தைத் தவிர, அவன் நல்லவனாவும் கூட இருக்கலாம். அவனை பிரண்டாக்கிக்க முயற்சி பண்ணேன். முடியல. நீ முதல்ல மதில்மேல நட அப்பறம் நாம பிரண்ட்ஸ்தான்றான்.

மாட்டிவிடறது சுலபம்தான். ஆனா அது வேறு பல பிரச்சனைகளுக்கு வழி ஏற்படுத்திடக் கூடாதே. யுத்தத்தைவிட பேச்சுவார்த்தை சிறந்ததுன்னு நீ அடிக்கடி சொல்வாயே. அதனால நீ வந்தா, இது தப்புன்னு நாம அவங்கிட்ட பேசிப் பார்ப்போம். அவன் திருந்தலன்னா அடுத்து என்ன செய்யனுமோ செய்வோம். எதார்ந்தாலும் நீ வந்தா எனக்கொரு கூடுதல் பலம்னு நினைக்கறேன். அதான் கூப்பிடறேன்.

மற்றவை நேரில்.

கடவுளே! காலதாமதமாய்க் கிடைத்த கடிதத்தை என்னவென்பது? இது மட்டும் சரியான சமயத்தில் கிடைத்திருந்தால் என் குழந்தையைக் காப்பாற்றியிருப்பேனோ?

திருஞானசம்பந்தம் கடிதத்தை நெஞ்சோடு அணைத்துக்கொண்டு சின்னக் குழந்தை மாதிரி அழுதார். அதே நேரம் உள்ளே கோபமாய் ஒரு அரக்கன் சிலிர்த்து எழுந்தான்.

'போ... ராகிங்கே நடப்பதில்லை என்று அடித்துப் பேசிய அந்தப் பிரின்ஸிபாலிடம் இந்தக் கடிதத்தைக் காட்டு. உன் பிள்ளை தற்கொலை செய்துகொள்ளவில்லை. ராகிங் என்ற பெயரால் கொல்லப்பட்டான் என்பதற்கு இந்தக் கடிதத்தைவிட வேறென்ன சாட்சி வேண்டும். அந்தப் பையனைச் சும்மாவிடாதே. இதுபோன்ற ஈவிரக்கமற்ற தறுதலைகள் எல்லாம் எதற்கு இந்த பூமிக்கு பாரமாய். தன் ஆயுள் முழுக்க அவன் சிறைக் கம்பிகளின் பின்னே இருப்பதுதான் அவனுக்கு தண்டனை. போ போய் அதற்கு ஏற்பாடு செய். அவனுக்கு தண்டனை கிடைக்கும்வரை போராடு, விடாதே!' வெறியுடன் கத்தினான் அரக்கன்.

"திடீர்னு எங்க கிளம்பிட்டீங்க?" மனைவி திகைப்புடன் கேட்டாள்.

"கேம்ப். நாலு நாள்ள வந்துருவேன்." மெல்லிய குரலில் சொல்லிவிட்டுக் கிளம்பினார்.

"எந்த ஊர்?"

அவர் வாய்க்கு வந்த ஒரு ஊரின் பெயரைக் கூறிவிட்டு வேகமாய் நடந்து தெருமுனைக்கு வந்து ஆட்டோ பிடித்தார். கடைசி நேர கேன்ஸலேஷனில் ஒரு டிக்கெட் கிடைக்க ரயிலில் ஏறியமர்ந்தார். இதோ பயணித்துக் கொண்டிருக்கிறார். விடிந்தால் போராட்டம் துவங்கிவிடும். அவர் உறங்க முயன்றார். முடியவில்லை. இறங்கும்வரை விழி சிவக்க விழித்திருந்தார்.

"மை காட்...! என் கல்லூரியிலா, ராகிங்கா!" ப்ரின்ஸிபால் அதிர்ந்துபோனார். கடிதத்தைப் படித்துவிட்டு சிலையாய் அமர்ந்தார். விழியோரம் படர்ந்த கண்ணீர் உருண்டு திரண்டு கண்ணாடியின் இடுக்கு வழியே கன்னத்தில் உருண்டு கடிதத்தில் விழுந்தது.

"ஐ ஆம் சாரி சார். சாரி சார்..." என்ன பேசுவதென்று புரியாத வாய் திரும்பத் திரும்ப இதையே சொன்னது.

"என் மகனின் மரணத்திலிருந்த மர்மம் விடுபட்டாச்சு இல்லையா மிஸ்டர் ப்ரின்ஸிபால், இனி என்ன செய்யப்

போறீங்க, நீங்களா போலீஸுக்குச் சொல்றீங்களா இல்ல நானே இந்த லெட்டரைக் கொண்டு கேஸ் போட்டு அவனை உள்ள தள்ளட்டுமா?"

"பொறுமையாக இருங்கள் மிஸ்டர் திருஞானசம்பந்தம். கல்லூரி முதல்வர் என்ற முறையில் முதலில் நான் அவனை விசாரிக்கிறேன். உங்கள் முன்னிலையிலேயே. அவன் என்ன சொல்கிறான் என்று பார்ப்போம். அதன்பிறகு போலீசுக்குப் போவோம். அதுதான் முறை."

"உங்களை நம்பலாமா?"

"என்ன இப்படிக் கேட்கிறீர்கள். தவறு செய்தவர்கள் எவராயிருப்பினும் தண்டிக்கப்பட வேண்டும் என்பதில் எந்தக் கருத்துவேறுபாடும் எனக்குக் கிடையாது. நீங்கள் சொல்லும் மாணவன் ஹாஸ்டல் மாணவன் அல்ல. இந்த ஊர்க்காரன்தான். உள்ளூரில்தான் அவன் வீடு. ஒரு நிமிடம்," என்றவர் தனது கம்ப்யூட்டரைத் தட்டினார். அந்த மாணவனைப் பற்றிய விவரங்களடங்கிய பக்கத்திற்கு வந்து அவன் வீட்டுத் தொலைபேசி எண்ணை எழுதிக்கொண்டார்.

பிறகு ஃபோன் எடுத்து எண்களை அழுத்தினார். மாணவனின் தந்தை பேச, தகப்பனையும் பிள்ளையையும் உடனடியாகக் கல்லூரிக்கு வரச் சொன்னார். என்னவோ ஏதோவென்ற பதட்டத்துடன், பிள்ளையை அழைத்துக்கொண்டு அவர் வந்து சேர்ந்தார். அந்த மாணவனைப் பார்த்ததும் திருஞானசம்பந்தத்தின் முகம் சிவந்தது. ரத்தம் சூடேறியது. பாய்ந்து சென்று அவன் கழுத்தை நெறித்துக் கொன்றுவிடலாம் போல் ஆவேசம் ஏற்பட்டது. மிகச் சிரமப்பட்டு தன்னை அடக்கிக்கொண்டதால், அவரது ஆவேசம் ஆறுமாறி அழுகையாய் வெடித்துக் கிளம்பியது.

"ஏண்டா... ஏண்டா பாவி இப்படிப் பண்ணின? எம்பிள்ளை உனக்கு என்ன கெடுதல்டா செய்தான்?"

அவன் மிரண்டு போனான். இப்படி ஒரு கடிதம் சாட்சியாய் வந்து அவனைக் காட்டிக்கொடுக்கும் என்று அவன் எதிர்பார்க்கவில்லை. குட்டு வெளிப்பட்டதும் பயத்தில் அவன் உடம்பு ஆடியது. முகம் கோண அவன் அழ ஆரம்பித்தான்.

"மன்னிச்சுடுங்க சார் என் விளையாட்டு ஒரு உயிரை வாங்கும்னு நான் நினைக்கல. சத்தியமா நான் வேணும்னு இதைச் செய்யல. என்னை நம்புங்க."

திருஞானசம்பந்தத்தின் காலைப் பிடித்துக்கொண்டு கதறினான். அவன் அப்பா நெஞ்சைப் பிடித்துக்கொண்டு அமர்ந்தார்.

"எம்பிள்ளையா... ஒரு பிள்ளை சாவுக்குக் காரணமா... கடவுளே நான் என்ன செய்வேன். இதுக்காடா என் வீடு, வாசல், நிலம் நீச்சையெல்லாம் வித்து உன்னைப் படிக்கவெச்சேன்? ராகிங்கற பேர்ல ஒரு உசிரை அநியாயமா எடுக்கறவன், நாளைக்கு எப்டிடா டாக்டர்ங்கற பேர்ல பல உசிர்களைக் காப்பாத்தப் போற? உன்னை நம்பி யார் வைத்தியம் பாத்துக்க வருவாங்கடா? கடசில ஒரு கொலைகாரனையா பெத்தேன்?" அவர் நெஞ்சிலறைந்துகொண்டு அழுதார். பிறகு ஆவேசமாக எழுந்தார். "வேணாம்டா நீ எனக்கு வேணாம். அந்தப் பிள்ளைய நீ எப்டிக் கொன்னயோ அதேமாதிரி நீயும் செத்துடு. கோர்ட் கேஸ்மேல கூட எனக்கு நம்பிக்கையில்ல. சாட்சி பத்தாதுன்னு அது உன்னை விடுதலை செய்தாலும் செய்துரும். எனக்கு மனசாட்சிதான் முக்கியம். இதெல்லாம் உண்மைன்னு ஒத்துக்கற இல்ல நீ?" அவர் பிசாசு மாதிரி அவனை உலுக்கினார்.

"உண்மைதாம்ப்பா. அவன் கட்டைச் சுவர்ல நடக்கலன்னா அவனுக்கு போதை ஊசி போட்ருவேன்னு கைல சிரிஞ்சோட நான் துரத்தினது யாருக்கும் தெரியாது. அன்னிக்கு காலேஜ் லீவு. ஹாஸ்டல்ல பாதி பேர் வெளியபோயிருந்தாங்க. ஆனா என் கைல இருந்த சிரிஞ்சுல சத்தியமா வெறும் தண்ணிதான் சார் இருந்துது. அவன் பயந்து ஓடினான். அப்பறம் சரி நடக்கறேன்னு கட்டைச் சுவர்ல ஏறினான். நான் ஒதுங்கி நின்னுட்டேன். பாதி

தூரம் நடந்தவன் பயத்தோட என்னைத் திரும்பிப் பார்த்தான். அப்பதான் கால் ஸ்லிப் ஆகி... அவன் விழுந்துட்டான்னு தெரிஞ்சதும் நான் பயந்துட்டேன். தப்பிச்சுட்டேன்னு நினைச்சாலும் சத்தியமா அன்னிலேர்ந்து இன்னிவரை நான் தூங்கல சார். எல்லாத்தையும் மறக்க நான் கைல எடுத்துக்கிட்டது கடசீல போதை மருந்தைத்தான். இதோ பாருங்க சார். ஊசி குத்திக் குத்தி எனக்கு நானே தண்டனை கொடுத்துக்கிட்டுதான் இருக்கேன். என்னைக் கொன்னுடுங்க சார். அதான் எனக்குச் சரியான தண்டனை. என் கதை எல்லார்க்கும் பாடமாகட்டும் ப்ளீஸ் சார் என்னைக் கொன்னுடுங்க..."

"அவர் ஏண்டா உன்னைக் கொன்னுட்டு ஜெயிலுக்குப் போவணும்? போ, போதை ஊசிய போட்டுக்கிட்டு நீயும் அதே கட்டைச் சுவர்மேல நடந்து கீழ விழுந்து சாவு அப்பத்தான் அவன் வலியும் இவர் வலியும் உனக்குத் தெரியும். ஒரு பசுவுக்கே நீதி கிடைக்கணும்னு, பெத்த பிள்ளையக் கொன்ன உத்தமர்கள் வாழ்ந்த நாடுடா இது. நானும் அந்த வம்சாவழியில் வந்தவன்தான். வா வந்து விழு. நீ துடிதுடிச்சு சாவறதை வேடிக்கைப் பார்க்கறதுதான் உன்னைப் பெத்த எனக்கு தண்டனை."

அவர் வெறிபிடித்தாற்போல் பையனை இழுத்துச் செல்ல, திருஞானசம்பந்தம் திகைத்து நின்றார். நிலைமை இப்படித் திரும்பும் என அவர் எதிர்பார்க்கவில்லை.

"சார் நில்லுங்க" பாய்ந்து சென்று அவர்களை நிறுத்தினார்.

"ஒரு உயிரைக் கொல்ற உரிமை நம்ம யாருக்கும் கிடையாது. அவசரப்படாதீங்க."

"உண்மைதான் சார். ஆனா இந்த விஷயம் வெளிய தெரிஞ்சு, மானம் மரியாதை நிம்மதி எல்லாம் போய், பத்திரிக்கை, போலீஸ், கோர்ட் கேஸ்னு எல்லாக் குடைச்சலுக்கும் ஈடுகொடுத்து கொஞ்சம் கொஞ்சமா நாங்க சாகறதைவிட இது மேல் இல்லையா? தண்டனை அனுபவிக்கத்தான்

போறோம்ங்கறபோது அதைச் சட்டம் கொடுத்தா என்ன? நாங்களே கொடுத்துக்கிட்டா என்ன? என் வீடு, மனை, நகை நட்டெல்லாம் இவனுக்காக வித்தபொழுது சொந்தம் சுற்றமெல்லாம் இப்டி ஓட்டாண்டியாய்ட்டியேடான்னு இளக்காரமா சிரிச்சப்பகூட நான் நெஞ்சு நிமிர்த்தி நின்னேன். காசு பணம் போனா என்னடா எம்மவன் வெள்ளைக் கோட்டும் ஸ்டெதஸ்கோப்புமா எத்தினி உசிரக் காப்பாத்துவான் தெரியுமில்ல. அதுக்காக நடுத்தெருவுக்குக் கூட வருவேண்டான்னு நினைச்சுக்குவேன். ஆனா இப்டி ஒரு விஷயம் வெளிய தெரிஞ்சா என்னால நெஞ்சு நிமிர்த்தியா நடக்க முடியும்? நிமிர்ந்து நடக்கற காரியமா இவன் செய்திருக்கான்? என்னைப் போலத்தானே நீங்களும் எவ்ளோ கனவுகளோட பிள்ளையை இங்க கூட்டிட்டு வந்து சேர்த்திருப்பீங்க? உங்க கனவெல்லாம் இந்த ராட்சஸன் சிதைச்சுட்டானே. நீங்க அழ, நா மட்டும் எப்டிய்யா நிம்மதியா இருந்துட முடியும்? நானும் அழணும். வாழ்நாள் முழுக்க அழணும். அதான் சரி."

அவர், மேல் துண்டால் வாய் பொத்தி சின்னக் குழந்தை மாதிரி அழுதார்.

திருஞானசம்பந்தம் கண்மூடி சிலையாய் நின்றார் சில நிமிடம். எந்தத் தாய் தகப்பனும் தவறு செய்வதற்காகப் பிள்ளைகளைப் பெறுவதில்லை. எந்தக் குழந்தையும் பிறக்கும்போதே பட்டங்களுடன் பிறப்பதில்லை. பரிசுத்தமாகத்தான் மண்ணில் விழுகிறது. திருடன், கொலைகாரன், பொய்யன், பித்தலாட்டக்காரன், நல்லவன், உத்தமன், அரிச்சந்திரன், மகாத்மா, மகான் என்று எல்லாப் பட்டங்களும் போகிற போக்கில் வாழ்கிற வாழ்க்கையில் வந்து ஒட்டிக்கொள்கிறவைதான். தவறு செய்கிற எவனும் அதைத் தெரிந்து செய்துவிட்டால் லேசில் ஒப்புக்கொள்ள மாட்டார்கள். அப்படி ஒப்புக்கொள்ளும் நேர்மையும் துணிச்சலும் எவனுக்கு இருக்குமோ, அதுவே அவன் கடைசித் தவறாகவும் இருக்கும் என்று எதிலோ படித்த வரிகள் நினைவுக்கு வர, அவர் யோசித்தார். பிறகு சம்பத்தைப் பார்த்தார்.

“இங்க வா” என்றார். அவன் அருகில் வந்ததும் உற்றுப் பார்த்தார்.

“படிப்புல இவன் எப்டி சார்?” பிரின்சிபாலிடம் கேட்டார்.

“திறமைசாலி. அதில் ஆட்சேபணையில்லை.”

“உனக்கு நான் ஒரு தண்டனை தந்தால் ஏற்றுக்கொள்வாயா?”

பையன் திருதிருவென்று விழித்தான்.

“உன் படிப்பும் பயிற்சியும் முடிந்ததும் ஏதாவது ஒரு கிராமத்திற்குச் சென்று உன் மருத்துவப் பணியைத் துவங்க வேண்டும் என் மகன் இருந்திருந்தால் தன் ஆயுட்காலம் முடிய எத்தனை உயிர்களைக் காப்பாற்றியிருப்பானோ அத்தனையும் உன் கணக்கில் சேர்த்துக்கொண்டு உயிர் காக்கும் சேவையில் உன்னை அர்ப்பணித்துக்கொள்ள வேண்டும். செய்வாயா?”

“சா...ர்...”

“இதுதான் உனக்கு தண்டனை. புத்ர சோகம் என்னோடு போகட்டும். உன் அப்பாவின் கனவுகளாவது நனவாகட்டும். என் மகனின் இழப்பு ஈடுசெய்ய முடியாததுதான் என்றாலும் உன்னைச் சிறையிலடைத்துத் தண்டிப்பதால் அவன் மீண்டும் வந்துவிடப் போவதில்லை என்பதுதான் இப்போதைய உண்மை. சட்டம், தண்டனைகள் எல்லாமே குற்றவாளிகளைத் திருத்துவதற்கும், இனி குற்றங்கள் நடக்காமலிருப்பதற்கும்தான் எனில், குற்றத்தை ஒப்புக்கொண்டு மனம் வருந்துகிறவர்களை மன்னிப்பதுதான் மனிதநேயம் எனத் தோன்றுகிறது.”

“ஒரு மருத்துவன் மரித்தால் பல்லாயிரம் உயிர்களும் சேர்ந்து மரித்ததாக ஆகும் என்பார்கள். அவ்வளவு உயர்ந்த பணி உங்களுடையது. உன்னால் ஒரு உயிர் போனதற்குத் தண்டனையாகப் பல்லாயிரம் உயிர்களை சாதி, மதம், பணம் பார்க்காமல் காப்பாற்றுவேன் என்று சத்தியம் செய்துகொடு.”

அவர் கை நீட்டினார். அவன் குலுங்கியழுதபடி வேரோடு அவர் காலில் விழுந்து தன் கண்ணீரால் அவர் பாதம் கழுவி சத்தியம் செய்தான்.

“இதுபோதும் எனக்கு.” அவர் தன் கையில், சாட்சியாய் இருந்த மகனின் கடிதத்தை இரண்டாய், நாலாய், எட்டாய், பதினாறாய் மடித்துக் கிழித்துப்போட்டார். அவனை எழுப்பி நிற்க வைத்து முதுகைத் தட்டிக்கொடுத்துவிட்டு மௌனமாய் நடந்தார்.

***

4

சூர்ய புத்ரி

சேது வந்திருக்கிறானாம். கேள்விப்பட்டதிலிருந்து நாராயணி தூங்கவில்லை. இத்தனை வருடம் கழித்து எதற்கு வந்திருக்கிறான்? அப்படி என்ன காரியம் பாக்கியிருக்கிறது இங்கு? நாராயணி உள்ளுக்குள் புழுங்கினாள். இந்தச் சின்ன கிராமத்திற்கு இத்தனைக் காலம் கழித்து மீண்டும் அவன் வந்திருக்கிறான் என்றால் நிச்சயம் ஏதோ பெரிய விஷயமாகத்தான் இருக்க வேண்டும். என்னவாக இருக்கும்? யாரைப் பார்க்க வந்திருக்கிறான். ஒருவேளை என்னையா? என்னிடம் மன்னிப்புக் கேட்டு, என்னைத் தன்னோடு அழைத்துச் செல்ல வந்திருப்பானோ? அவனுக்காக அவள் தவமிருப்பது அவனுக்குத் தெரியுமா? அதனால்தான் மனம் மாறி வந்திருக்கிறானா?

நாராயணி நள்ளிரவில் எழுந்து தூக்கம் வராமல் வீட்டுக்குள் உலாத்தினாள். பத்து வருடத்திற்கு முன்பு இப்படித்தான் தூக்கமிழந்திருந்தாள். காரணம் காதல். புதுசாய்ப் பிறந்திருந்த பூனைக்குட்டி மாதிரி அது கண்ணை உருட்டிக்கொண்டு உள்ளே துள்ளி விளையாடிக் குறும்புகள் பல செய்தது. அதன் அழகில், மென்மையில் அவள் தன்னை மறந்தாள். இடைவிடாத சேது நாமத்தில் மனம் தேனில் விழுந்த எறும்பாய்த் தவித்தது.

“என்ன அழகுடியம்மா நீ!” சேது மாய்ந்து போவான்.

“அவ்ளோ அழகாவா இருக்கேன்? இல்ல நீ அவ்ளோ அழகா பொய் சொல்றயா?”

"கற்பூரம் அணைக்கட்டுமா?"

"வேண்டாம் வேண்டாம். சரி எவ்ளோ அழகுன்ற?"

"எவ்ளோன்னு எப்படிச் சொல்ல?"

"சரி, யாரைவிட அழகுன்னு சொல்லேன்."

"இந்த ஊர்ல எல்லாரையும் விட."

"எல்லாரையும் விடன்னா...?"

"படுத்தறயே! நம்ம ஊர் காவியங்கண்ணியவிட நீதான் அழகி போதுமா?"

நாராயணி விழி விரித்தாள். காவியங்கண்ணி அந்த ஊர்க் கோயிலில் குடியிருக்கும் அம்பிகை. சிவபெருமானின் பத்தினி. நேத்ராம்பிகை என்று இன்னொரு பெயருமுண்டு அவளுக்கு.

நாராயணி அடிக்கடி கோயிலுக்குப் போனாள். காவியங்கண்ணியை விழிகளில் அள்ளிக்கொண்டு வந்தாள். அவளைப் போல் அலங்காரம் செய்து, கண்ணாடி முன் நின்று சேது சொன்னது உண்மைதானா என்று பார்த்துக் கொண்டாள். உண்மையோ பொய்யோ, அவளுக்கு சந்தோஷமாயிருந்தது. பயத்தங்குடி கிராமத்தின் பேரழகியான காவியங்கண்ணியைவிட நீ பேரழகி என்று ஆண்மகன் ஒருவன் சொன்னால் மயக்கத்திற்குக் கேட்க வேண்டுமா என்ன?

அவளுக்கும் சேதுவைப் பிடித்துப் போயிற்று. பயற்றுநாதர் கோயிலிலும், விளப்பாற்றின் கரையோரச் சோலைகளிலும் அவர்களது காதல் அதிவேகமாய் வளர்ந்தது. புகழ்ந்து புகழ்ந்து அவளைப் போதையேற்றினான் சேது. அந்தப் போதையின் உச்சத்தில் அவள் மயங்கியிருந்த ஒரு நேரம் அவளைத் தின்றான். "இலக்கியம் இதனை காந்தர்வ விவாகம் என்கிறது. இதில் தவறொன்றுமில்லை. அகநானூறு படித்ததில்லையா நீ?" பேசிப் பேசி அவளைப் பலமுறை வீழ்த்தினான்.

ஒரு விடியலில் அவன் ஏறிய தீவண்டி ஊர் எல்லையைக் கடந்ததும் நாராயணி துடித்துப் போனாள். அவன் ஏன் சென்றான், எங்கு சென்றான் என ஒன்றும் புரியாமல் குழம்பினாள். தவித்தாள். ஒரு வாரம் கழித்து அவள் பெயருக்கு ஒரு கடிதம் வந்தது. நல்ல காலம் கடிதம் வந்த நேரம் வீட்டில் யாருமில்லை.

“சித்தப்பா சிபாரிசில் பம்பாயில் வேலை கிடைத்ததால் அவசரமாகப் புறப்பட்டுவிட்டேன். உன்னிடம் சொல்லிக்கொள்ள இயலவில்லை. தவறாக நினைக்க வேண்டாம். சீக்கிரமே வந்து முறைப்படி பெண் கேட்டு உன்னை மணந்துகொள்கிறேன். காத்திரு.”

ரத்தினச் சுருக்கமாக இருந்தது கடிதம். அவள் உடனே அவனது விலாசத்திற்கு பதில் எழுதினாள்.

“தயவுசெய்து இனி கடிதம் எழுத வேண்டாம். உன்னைப்பற்றி எனக்குத் தெரியும். நான் உன்னை நம்புகிறேன். உனக்காகக் காத்திருப்பேன். ஏதாவது அவசரம் என்றால் நானே கடிதம் எழுதி விஷயம் தெரிவிக்கிறேன். விரைவில் நீ வந்துவிடுவாய் என்ற மகிழ்ச்சியுடன் காத்திருப்பேன்.”

மூன்று மாதம் கழித்து அவசரம் ஏற்பட அவனுக்கு இரண்டாவது கடிதம் எழுதினாள்.

“தவறு செய்துவிட்டோம் சேது. அந்தத் தவறு துளிர்விட ஆரம்பித்துவிட்டது. பயமும் பதட்டமும் ஒரு பக்கமிருந்தாலும் அதையும் மீறி ஏதோ ஒரு சுகமும் கர்வமும் ஒரு ஓரம் படருகிறது. இதற்கு மேலும் காலம் கடத்துவது நல்லதல்ல. இக்கடிதம் கண்டவுடன் நீ அடுத்த ரயிலில் புறப்பட்டுவிடுவாய் எனத் தெரியும் எனக்கு.”

கடிதத்தை தபால் பெட்டியில் சேர்த்தாள். தினமும் ரயிலும் பஸ்ஸும் வந்து சென்றன. சேதுவை மட்டும் எதிலும் காணவில்லை. அப்பன் வரவில்லை என்பதால் பிள்ளை வளராமலா இருக்கும்? நாராயணி வயிற்றுப் பருமனை மறைக்க

முயன்று தோற்றாள். ஊர்ப் பார்வையெல்லாம் தன் வயிற்றின் மீதே இருப்பதுபோல் தோன்ற பயமும் படபடப்பும் அதிகரித்தது. பெற்றவளை எவ்வளவு நாள் ஏமாற்ற முடியும்?

"எவங்கிட்டடி கெட்டழிஞ்ச?" அம்மா உலுக்கினாள்.

உதட்டைக் கடித்தபடி தலைகுனிந்து நின்றாள்.

"சொல்லுடி நாயே."

"வருவான். வரும்போது நீயே தெரிஞ்சுக்கோ" தைரியத்தைத் திரட்டிச் சொன்னாள்.

"என்ன திமிர். மானங்கெட்ட நாயே. எந்தத் திருடன்டி உண்மையை ஒத்துப்பான்?"

"எவனும் என்னைத் திருடலே. அப்டியே திருட்டுதான்னு சொன்னாலும் அதுல எனக்கும் பங்கிருக்கு. இந்தான்னு நான் குடுத்துத்தேன் எடுத்துண்டான்."

"பாவி பாவி. செய்யறதையும் செஞ்சுட்டு எப்டித் திமிரா பேசறா பார். மரியாதையா சொல்லிடு நாராயணி அவன் யாருன்னு? சொல்லு அவன் யோக்கியனா இல்லையான்னு நான் சொல்றேன்."

"யோக்கியன்தான். நிச்சயம் வருவான்."

"இது அவனுக்குத் தெரியுமா?"

"தெரியும்."

"தெரிஞ்சும் இதுவரை வராதவன் இனிமேல் வருவான்னா நம்பறே?"

"நம்பறேன்."

"நீ நாசமாப்போக. இனிமே நாங்க எப்படி வெளில தலைகாட்டுவோம்?"

அழுதுகொண்டேயிருந்த அம்மா அன்றிரவு தீவட்டியாய் எரிந்து கரிக்கட்டையாய் அடங்கினாள். காப்பாற்றப்போன

அப்பாவும் மூன்று நாள் இழுபறிக்குப் பின் நினைவு திரும்பாமலே செத்துப்போனார்.

அவள் கர்ப்பம்தான் அம்மாவின் தற்கொலைக்குக் காரணம் என்பது தெரியவந்தாலும் ஊரும் உறவுகளும் காறித்துப்பிற்று. பஞ்சாயத்து கூடி விசாரித்தது.

“யாரவன் நாராயணி?”

“நிச்சயம் அவன் வருவான். தன் வாயாலேயே உண்மையைக் கூறுவான்.”

“அவன் வரும்போது வரட்டும். இப்போது நீ சொல் அவன் யாரென்று?”

“இல்லை. அவன்தான் சொல்ல வேண்டும். அதுதான் எனக்கும் என் குழந்தைக்கும் நல்லது.”

“ஏன் நீ சொன்னால் என்னவாம்?”

“நான் உங்கள் பெயரைக்கூடச் சொல்லக்கூடும் பரவாயில்லையா?”

பஞ்சாயத்துத் தலைவர் முகம் வெளிறியது.

நாராயணி புன்னகைத்தாள்.

“இதனால்தான் முடியாது என்றேன்.”

பஞ்சாயத்துத் தலைவர் எச்சில் விழுங்கினார். மற்றவர்களுடன் அவசர ஆலோசனை செய்தார். வற்புறுத்தினால் அவள் யார் பெயரையாவது எரிச்சலில் கூறினால் பிரச்சினையாகிவிடும் என்பதால் நூறு ரூபாய் அபராதத்துடன் விசாரணையை முடித்துக்கொள்ளத் தீர்மானித்தார்.

அவள் நமுட்டுச் சிரிப்புடன் அபராதத் தொகையைக் கட்டினாள். பயற்றுநாதன் அருளால் பிச்சை எடுக்கும் நிலையில்லை. நிலபுலன்களும் சொந்த வீடும் இருந்தது. அப்பாவுக்கு அரசாங்க வேலை என்பதால் அவருக்கு வர வேண்டிய பணமும் ஒரே வாரிசு என்ற முறையில் அவளுக்கே வந்தது. நாளா வட்டத்தில்

ஊர் அவளது சறுக்கலை மறந்து சகஜமாய்ப் பழக ஆரம்பித்தது. அவளிடமிருந்த பணமும் அதற்கொரு காரணம் எனலாம்.

உத்ராட நட்சத்திரத்தில் ஒருநாள் பெண் குழந்தை பிறந்தது. நேத்ராம்பிகையின் பெயரையே அதற்கு வைத்தாள். குழந்தை வெகு அழகாயிருந்தது. அச்சு அசல் அம்மாவின் ஜாடை. அந்த விஷயத்திலும் தகப்பனை அடையாளம் காண முடியாமல் ஊர் ஏமாந்தது. நாராயணி வழக்கம் போல் சிரித்துக்கொண்டாள்.

சேதுவுக்கு அவள் எழுதிய கடிதங்கள் ஆழ்குளத்தில் எறிந்த கற்களாய் மௌனமாய் அமுழ்ந்திப்போயின. அவள் கவலைப்படவில்லை. அவன் ஏமாற்றிவிட்டதாக எண்ணிவிடவில்லை. அவன் வராததற்கு ஏதோ காரணமிருக்கும், அல்லது பிரச்சனையிருக்கும். அது தீரும்போது கண்டிப்பாக அவன் வந்துவிடுவான் என்று நம்பினாள். அவன்மீது கோபமோ வெறுப்போ ஏற்படவில்லை. மிக அழகான நேத்ராம்பிகையைத் தனக்கு குழந்தையாகத் தந்ததற்காகச் சந்தோஷப்பட்டாள். நன்றி சொன்னாள். குழந்தையே அவள் உலகமாயிற்று. உயிராயிற்று.

“என் அப்பா யாரம்மா?” ஒரு நாள் அது கேட்டது.

“வருவார். வரும்போது உனக்கு அறிமுகப்படுத்துகிறேன்” அதற்கும் அதே பதில்தான்.

“எப்பொ வருவார்?”

“தெரியாது. நீயும் நம்பிக்கையோடு காத்திரு. அவர் நிச்சயம் வருவார்.”

பத்து வருடமாய் நேத்ராவும் தகப்பனுக்காகக் காத்துக்கொண்டுதான் இருக்கிறாள்.

அவர்கள் நம்பிக்கை வீண்போகவில்லை. சேது வந்திருக்கும் விஷயம் காற்றோடு காதில் வந்து சேர்ந்துவிட்டது! “பயற்றுநாதா நன்றி. நேத்ராம்பிகா நன்றி நன்றி!” நாராயணி நமஸ்கரித்தாள். எந்நேரமும் அவன் வந்து நிற்கக்கூடும் என்று வாசற்கதவை விரியத் திறந்து வைத்திருந்தாள்.

சேது வந்தான். அந்தி சாயும் நேரம் அவன் உருவம் அவள் வீட்டுப் படியேறியது. கண்டதும் நாராயணி குழைந்து நெகிழ்ந்து விழி நீர் வழிய மெல்ல எழுந்து நின்றாள். பேச இயலாமல் வாயடைத்துப் போயிற்று. நாவின் வேலையைக் கண்கள் தற்காலிகமாய் எடுத்துக்கொண்டன.

“என்ன நாராயணி உள்ள கூப்டமாட்டயா?”

“வரலாமே” அவள் தலையசைத்து விழிகளால் வரவேற்றாள்.

அவன் புன்னகையோடு உள்ளே வந்து அமர்ந்தான். வெளிச்சத்தில் அவனை நன்றாகப் பார்க்க முடிந்தது.

நிறைய மாறியிருந்தான். தேகம் உருண்டு திரண்டு சிவந்து இன்னும் கம்பீரம் கூடியிருந்தது. மூக்குக் கண்ணாடியும் லேசான தொப்பையும் அவளுக்கு வினோதமாயிருந்தது. நாற்பது வயதில் ஆண் அழகாயிருப்பான் என்பது நிஜம்தான். அந்தப் பரந்த மார்பில் புதைந்து அழவேண்டும் போலிருந்தது.

மௌனத்தில் நிமிடங்கள் கரைந்தன.

“எப்படியிருக்க நாராயணி?”

“ம்.”

“இன்னும் தனியாத்தான் இருக்கயாம்?”

“என்ன கேள்வி இது அபத்தமாய்?” அவள் முகம் சுருங்க அவனை ஏறிட்டுப் பார்த்தாள்.

“என்ன குழந்தை?” சற்று நேரம் கழித்துச் சங்கடம் மிளிரக் கேட்டான்.

“லெட்டர் போட்ருந்தேனே” அவள் நாக்குக்கு ஜீவன் வந்தது.

“ப்ஸூ. நான் அந்த விலாசத்தைவிட்டு மாறி ரொம்பக் காலமாச்சு.”

“பெண் குழந்தை. அதுவும் காவியங்கண்ணியைவிட அழகு நேத்ராம்பிகான்னு பேர் வெச்சிருக்கேன்.”

"அவ இல்லையா வீட்ல?"

"இல்ல. விற்குடில வாய்ப்பாட்டும் வீணையும் கத்துக்கறா ஒருத்தர்ட்ட ஒருமணி நேரமாகும் அவ வர."

"எம்மேல உனக்குக் கோவம்தானே நாராயணி?"

"எதுக்கு?"

"உன்னை ஏமாத்திட்டேன்."

"ஏமாத்திட்டயா? என்ன சொல்ற?"

"என் நிலைமை அப்டி நாராயணி, புத்தி மழுங்கிப்போகும்னு சொல்லுவா பார், வைஷ்ணவியப் பார்த்ததும் மழுங்கித்தான் போய்டுத்து. என் முதலாளியோட பொண்ணு அவ. என்னைக் காதலிக்கறதா அவ சொன்னதும் எனக்கு சகலமும் மறந்துடுத்து. என் அதிர்ஷ்டம்னு நெனைச்சு அவ கழுத்துல தாலி கட்டினேன்."

நாராயணியின் பாதங்களுக்கு அடியில் பூமி ஆடியது. தேகம் நடுங்கியது. பத்து வருட நம்பிக்கையும், காத்திருப்பும் கண்ணுக்கு முன்னே தூள்தூளாகிச் சிதறிவிட்டது புரியச் சிலையாய் நின்றாள் அவள்.

"ஆனா செய்த தப்புக்கு தெய்வம் வேறு விதமா என்னைத் தண்டிச்சுடுத்து நாராயணி. கல்யாணத்துக்கு முந்தி உன்னைத் தாயாக்கின என்னால, நான் தாலி கட்டி சாந்தி முகூர்த்தம் நடந்த என் பொண்டாட்டியைத் தாயாக்க முடியல. இது தண்டனைன்னு எனக்குப் புரிஞ்சுடுத்து. பாவம் அவ. ஒரு விரதம் பாக்கியில்ல. என்ன பிரயோஜனம். இனி குழந்தை பிறக்க வாய்ப்பில்லன்னுட்டார் டாக்டர்."

நாராயணி உதட்டைக் கடித்தபடி நின்றாள். கண்ணீரோடு அவள் காதலும் வடிந்து வற்றிக்கொண்டிருந்தது.

"நான் இப்பொழுது உங்கிட்ட ஒரு மடிப்பிச்சை கேக்கத்தான் வந்திருக்கேன் நாராயணி."

"....."

"நேத்ராவை என் குழந்தைதான்னு சொல்லி, அவளை என்னோட கூட்டிண்டு போயிடலாம்னுதான் வந்திருக்கேன். நான் பண்ணின பாவத்துக்கு இதான் பிராயச்சித்தம்னு நெனைக்கறேன். நீ இதுக்கு சம்மதிக்கணும், சம்மதிப்பதானே?"

நாராயணி அவனை உற்றுப் பார்த்தாள்.

"ஒருவேளை உன் பெண்டாட்டிக்கு ஒரு குழந்தை பிறந்திருந்தா, நீ இந்தப் பிராயச்சித்தம் செய்ய வந்திருப்பயா சேது?"

அவன் அடிபட்டாற்போல் பார்த்தான்.

"தப்புதான் நாராயணி என்னைச் செருப்பாலகூட அடி. என் குழந்தைக்காக நான் எதுவும் தாங்கிக்கத் தயாரா இருக்கேன், வைஷ்ணவிட்டகூட உண்மையைச் சொல்லிட்டேன். முதல்ல அழுதாலும் அப்பறம் சமாதானமாய்ட்டா. என்னை இங்க அனுப்பினதும் அவதான். குழந்தையோட வரதா நான் அவளுக்கு வாக்குக்கொடுத்திருக்கேன்."

"பத்து வருஷத்துக்கு முந்தி எனக்குக் கூடத்தான் நீ வாக்குக்கொடுத்திருக்க சேது."

"அந்த வாக்கை நான் மறந்தது தப்புதான், அதுக்காக உன் கால்ல வேணாலும் விழுந்து மன்னிப்பு கேட்டுக்கறேன். நேத்ராவை என்னோட அனுப்பி வை நாராயணி."

நாராயணி அவனை வெறித்துப் பார்த்தாள்.

"நாளைக்கு ஊர்ப் பெரியவாளை எல்லாம் கூட்டு இந்த உண்மையைச் சொல்லிட்டு எனக்கு சொல்லியனுப்பு சேது. உன் குழந்தையை ஊருக்கு மத்தில உங்கிட்ட ஒப்படைக்கறேன்."

சேது முகம் மலர எழுந்தான். அப்படியே செய்வதாகக் கூறிவிட்டு சந்தோஷமாகக் கிளம்பினான். நாராயணியின் பார்வை துளைப்பது போல் அவனைப் பின்தொடர்ந்தது.

மறுநாள் ஒரு ஆள் வந்து அவளைப் பஞ்சாயத்தில் அழைப்பதாகக் கூற, அவள் நேத்ராவை அழைத்துக்கொண்டு கிளம்பினாள்.

"ஏம்மா நாராயணி சேது சொல்றதெல்லாம் உண்மையா?"

"என்ன சொன்னார்?"

"உம் பொண்ணுக்கு இவந்தான் அப்பாவாம்."

"அப்டியா சொன்னார்?"

"அப்டித்தான் சொல்றான். நீ என்ன சொல்ற?"

"நான் சொல்றது இருக்கட்டும். இவர்தான் அப்பான்னா இத்தனை காலம் என்ன பண்ணிண்டிருந்தாராம்?"

"கேக்கறா இல்ல சேது. சொல்லேன்."

"அது..." அவன் சங்கடத்துடன் அவளைப் பார்த்தான். 'அதான் எல்லாவற்றையும் சொல்லியாகிவிட்டதே. அதெல்லாம் எதற்கு இந்தப் பஞ்சாயத்தில்?' என்பதுபோல் பார்த்தான். நாராயணி முகத்தைத் திருப்பிக்கொண்டாள்.

"அட சும்மா சொல்லுப்பா."

"அவர் சொல்லமாட்டார். நானே சொல்றேன். நேத்ராக்கு அப்பா இந்த சேது இல்ல."

"நாராயணி" சேது திடுக்கிட்டு அவளைப் பார்த்தான்.

"என்னம்மா சொல்ற நீ? பின்ன ஏன் சேது இப்டிச் சொன்னான்?"

"உண்மையைச் சொல்லணும்னா இவருக்குக் கல்யாணமாகி பத்து வருஷமா குழந்தையில்ல. இங்க நான் கல்யாணமாகாமயே ஒரு குழந்தையோட இருக்கேன்னு தெரிஞ்சதும் என் பெண்ணைத் தனக்குத் தத்துகுடுத்துடச் சொல்லிக் கேட்டார். நான் முடியாதுன்னுட்டேன். உடனே ஊரைக் கூட்டி இப்டி ஒரு பொய்யைச் சொல்லி அவளை உங்க மூலமாவே எங்கிட்டேர்ந்து பிரிச்சு அழைச்சுண்டு போயிடலாம்னு பாக்கறார்."

“அப்டின்னா?”

“என்னைத் தொட்டவன் இப்போ உயிரோட இல்ல. இவன் அவனில்ல. இதான் உண்மை.”

சேது துவண்டு போனான். அவளைப் பரிதாபமாகப் பார்த்தான். நேற்று அப்படிப் பேசியவளுக்கு இன்று என்ன ஆயிற்று என்று புரியாமல் குழம்பினான்.

“இப்பவாவது சொல்லேன் நாராயணி அவன் யாருன்னு?”

“கடவுள்.”

“என்ன சொல்ற பெண்ணே?”

“செத்தவன் கடவுளுக்குச் சமானம்தானே? இனிமே எதுக்கு அவம் பேரும் ஊரும்?” நாராயணி பெண்ணை அழைத்துக்கொண்டு நடந்தாள்.

‘ஏன் இப்படிச் சொன்னாய் நாராயணி?’ சேதுவின் முகம் பரிதாபமாய் மனசுக்குள் நின்று கேட்டது.

“ஒரு சந்தர்ப்பவாதி என் பெண்ணுக்குத் தகப்பனாக ஆவதை நான் விரும்பவில்லை சேது. நீ வந்திருக்கக் கூடாது. வராமலே இருந்திருந்தால் கடைசிவரை நான் காதலோடு காத்திருந்திருப்பேன். வருவாய் என்ற நம்பிக்கையோடு வாழ்ந்திருப்பேன். ஆனால் நீ வந்து விட்டாயே, உன் கோர முகத்தைக் காட்டிவிட்டாயே. நீ தொட்டதற்காகப் பத்து வருடம் கழித்து என் உடம்பு கூசுகிறது. பற்றவைத்துக்கொள்ள வேண்டும் போலிருக்கிறது. ஆனால் அப்படிச் செய்யமாட்டேன். நீ செய்த தவறுக்கு நான் ஏன் எரிய வேண்டும்? அதனால்தான் உன்னை எரித்துவிட்டேன். நான் சொன்ன பொய்யில் நீ எரிந்துபோயிருப்பாயே. பெண்ணின் சக்தி புரிகிறதா சேது? காலம் கடந்து ஒரு ஆண் சொல்லும் உண்மைக்கெதிராகப் பெண் சொல்லும் பொய் ஜெயித்துவிடும் சேது. எப்போதும் பெண்ணின் வாக்கிற்கு உலகை நம்ப வைக்கும் சக்தி உண்டு.”

நாராயணி நமுட்டுச் சிரிப்புடன் நடந்தாள்.

நேத்ரா கேட்டாள்.

“யாராவது நான் யாரோட பொண்ணுன்னு அவர் பேர் கேட்டா நான் என்னன்னு சொல்லணும்?”

“சூர்ய புத்ரின்னு சொல்லிக்கோ. அல்லது ஆணும் பெண்ணும் கலந்த ராஜராஜேஸ்வரியின் ரத்தம்னு சொல்லிக்கோ” நாராயணியின் கரம் அவளை இன்னும் அதிக அன்புடன் அணைத்துக்கொண்டது. “யார் ராஜராஜேஸ்வரி?” பெண் கேட்க, “நான்தான்” என்றாள்.

***

— 5 —

பிறவி

மலைப்பாதையில் கால் வைத்ததும் குனிந்து பூமி தொட்டுக் கண்ணில் ஒற்றிக்கொண்ட அப்பாவை விசித்திரமாகப் பார்த்தான் முத்து.

“ஐய்யே... இதென்ன சாமியா? கண்ல ஒத்திக்கற?”

“சாமிதான்.”

“மலை எப்டி சாமியாகும்?”

“அது ஒரு கதை நான் சொன்னா நீயும் கண்ணுல ஒத்திக்குவ!”

“சொல்லுப்பா” முத்து அவர் கையைப் பிடித்துக்கொண்டு நடந்தான்.

அவர்கள் கோபத்துடனும் ஒருவித அவஸ்தையுடனும் தங்கள் வீட்டுத் திண்ணைகளில் அமர்ந்திருந்தார்கள்.

“எங்கதான் தொலைஞ்சுட்டானாம் இந்த வீரையன்?” முருகேசன் எரிச்சலுடன் கேட்டான்.

“யாருக்குத் தெரியும்?” பக்கத்து வீடு பதில் சொல்லியது.

“வருவானா மாட்டானா?”

“வராம எங்க போயிருவான்? நாய்க்கு வேற பொழப்பு வேற இருக்குதா என்ன?”

“அதானே. வரட்டும் அவனை உண்டில்லன்னு ஆக்கிப்பிடறேன் பாருங்க.”

“அது அப்புறம். இப்பொ இந்த அவஸ்தைக்கு என்ன வழி?”

“மூக்கப் பொத்திக்கிட்டுப் போய் முடிச்சுட்டு வரவேண்டியதுதான்” முருகேசன் எழுந்து கொல்லைப்புறம் சென்றார்.

மிக மிக உள்ளடங்கிய மலைகிராமம் அது. மொத்தமே ஐம்பது அறுபது குடும்பங்கள்தான். இவர்களில் இருபது குடும்பங்கள் கீழ்சாதி. ஊரை ஒட்டிய காட்டுக்குள்தான் அவர்களது வாசம். ஊருக்குள் வாழ்ந்த மேல்சாதிக் குடும்பங்களின் துணிகளைத் துவைத்துக் கொடுப்பதும், அவர்களுக்குச் சவரம் செய்துவிடுவதும், அவர்களது காடு கழனிகளில் கூலி வேலை செய்வதும்தான் அவர்களது பிழைப்பு. மேல்சாதி என்றால் பணம் படைத்தவர்கள் என்று அர்த்தமல்ல. அவர்களும் சாதாரணமானவர்கள்தான். புறம்போக்கு நிலங்களில் விவசாயம் செய்து பிழைப்பவர்கள்தான். வாழ்வது சாதாரணக் களிமண் வீடுகளில்தான் என்றாலும் சாதியில் உயர்ந்தவர்கள் என்பதால் மிடுக்காய் நடந்துகொள்கிறவர்கள்.

வீரையனின் குடும்பம் ஏழெட்டு தலைமுறையாய் மேல்சாதி வீடுகளில் மலம் அள்ளிச் சென்று துப்புரவு செய்யும் பணிசெய்து கொண்டிருந்தது.

முன்பெல்லாம் ஊர் மொத்தத்திற்கும் பொதுக் கழிப்பிடமாய் ஒரு ஓலைக் கொட்டகை இருக்கும். இப்போது வீட்டுக்கு வீடு கொல்லைப்புறம். ஒரு சிறு கொட்டகை இருக்கிறது. விடிந்தும் விடியாத அரையிருட்டில் வாருகோலும் கூடையுமாய் வீடு வீடாய்ச் சென்று சுத்தம் செய்துவிட்டுப் போவான் வீரையன். அதன் பிறகுதான் அவர்களது அன்றாடப் பணிகள் துவங்கும். இன்றைக்கு வீரையனைக் காணாததுதான் அவர்களது அவஸ்தைக்குக் காரணம்.

“முருகேசா உம்மவன் முத்துவும் மாப்ளயும் வராங்க பாரு” யாரோ சொல்ல, திரும்பிய முருகேசனின் முகம் மலர்ந்தது.

“வாங்க வாங்க” தன் பிரச்சனையைத் தற்காலிகமாக மறந்துவிட்டு அவர்களை வரவேற்றார். முத்துவை அவரது

சொந்தத் தங்கைக்கு தத்துக் கொடுத்து வருஷம் இருபதாகிறது. எட்டு வயசில் தன் அக்கா திருமணத்திற்கு ஒருமுறை வந்தவன் பன்னிரண்டு வருடத்திற்குப் பிறகு இப்போதுதான் வருகிறார்.

"தங்கச்சி வரலயா மாப்ள?"

"புள்ளைக்கு வேல கெடச்சிருக்கில்ல. அதைச் சொல்லிட்டு உங்ககிட்ட ஆசி வாங்கிட்டுப் போலாம்னுதான் கூட்டியாந்தேன்."

"அட... என்னா வேல? எந்தூர்ல வேல?"

"ஏதோ பரீட்சை எழுதினான். பாஸ் பண்ணினா அரசாங்க வேலை கெடைக்கும்னான். அதான் கெடைச்சிருக்கு. மதுரையில கலெக்ட்ராபீஸ் இருக்குல்ல. அங்கதான் வேல."

"அட... பெரிய வேலதான். நம்ம வம்சத்துல மொத மொதல பேனா பிடிக்கற உத்யோகமில்ல. ரொம்ப சந்தோஷம்."

முருகேசன் மகனின் முதுகில் பெருமையாய்த் தட்டி மகிழ்ந்தார்.

"முருகேசு, வீரையன் வராம்பாரு" யாரோ குரல் கொடுக்க, வீரையன் பெயர் கேட்டதுமே முகம் கடுகடுக்கத் திரும்பிப் பார்த்தார் முருகேசன்.

"ஏண்டா நாயே எங்கடா போய்த் தொலஞ்சுட்ட? கொஞ்சமாச்சும் பொறுப்பிருக்கா உனக்கு? கொல்லைய சுத்தம் பண்ணிட்டு எங்கவேணா தொலைய வேண்டியதுதானே?"

"புள்ளைய இஸ்கோல்ல போட்டுட்டு வரலாம்னு மலைக்குக் கீழ வர போயிருந்தேங்க. அத்தோட ஹூட்ல அதுக்கு வேற மேலுக்குச் சொகமில்ல. நர்ஸம்மாகிட்ட காட்டிட்டு வரத் தாமதமாய்டுச்சு."

"என்ன... என்ன சொன்ன? உம்மவன இஸ்கோல்ல சேத்துட்டு வரயா?" முருகேசன் முகம் விகாரமாயிற்று.

"ஓஹோ. படிக்கற அளவுக்கு பெரியாளாய்ட்டீங்களா நீங்கள்ளாம்? ஏன் உம் பரம்பரைத் தொழிலை செய்ய மாட்டானாமா உம்மவன்?"

“ஐயோ பச்சைப்புள்ளைக்கு என்னஙக்கய்யா தெரியும். எம்பொளப்பு என்னோட போவட்டும்னு நாந்தான் நெனச்சேன். அவனாச்சும் நல்லா படிச்சு நல்ல பொளைப்புக்கு போவட்டுமேன்னுதான் இஸ்கோல்ல போட்டேன்.”

முருகேசன் அவனை முறைத்துப் பார்த்துவிட்டு மற்றவர்களைத் திரும்பிப் பார்த்தார். அவன் பேச்சில் அவர்களும் அதிர்ந்துதான் போயிருந்தார்கள் எனத் தெரிந்தது. பரம்பரை பரம்பரையாய் மலக்கூடை சுமப்பவன் மகன் புத்தகப்பை சுமப்பதா? கொதித்தார்கள். அவசரமாய்க் கூடி ஆலோசனை செய்தார்கள்.

“கூறுகெட்ட பயலுக்குப் புத்தி எப்டிப்போவுது பார்த்தயா?”

“அதானே? இதை இப்டியே விட்டோம்னா ஊர்ல மலக்கூடை சுமக்க ஆளே இல்லாமல்ல போயிரும்?”

“இப்ப என்ன செய்யலாம்?”

“அந்தக் கீழ்சாதிப் பயபுள்ள படிக்கக்கூடாது. மவனை இஸ்கோலைவிட்டு நிப்பாட்டி கூட்டியாறச் சொல்லணும். இந்த வேலைக்கு இப்பலேர்ந்தே பழக்கச் சொல்லணும்.”

“மாட்டேன்னுட்டா?”

“சொல்லிருவானா? கட்டிவெச்சு இவனை உதைக்கற உதையில இவம் பொஞ்சாதி, புள்ளையக் கூட்டியாற அடிவாரத்துக்கு ஓடணும்.”

“நான் என்னங்கய்யா தப்பு செஞ்சேன்?” வீரையன் அலறினான்.

முத்து பதற்றத்துடன் அப்பாவைப் பார்த்தான்.

“அப்பா... என்ன இது... அந்தாள் என்ன தப்பு செஞ்சுட்டான்னு...?”

“நீ நகரு முத்து. இது ஊர்ப் பிரச்சினை. தூர நின்னு வேடிக்கை பாரு.”

"அவம்பிள்ளையை அவன் படிக்க வெக்கறான். இதுல என்ன தப்பு?"

"தப்புதான். அவன் சாதிக்குன்னு ஒரு பொழைப்பிருக்கு."

"அப்டிப் பார்த்தா நமக்குக்கூட ஒரு பிழைப்பிருக்கு. என்னை மட்டும் எதுக்குப் படிக்கவெச்சீங்க?"

"நாம மேல்சாதிடா."

"அப்டின்னு எங்க முத்திரை குத்திருக்கு? காட்டுங்க பாப்போம்."

"த பார் முத்து, வந்தமா வந்த வேலையப் பாத்துக்கிட்டுப் போனமான்னு இல்லாம ஊர்ப் பிரச்சனைல தலையிட்டா மவன்னு பார்க்கமாட்டேன்."

"நான் உங்க மவன்னு யார் சொன்னா? அதான் தத்துக்கொடுத்துட்டீங்களே."

"அப்பறம் எதுக்குடா அப்பான்னு கூப்டுத?"

"ஒரு மருவாதிக்குதான் கூப்பிடறேன். மனுசங்களா இருந்து சிந்திச்சுப் பாருங்க. அவம்பிள்ளைய அவன் படிக்க வெக்கறான். அதைக் கூடாதுன்னு சொல்ல நீங்கள்ளாம் யாரு?"

"மலம் தூக்கற கீழ்சாதிப் பயலுக்குப் பரிஞ்சுக்கிட்டு என்னையே எடுத்தெறிஞ்சு பேசறயா நீயி?"

"மலம் சுமந்தா கீழ்சாதியா?"

"பின்னே?"

"அப்பொ நாம எல்லாருமே அதான். ஒவ்வொரு மனுசனும் உள்ளுக்குள்ள சுமந்துக்கிட்டுதான் அலையறான். இந்த நிமிஷம் நீயும்தான் உள்ள வெச்சுக்கிட்டு அவதிப்படற! எல்லாரும் உள்ள சுமந்தா, அவன் வெளியவும் சுமக்கறான் பொழைப்புக்காக. இதுல அவன் என்ன மட்டம் நீ என்ன உசத்தி?"

“வாயக்கழுவுடா. யாருகிட்டப் பேசற நீ? தோல உரிச்சுப்புடுவேன் படுவா. நாங்க படியளக்காட்டி அவம் பொழப்பு நாறிடும் தெரியுமில்ல?” முருகேசன் சீற, முத்து சிரித்தான்.

“பொழப்பை அவன் நிறுத்திட்டா, இந்த ஊரில்ல நாறிப்போகும்! அதை யோசிச்சயா? கோடிப் பணம் கொடுத்தாலும் இந்த வேலைய உங்கள்ள யாராவது செய்வீங்களா? மாட்டீங்க. ஆனா உங்க கழிவை அவன் சுத்தம் செய்யறான்னா அவந்தாம்ப்பா உண்மையிலேயே உயர்ந்தவன். அவனை மதிச்சு நடத்தத் தெரியாட்டியும் போகுது, மிதிச்சு நசுக்கப் பார்க்காதீங்க.”

இவன் சொல்ல, அவர்கள் எரிமலையாய் ஆனார்கள்.

“த பார் முருகேசா மருவாதியா உம்மவனை உள்ளாரக் கூட்டிட்டுப் போ. இல்ல இவனையும் அவனோட சேர்த்து கட்டிப்போட்டு உதைக்க வேண்டிவரும். அது மட்டுமில்ல இவன சாதியவிட்டுத் தள்ளிவெப்போம்.”

முத்து மேலும் சிரித்தான். “அப்டி ஒண்ணு எனக்கு எப்பவும் கிடையாது. நான் மனுச ஜாதி மட்டும்தான்.”

“முருகேசு உம்மவன் பேசிக்கிட்டே போறான். நிப்பாட்டச் சொல்லு சொல்லிப்புட்டேன். இல்லாட்டி கொன்னேபோடுவோம்.”

“போடுங்க. இவன் எம்மவனில்ல.”

பெற்றவன் இப்படிச் சொல்ல, வளர்த்தவன் பதறினான். “வாடா முத்து இந்தாண்ட நமக்கென்ன வந்துச்சு? நீ வா நாம இப்பவே கிளம்பிடுவோம்.”

“விடுங்கப்பா. கொன்னுதான் போடட்டுமே. ஆனா அதுக்கு முன்னால ஒரு விஷயத்தை இவங்க எனக்கு நிரூபிக்கணும்.”

“என்னடா நிரூபிக்கணும்?”

முத்து வேகமாக உள்ளே போனான். திரும்பி வரும்போது ஒரு முறம் நிறைய காய்கறிகளும், கனி வகைகளும், கிழங்குகளும் கொண்டு வந்தான்.

"இந்தப் பூசணியும், பாகலும், கீரையும், மரவள்ளியும், கொய்யாவும், கம்பங்கூழும் உங்க உடம்புக்குள்ள போனதும் பொன்னா மாறுதா, இல்ல பீயா நாறுதான்னு நிரூபிச்சுக்காட்டுங்க. அது பொன்னா மாறிச்சுன்னா நீங்கள்ளாம் மேல்சாதின்னு ஒத்துக்கறேன். அப்பறம் என்னைக் கொன்னு போடுங்க. ஆனா அதுக்கு முந்தி அவனைத் தொட்டீங்க, நான் வேடிக்கை பாத்துட்ருக்கமாட்டேன்."

அவர்கள் ஆவேசமானார்கள். அவர்களுக்குத் தெரியும். அவன் சொல்வது சரிதான் என்று. ஆனால் அதை ஒப்புக்கொள்ள அவர்களால் முடியாது. சாதி உணர்வு அவர்கள் ரத்தத்தில் ஊறியிருந்தது. அதனாலேயே அவன்மீது ஆத்திரம் அதிகமாயிற்று.

அவர்கள் அவனையும் இழுத்து ஒரு மரத்தில் கட்ட, வளர்த்தவன் பதறினான். அவனை விட்டுவிடுமாறு கெஞ்சினான்.

"எங்களையாடா கிண்டலடிச்சுப் பேசற? இப்பப் பாரு உன் கண்ணு முன்னாடியே அந்த வீரையனைக் கொளுத்திட்டுதான் மறுவேலை. முடிஞ்சா தடுத்துப் பாரு, அவனை எரிச்சு முடிச்சதும் அடுத்தது நீதான். அதுக்குள்ள மன்னிப்புக் கேட்டயோ நீ பொழைச்ச. இல்ல எரிஞ்சு சாவ வேண்டியதுதான்."

அவர்கள் மனிதர்களாகவே இல்லை. அவன் கத்தக் கத்த, துளியும் மனித நேயமின்றி வீரையனை எரிக்கத் தயாரானார்கள். ஒருவன் மண்ணெண்ணெய் கொண்டுவந்து ஊற்ற, வீரையன் மரண ஓலமிட்டும் மனம் கரையாமல், மற்றொருவன் தீப்பந்தம் கொண்டுவந்து போட, தீ குபிரென்று பற்றி எரிய, வீரையன் ஆகாசம் முட்டுமளவுக்கு அலறினான். அலறி அலறி ஒரு வழியாய் அவன் குரல் தேய்ந்து நிற்க, அவன் உடல் மட்டும் மரத்துடன் மரமாய் எரிந்தது. முத்து கண்களை மூடிக்கொண்டான். கண்ணீர் பெருக்கெடுத்தது. அதிர்ச்சியில் உடல் விறைத்துப் போயிற்று. கண்ணெதிரே ஒருவன் எரிந்து அடங்கிய கோரம் உயிரை உறைய வைத்தது. இவர்கள் மனிதர்களா? காட்டுமிராண்டிகளா? எப்படி... எப்படி முடிந்தது?

“இப்ப என்னடா சொல்ற? பேசின பேச்சுக்கு மன்னிப்புக் கேட்டுட்டுப் பிழைச்சுப் போறயா இல்ல, அதே மாதிரி கத்திக் கத்திக் கருகி அடங்கறயா?”

“டேய் முத்து வேணாம்டா... மன்னிப்புக் கேட்டுடுடா. எனக்காகக் கேளுடா.” வளர்த்தவன் தானே எரிவதுபோல கதறினான் மகனின் கால் பிடித்துக் கெஞ்சினான்.

முத்து நிமிர்ந்தான். அவர்களைப் பார்த்தான்.

“தெரியாம பேசிட்டேன். இனி இப்படிப் பேச மாட்டேன். என்னை மன்னிச்சுடுங்க.”

“அப்டி சொல்லு... ஒருத்தன் செத்தாத்தான் புத்தி வருமாக்கும், என்னடா விட்ருவமா?”

“வேற வழி. நம்ம ஊர்க்காரனில்லையே. விட்டுடு. ராவோட ராவா பொறப்பட்டு போவச் சொல்லு.”

அவர்கள் அவன் கட்டவிழ்த்து விட்டார்கள். அடுத்த ஐந்தாவது நிமிடம் அவர்கள் அங்கிருந்து கிளம்பினார்கள்.

“அப்புறம் என்னப்பா ஆச்சு?” பிள்ளை அசைக்க, லிங்கையன் உடலை சிலிர்த்துக்கொண்டார்.

“அப்பறம் என்ன? புருஷன எரிச்சுட்டாங்கன்னு தெரிஞ்சதும் அவன் அப்பாவிப் பெண்டாட்டியும் ஊருக்குப் பயந்து தூக்குல தொங்கிட்டா. அவங்க பையன் மட்டும் மலைக்குக் கீழ இருக்கற ஸ்கூல்ல இதெல்லாம் தெரியாம படிச்சிட்ருந்தான். ஸ்கூல் முடிஞ்சு அவன் மலையேறி வீட்டுக்குப் போற வழில முத்துவும் அவனை வளர்த்த அப்பாவும் அந்தப் பையனைத் தேடிப் புடிச்சு நிறுத்தி, அவனைத் தங்களோட அழைச்சுக்கிட்டுப் போனாங்க. முத்து மன்னிப்புக் கேட்டதே, அந்தப் பையனையாவது காப்பாத்திடணும்னுதான். அதே மாதிரி காப்பாத்திட்டார். தானே அவனைப் படிக்க வெச்சுப் பெரிய ஆளாக்கிட்டார். அவனுக்காகக் கல்யாணம்கூட கட்டிக்கல அவரு. அப்படிப்பட்ட நல்லவரையும் அவங்க விட்டுவெக்கல. ஒரு கீழ்சாதிப் பையனை

வளர்த்துப் படிக்கவெக்கறதாவது? அவங்கப்பா முருகேசன் சாவுக்குப் போன இடத்துல, சாதி வெறிபிடிச்ச சில மிருகங்கள் அவரையும் அடிச்சுப்போட்டுக் கொன்னுடுச்சு. அவர் வளர்த்த அந்தப் பையன் இன்னிக்கு இதே ஊருக்கு மாவட்டக் கலெக்டரா பொறுப்பேத்துக்க வந்திருக்கேன். அந்த உயர்ந்த மனிதனின் பேரைத்தான் உனக்கு வெச்சு மனசு குளிர மரியாதையா கூப்பிடறேன்."

அப்பா நிறுத்த, முத்து பிரம்மிப்புடன் அவரையும் அந்த மலைகளையும் மாறி மாறிப் பார்த்தான்.

"இந்த மலையில உசிரை விடறவங்க மறுபடியும் இங்கயேதான் பிறப்பாங்கன்ற நம்பிக்கை அந்த மக்களுக்கு உண்டு. அந்த அளவுக்கு இந்த மலைமீது அவங்களுக்குப் பாசமுண்டு. எங்கப்பா வீரையன், அம்மா அருந்ததி, என்னை வளர்த்த அப்பா முத்து, அவரோட வளர்ப்புத் தந்தை எல்லாரும்கூட நிச்சயம் பிறந்திருப்பாங்கன்னு தோணுது. ஆனா நிச்சயம் இம்முறை மனுசங்களா மட்டும் பிறந்திருக்க மாட்டாங்க. பிறக்க, விரும்பவும் மாட்டாங்கன்னு நம்பறேன்."

"அப்பொ என்னவா பிறந்திருப்பாங்க?" முத்து ஆவலுடன் கேட்டான்.

"தெரியல. ஆனா கண்டிப்பா பிறந்திருப்பாங்க."

முத்து மலையைச் சுற்றுமுற்றும் பார்த்தான். அவர்கள் என்னவாகப் பிறந்திருப்பார்கள்? இனிமையாய்க் கூவும் குயில்களாகவா? சரசரவென்று ஓடும் அணில்களாகவா? சிட்டுக் குருவிகளாகவா, காகங்களாகவா? கூட்டம் கூட்டமாய் தாவிக்கொண்டிருக்கும் மந்திகளாகவா? மலையில் நிறைய மந்திகள் இருந்தன. அவர்களை சிநேகமாகப் பார்த்தன.

"ஒருவேளை அவங்க குரங்குகளாப் பிறந்திருப்பாங்களாப்பா?"

"இருக்கலாம். குரங்குகளின் பரிணாம வளர்ச்சி மனிதன். மனிதனின் பரிணாம வீழ்ச்சி குரங்குகள். யார் கண்டாங்க. அப்டியும்

இருக்கலாம். சந்தர்ப்பவாதம் தெரிந்த குரங்குகள் மனிதனாய் மாறுகின்றன அப்டின்னு படிச்சிருக்கேன். சந்தர்ப்பவாதம் தெரியாத மனிதர்கள் குரங்குகளாகத்தான் மாறியிருக்கக்கூடும். குரங்குகள் ஒன்றின் மலம் ஒன்று சுமப்பதில்லை."

அவர் குரங்குகளைப் பரிவோடு பார்த்தபடி சொன்னார்.

***

— 6 —

நெருப்பு

புதுசாய் வாங்கியிருந்த சுரிதாரை அணிந்து ஆளுயரக் கண்ணாடியின் முன் நின்று முன்னும் பின்னும் திரும்பி அழகு பார்த்துக்கொண்டாள் ஆர்த்தி.

"எப்டியிருக்கும்மா? எப்டியிருக்குப்பா?" வீட்டில் ஒவ்வொருவரிடமும் ஸ்டைலாய் போஸ் கொடுத்து உடையைப் பற்றிக் கேட்டாள்.

எல்லோரும் நன்றாயிருக்கிறது என்றார்கள்.

"எப்டியிருக்கு அத்தை?" ஆர்த்தி பாகவதம் படித்துக்கொண்டிருந்த அத்தையிடம் கேட்டாள். அத்தை ஏற இறங்க அவளைப் பார்த்தாள்.

"சகிக்கல...! கூத்தாடியாட்டமிருக்கு!" என்றாள் முகச்சுளிப்போடு.

"உங்கிட்ட போய்க் கேட்டேன் பாரு!" ஆர்த்தி அழகு காட்டிவிட்டு நகர்ந்தாள்.

அத்தை எப்போதும் இப்படித்தான். அவள் மனம்விட்டு எதையும் பாராட்டியதாய் சரித்திரமில்லை. அவளுக்கு யார்மீது கோபமோ? அல்லது எதன்மீது கோபமோ? பாராட்டென்பது அவளிடமிருந்து கிடைப்பது குதிரைக் கொம்புதான். காலப்பெருமை பேசுவதில் மட்டும்தான் அவளுக்கு பரம சந்தோஷம். எங்க காலத்துல எல்லாம்... என்று அவள் நீட்டி முழக்க ஆரம்பித்தால் வீடு அலறிக்கொண்டு ஓடிவிடும். அவள் எதனை வெறுக்கிறாள்

என்று தெரியவில்லை. இந்தக் காலத்தையா அல்லது தலைமுறை இடைவெளியையா? மொத்தத்தில் இன்றைய இளைஞர்கள் எல்லாம் தறுதலைகள். சாஸ்திர சாம்பிரதாயம் தெரியாதவர்கள். நினைத்தபடி நடக்கும் இயல்புடையவர்கள். மட்டு மரியாதை இல்லாதவர்கள். நாகரீகம் என்ற பெயரில் கலாச்சாரத்தை சீரழித்துக்கொண்டிருப்பவர்கள்.

அத்தை பாராட்டிவிடப் போவதில்லை என்று தெரிந்தாலும், அவளிடம் அபிப்பிராயம் கேட்பது அந்த வீட்டில் எப்போதும் நடக்கும் ஒரு விஷயம். காரணம் அத்தைக்கு அவர்களது போக்கும் நடைமுறையும்தான் ஒத்துப் போகவில்லையே தவிர மற்றபடி அவளுக்கு எல்லோர்மீதும் கொள்ளைப் பிரியமுண்டு. யாருக்காவது சாதாரணத் தலைவலி என்றால்கூட உருகிவிடுவாள். உடனே குலதெய்வத்திற்குக் காசு எடுத்து முடிந்து வைத்துவிடுவாள்.

“இப்டி நீ ஆன்னா ஊன்னா காசு எடுத்து முடிஞ்சு வெச்சா சீக்கிரமே நாட்டுல சில்லறைப் பஞ்சம் வந்துடும் பார்” மௌலி அவளை அடிக்கடி இப்படிக் கிண்டலடித்தாலும் அவள் சட்டை பண்ணமாட்டாள்.

“என்ன குழந்தைகளோ! தெய்வத்துக்கும் பயப்படறதில்லை, பெரியவாளுக்கும் பயப்படறதில்லை. எங்க காலத்துலல்லாம் இப்டியா? பெரியவா முன்னால இப்டி நிக்கத்தான் முடியுமா? பேசத்தான் முடியுமா?”

“எனக்கின்னிக்கு பொறந்தநாள். சாயங்காலம் ப்ரண்ட்ஸ் கொஞ்சம் பேரைக் கூட்ட்ருக்கேன், கேக் ஆர்டர் பண்ணியிருக்கேன், வந்தா வாங்கிவெச்சுடும்மா. பத்து பேருக்கு டின்னரும் வேணும். சீக்கிரமே நான் வந்துடுவேன். வந்து உனக்கு ஹெல்ப் பண்றேன் சரியா?”

ஆர்த்தி ஹை ஹீல்ஸில் கால் நுழைத்து டக் டக்கென்று நடந்து போனாள். அத்தை அவள் போவதையே முறைத்துப் பார்த்தாள்.

“காலம் கெட்டுப் போச்சு! அப்பல்லாம் பொறந்தநாள்னா காலம்பற எழுந்து தலைக்குக் குளிச்சு, பூஜைல பெரியவா வெச்சுக்குடுக்கற புதுத்துணிய உடுத்திண்டு ஸ்வாமிய நமஸ்காரம் பண்ணுவோம். ஆத்துல அக்கம் பக்கம் இருக்கற பெரியவாள்ட்டயும் ஆசீர்வாதம் வாங்கிப்போம். கோவிலுக்குப் போய் ஜென்ம நட்சத்திரம் சொல்லி அர்ச்சனை பண்ணுவோம். வடையும் பாயாசமும் கூட்டும் கறியுமா சமைப்பா ஆத்துல. வாழையிலை போட்டு எல்லாருக்கும் வாசனையாப் பரிமாறுவா. காய்கறியெல்லாம் ஒண்ணொண்ணும் அவ்ளோ நன்னார்க்கும். இப்ப மாதிரி கண்ட மருந்தும் கிருந்தும் தெளிச்சா பயிர் பண்ணினா? மண்ணே அவ்ளோ செழிப்பா இருக்கும். தண்ணின்னா அப்டி ஒரு தண்ணி! முத்தல், சொத்தைன்னு ஒண்ணு பாக்க முடியுமோ? பச்சப் பசேல்னு பச்சையா கடிச்சுத் திங்கலாம் போல இருக்கும். சமையலும் அப்படித்தான். உடம்புக்கு நல்லது பண்ணுமே தவிர, கெடுதல் பண்ணாது. இப்ப மாதிரி, வாயுத் தொல்லை, அது இதுன்னு ஏதாவது நோய் நொடி இருந்துதா என்ன? கல்லைத் தின்னாகூட கம்முனு ஜீரணமாய்டும். அப்டி ஒரு ஆரோக்யமான காலம் அது. இப்ப பாரேன் கேக்காம், டின்னராம்...! பொரி கடலை கொரிக்கறாப்பல எதையோ கொரிச்சுப்ட்டு, கண்ட கூல்டிரிங்க்கையும் குடிச்சுட்டு வயத்த வலி, வாந்தி, அஜீர்ணம்னு நாலுநாள் படுக்கவேண்டியது.”

அத்தை பேசிக்கொண்டே போனாள். கேட்டுக் கேட்டு வீட்டில் எல்லோருக்கும் பழகிவிட்டது. அவள் அப்படித்தான் என்பது புரிந்துவிட்டதால், கேட்பதும் இல்லை, எரிச்சல்படுவதுமில்லை. அவள் பாட்டுக்குப் பேசிவிட்டுப் போகட்டுமே என்று விட்டுவிட்டார்கள். பண்டிகை நாள் கிழமை என்றால் போதும் அத்தைக்கு இளகிவிடும்.

“எங்க காலத்து தீபாவளின்னா இப்டியா? ஒரு மாசம் முந்திலேர்ந்து என்ன அமர்க்களப்படும் வீடு, உங்களை மாதிரி கடைலயா இப்டி காசைக் கொட்டி ஸ்வீட்டும் காரமும் வாங்கி வெப்பா? பத்து நாள் முந்திலேர்ந்தே தினம் ஒரு பட்சணமும்,

ஸ்வீட்டும் பண்ணிவெச்சுடுவோம். உக்காரை என்ன, லேகியம் என்னன்னு வீடே மணக்கும். நெய்யின்னா சுத்தமான பசு நெய்லதான் பண்ணுவோம். யாரு கண்டா இந்த டால்டாவும் கீல்டாவும்! சூடு பறக்க அம்மா எல்லார்க்கும், காச்சின எண்ணெயை தேய்ப்பா பாரு, எதமா இருக்கும். ஆத்துல அரைச்ச சீயக்காய வெந்நீர்ல கரைச்சு பாட்டி தலை தேச்சு விடுவா. தொங்கப் பொங்க வெந்நீர்ல குளிச்சிட்டு வந்தா எட்டு நாளைக்கு உடம்பும் தலையும் லேசானாப்பல இருக்கும்."

"ஜலதோஷம், கண்ணுவலி, காதுவலின்னு ஒரு நோய் கிட்ட அண்டுமான்னேன்! அந்த மாதிரி எல்லாம் இப்பொ எங்கே? ஷாம்ப்பாம் ஷாம்ப்பு...! கண்டதையும் வாங்கித் தலைல தேய்ச்சுண்டு ஓடறதுகள். அப்புறம் எப்டி முடி வளரும்? முழங்கால் வரை தொங்கும்? எனக்கு முடி பின்னிவிட ரெண்டாளு வேணும். இதுகளைப் பாரு! கழுத்துவரை வெட்டிவிட்டுண்டு கூத்தாடி மாதிரி அலையறதுகள்! பொம்மனாட்டின்னா முடி வேண்டாமோ? ஆம்பளைக்கும் பொம்மனாட்டிக்கும் துளி வித்யாசமில்லாம, வெட்டின முடியும், இறுக்கிப் பிடிச்ச பேண்ட்டும் ஷர்ட்டும் போட்டுண்டு சுத்தறதுகள்! என்ன கண்றாவியோ! இதெல்லாம் பாக்கணும்னு நேக்கும் ஆயுசு போட்டு வெச்சிருக்கே! ஒரு பொறந்தநாளன்னிக்காவது தழையத் தழைய பட்டுப் புடவையும் தல நிறையப் பூவும் நெத்தில பொட்டும் வெச்சுக்காதோ ஒரு பொண்ணு! ஏதாவது சொன்னா யார் இங்க கேக்கறா? மட்டு மரியாதை இருந்தாத்தானே மதிப்பா?"

அத்தை புலம்பிக்கொண்டே சமையலுக்கு ஒத்தாசை செய்தாள். அம்மா மெல்லிய புன்னகையோடு எல்லா வேலையும் செய்துகொண்டிருந்தாள்.

"அக்கா இதைப் பாரேன். ஆர்த்திக்கு வாங்கினேன். அவ பிறந்தநாளுக்குக் குடுக்கணும்னு."

சங்கரன் ஒரு சின்ன நகை டப்பாவை நீட்டினார்.

"என்னடா இது?"

"மோதிரம். அவ வேணும்னு கேட்ருந்தா."

"எவ்ளோ பவுன்...? என்ன விலை?"

"அரைப் பவுன்தான். ரெண்டாயிரமாச்சு."

"ரெண்டாயிரமா, இத்தனூண்டு மோதிரத்துக்கா?"

"பின்ன இதென்ன உன் காலமா?"

"என் கல்யாணத்தின்போது பவுன் பதிமூணு ரூவா." தங்கமும் சொக்கத்தங்கம். அந்த மாதிரி எல்லாம் இப்பொ ஏது அவ்ளோ நல்ல தங்கம்? புழுக்கை புழுக்கையா மஞ்சக் கலர்ல மினு மினுன்னு எதையோ தங்கம்னு கொடுக்கறான். நீங்களும் ஆயிரக்கணக்கா பணத்தைக் கொட்டியழுதுட்டு வாங்கிண்டு வரேள். என்னமோ போ. காலம் ரொம்பத்தான் மோசமா போய்டுத்து. எங்க காலத்துல தோடும் மூக்குத்தியும்கூட கிழங்கு கிழங்கா இருக்கும். இப்ப என்னடான்னா செயினும் நெக்லஸூம்கூட தக்கையாட்டமா இருக்கு. தொட்டா உடைஞ்சுடும் போல."

அத்தை மோதிரத்தைத் தம்பியிடம் திருப்பிக் கொடுக்க, சங்கரன் எதுவும் பேசாது அதைக் கொண்டுபோய் வைத்தார்.

"சாயங்காலம் டின்னரோ கின்னரோன்னு ஏதோ சொன்னாளே, என்ன பண்ணப் போற?"

"பாவ் பாஜியாம், ஃப்ரைடு ரைஸாம், வெங்காயம் போட்டுத் தயிர் பச்சடி, பாதாங்கீர், தயிர் சாதம்."

"என்னடி கண்றாவி இதெல்லாம்?"

"இப்பல்லாம் ஃபாஸ்ட் ஃபுட்தான். எல்லாரும் பிரியமா சாப்பிடறாக்கா."

"அதான் எல்லாம் தொத்தலும் வத்தலுமார்க்கு. நன்னால்லடிம்மா சொல்லிட்டேன்! ஒண்ணுந் தெரியல இந்தக் காலத்துப் பசங்களுக்கு. ஆம்பளையாட்டம் வண்டி ஓட்டிண்டு போறதே தவிர, வீட்டுல ஒரு காரியம் செய்யத் தெரியாது. வண்டி வண்டியா காரியம் செய்வோம் நாங்கள்ளாம்.

இப்பப் பாரேன் எல்லாத்துக்கும் மெஷின். அடுக்களைலேர்ந்து, பாத்ரூம் வரை மெஷின் ஆட்டுக் கல்லும், அம்மியும், உரலும் எக்ஸிபிஷன்ல வெக்கற பொருளாய்டுத்து. ஒரு ரசம் வெக்கத் தெரியுமா? கறி வதக்கத் தெரியுமா? மொழ நீளத்துக்கு தஸ்ஸூ புஸ்ஸூன்னு இங்கிலீஷ்ல பேசத் தெரியும். கெக்கே பிக்கேன்னு எதுக்கெடுத்தாலும் உடம்பைக் குலுக்கிண்டு சிரிக்கத் தெரியும்."

"காலம் மாறிண்டு வரதுக்கா!"

"மாறிண்டு வரட்டும்! அதுக்காக கலாச்சாரமெல்லாம் மாறணுமா என்ன? மார்கழி மாசக் கோலம் போடறதை விட்டாச்சு. கேட்டா பிளாட் சிஸ்டம்னு சொல்லிக்க வேண்டியது. தைப் பொங்கல்னா முந்தியெல்லாம் வெட்டவெளில மண்பானைல மஞ்சக் கொத்து கட்டி குங்குமம் வெச்சு பக்தி சிரத்தையா பொங்கல் பண்ணுவோம். அது பொங்கி வழியணும்பா. இப்ப என்னடான்னா உம் பொண்டாட்டி குக்கர்ல மஞ்சக் கொத்தைக் கட்டி வெக்கறா. பொங்கல் எப்டி குக்கர்ல பொங்கும் சொல்லு! வருஷத்துக்கொரு தரம் குக்கர்ல சமைக்காட்டா குடியா முழுகிடும்? எதெல்லாம் பெரியவா நல்லதுன்னு சொல்லி வெச்சாளோ அதையெல்லாம் ஒருத்தரும் இப்ப மதிக்கறதில்ல. அந்தக் காலத்து சம்பிரதாயத்துல ஆயிரம் அர்த்தம் இருக்கு. அதெல்லாம் சரின்னு உங்க விஞ்ஞானமே ஒத்துண்டுருக்கு! நீங்கள்ளாம் எப்பதான் ஒத்துக்கப் போறேளோ? அம்மை போட்டா வேப்பிலையைச் சொருகுவா. இப்ப என்னடான்னா ஆஸ்பத்திரிக்கு ஓடறேள். டாக்டரே வேப்பிலைய சொருகி வைங்கோ. மஞ்சளை அரைச்சுத் தடவுங்கோன்னு சொல்லியனுப்பறா! அந்தக் காலத்து மனுஷாளுக்கு படிப்பா பட்டமா? அத்தனை விஷயம் தெரிஞ்சு வெச்சுண்டிருந்தா."

அத்தை பேசிக்கொண்டே இருந்தாள். வாயே வலிக்காதோ அவளுக்கு என்ற வியப்புதான் எல்லோருக்கும் ஏற்பட்டது.

நாலு மணிக்கு ஆர்த்தி வந்து விட்டாள். "நான் ஹெல்ப் பண்ணட்டாம்மா...?"

"பாதி வேலை ஆயாச்சுடி. நீ போய் சித்த நாழி தூங்கு. சாயங்காலம் அப்பதான் ஃப்ரஷ்ஷார்க்கும்."

"அஞ்சு மணிக்கு சுஷ்மா வருவாம்மா அவளுக்கு கூல்டிரிங்க் ஏதானும் கொடுத்துட்டு என்னை எழுப்பு."

"என்னடி பேர் இது சுஷ்மா கிஷ்மான்னு. அழகா அன்னபூரணி, விசாலாட்சி, அபிராமின்னு வெக்கப்படாதோ? பன் பட்டர் ஜாம் சாப்பிடறாப்பல என்ன பேர் இது ஷ்ஷூ புஷ்ஷூன்னு."

"கடவுளே... எப்டிம்மா இந்த லொடலொட நாத்தனாரோட இத்தனை காலம் தள்ளிண்டிருக்க?"

பிள்ளை கிட்டே வந்து காதருகில் கேட்க, அம்மா புன்னகையோடு மௌனமாய் வேலையைக் கவனித்தாள்.

ஆறு மணிக்கு நண்பர்கள் ஹேப்பி பர்த்டே பாட ஆர்த்தி கேக் வெட்டினாள்.

"நாலு சாமி பாட்டு பாடாம என்னடி இது மந்தைல ஆடு கத்தறா மாதிரி கத்தறதுகள்?" அத்தை, தம்பி மனைவியிடம் முணுமுணுத்தாள்.

டின்னர் முடிந்து ஒவ்வொருவராய் புறப்படுவதற்கு முன் ஆர்த்தி தன் தோழிகளை அம்மாவுக்கும் அத்தைக்கும் அறிமுகப்படுத்தி வைத்தாள்.

"இது பேர் வைதேகி அத்தை. எங்க ப்ரண்ட்ஸ்லயே இவதான் ரொம்ப ப்ரில்லியண்ட். அடுத்த மாசம் இவளுக்குக் கல்யாணம்."

"நன்னார்க்கணும். வைதேகியா பேரு? நல்ல பேரு."

எதுவும் சொல்லாமல் அத்தை வாழ்த்தியது ஆச்சர்யம்தான். எல்லோரும் போனதும் அத்தை தன் சந்தேகத்தைக் கேட்டாள். "அந்தப் பொண்ணு உன்னைவிட நாலு வயசாவது பெரியவளார்ப்பா போலருக்கு... இப்பத்தான் காலேஜ் படிக்கறாளா?"

"யாரு வைதேகியா?"

“ம்.”

“பரவால்லயே கரெக்டா கண்டுபிடிச்சுட்ட...! பெரியவதான். நாலு வயசு பெரியவ. ப்ளஸ் டூ முடிச்சதுமே அவா வீட்ல அவளுக்குக் கல்யாணம் பண்ணிவெச்சுட்டா. மாப்ளைக்கு ஆர்மில வேலை. கல்யாணமான ஆறாம் மாசம் யாரோ ஒரு தீவிரவாதி கண்மூடித்தனமா சுட்டதுல இவ புருஷனும் செத்துப்போய்ட்டான். அப்பொ படிப்பு நின்னு போய் இப்பதான் மறுபடியும் தொடர்ந்து படிக்கலாம்னு சேர்ந்திருக்கா. இப்ப இவளுக்கு இன்னொரு கல்யாணம் பண்ணணும்னு நிச்சயம் பண்ணியிருக்கா பெரியவா. அடுத்த மாசம் இவளுக்கு நடக்கப் போறது ரெண்டாங் கல்யாணம்தான். அதனால ரொம்ப எளிமையா பண்றதா இருக்கா.”

“போச்சுடா... இவ ஏம்மா இந்தக் கதையெல்லாம் அத்தைட்ட சொல்றா. இன்னும் நாலு நாளைக்கு அவ புலம்பறதுக்கா?” பிள்ளை அம்மாவிடம் அலுத்துக்கொண்டான்.

“ஏன் அத்தை என்ன யோசிக்கற?” ஆர்த்தி அத்தையைத் தொட்டு அசைத்தாள்.

அத்தை நிமிர்ந்து ஆர்த்தியைப் பார்த்தாள்.

“நல்ல மனசு...! இந்த மனசு மட்டும் அப்பொ எங்காத்துப் பெரியவாளுக்கு இருந்திருந்தா, இப்டியா நான் மொட்டையும் நார்மடியுமா பதிமூணு வயசுலேர்ந்து வீணாப் போயி நின்னிருப்பேன்...?”

அத்தையின் கண்கள் கலங்க, ஆர்த்தி பரிவோடு அத்தையை அணைத்துக்கொண்டாள்.

***

7

கண்ணாமூச்சி

பயம் ஒரு ஒட்டுண்ணித் தாவரம் போல எனக்குள் படர்ந்திருந்தது. அதை உதறவும் முடியாமல், அதனின்று நான் விடுபடவும் இயலாதவாறு அது ஒரு அமுக்குப் பிசாசு போல் என்மீது கவிழ்ந்திருந்தது. பயம் ஊறிய விழிகளால் நான் கண்டவர்களும், கண்டவைகளும்கூட பயத்தோடு அலைவதாகத் தோன்றியது. கடற்கரை சாலையில் பயம் அப்பியிருந்தது. சாலையில் சென்ற வாகனங்கள், பாதையில் நடந்துகொண்டிருந்த மனிதர்கள், நின்றுகொண்டிருந்த மரங்கள், நுரைத்து கரை தொட்ட அலைகள் எல்லாவற்றிலும் பயம் பூஞ்சையாய் ஒட்டியிருந்தது.

மணி, விழுப்புரத்திற்குச் சென்றதிலிருந்துதான் இந்த பயம். போகாதே என்று எத்தனை புலம்பியும் கேட்கவில்லை. பெண்ணின் வேதனையும் பயமும் புரியாத ஆண்வர்க்கம்.

“இந்த உடம்போட ஊர்விட்டு ஊர்போய்த்தான் ஆகணுமா? மெடிகல் லீவு போட்டாத்தான் என்ன?”

பதிலில்லை. “கேஷுவல் லீவே போடுவதற்கு யோசிக்கும் மனிதனாவது, மெடிகல் லீவு போட்டுவிட்டு வீட்டில் சும்மா உட்கார்ந்திருப்பதாவது? ஆபரேஷனுக்காக இரண்டு மாதம் போட்டதே பெரிய விஷயம். வேறு வழியில்லை உயிருக்கே அபாயம் என்கிற நிலையில் போட்டுத்தானே தீர வேண்டும்.”

இப்போது நினைத்தாலும் அன்றைய சூழல் கதிகலங்க வைத்தது. ஒரு திங்கட்கிழமை எனக்கு விடியல் சரியாக இல்லை.

பாத்ரூமில் தடாலென்று ஒரு சப்தம். பல் தேய்த்துக்கொண்டிருந்த மணி சரிந்து விழுந்திருந்தார். வீட்டில் யாருமில்லை. “என்ன... என்னாச்சுப்பா...?” பதறினேன். எங்கிருந்து அத்தனை சக்தி வந்ததோ? ஒற்றை ஆளாய் தூக்கி இழுத்துக்கொண்டு வந்து ஹாலில் கிடத்தினேன். மின் விசிறியைச் சுற்றவிட்டேன்.

இரண்டு நிமிடம்தான். சட்டென்று எழுந்து உட்கார்ந்தார். “ஒண்ணுல்ல” என்றார்.

“என்ன பண்ணித்து?”

“ஒண்ணுல்ல விடு” எழுந்து போனார். அடுத்த அரைமணி கழித்து மீண்டும் விழ, நான் அலறினேன்.

“பெராலிடிக் ஸ்ட்ரோக்” டாக்டர் சொல்லியபடி இரத்த அழுத்தம் பார்த்தார். எங்கோ எகிறியது. அவசரத்திற்கு மாத்திரை கொடுத்து உடனடியாய் மருத்துவமனைக்கு அழைத்துச் செல்லக் கூறினார்.

அடுத்தது ஆஸ்பத்திரிப் படலம். மருந்து வாசனை, பினாயில் நறுமணம் சூழ்ந்திருந்த டாக்டர்களுக்கு நடுவே மணி.

“சிகரெட் பழக்கம் உண்டா?”

“ம்...”

“ஒரு நாளைக்கு எவ்ளோ?”

“நாலஞ்சு.”

“நாலஞ்சு சிகரெட்டா, பாக்கெட்டா?”

“.....”

“டிரிங்க்ஸ் உண்டா?”

“எப்பவாவது.”

“எத்தனை குழந்தைகள்?”

“ரெண்டு பெண்கள்.”

“என்ன பண்றாங்க?”

“படிக்கறாங்க.”

“உங்க வயசென்ன?”

“நாப்பத்தி ஆறு முடியறது.”

“வாழற ஆசை அதுக்குள்ள போய்டுச்சா? பெண்டாட்டி குழந்தைகள் மேல அன்பிருக்கா இல்லையா?”

“இருக்கு டாக்டர்.”

“அப்புறம் ஏன் உடம்பை இப்டி கெடுத்து வெச்சுட்ருக்கீங்க?”

“.....”

“உங்களுக்கு என்ன பிரச்சனை தெரியுமா?”

“சொல்லுங்க.”

“உங்க மூளைக்குப் போகற சுத்த ரத்தக் குழாய்ல கழுத்துப் பகுதியில் அடைப்பு இருக்கு. மூளைக்கு சரியா ரத்தம் போகல. அதான் ஒரு பக்கம் விழுந்துடுச்சு.”

“சரியாய்டுமா?”

“ஆபரேஷன் பண்ணணும். ஆன்ஜியோகிராம் எடுத்துட்டா மூணு நாளுக்குள்ள பண்ணியாகணும். கழுத்துப் பகுதில கீறி ரத்தக் குழாயைத் திறந்து, கெட்ட கொழுப்பைச் சுரண்டி எடுப்போம். வியாழக்கிழமை ஆபரேஷன். நல்லாய்டுவீங்க. ஆனா இனி சிகரெட், மதுவைத் தொடறதில்லன்னு உறுதி எடுத்துக்கோங்க. நல்லார்க்கற உடம்பைக் கெட்ட பழக்கங்களால கெடுத்துக்கறதுகூட தற்கொலை மாதிரிதான். புரிஞ்சுதா?”

டாக்டர் மிகுந்த திறமைசாலி மட்டுமல்ல. மிகுந்த நல்லவராகவுமிருந்தார். மணியைக் காப்பாற்றிவிட்டார். டிஸ்சார்ஜ் செய்வதற்கு முதல் நாள் என்னைத் தனியே அழைத்துப் பேசினார்.

“உங்ககிட்ட சில விஷயங்களை வெளிப்படையாவே நான் சொல்லியே ஆகணும். இந்த ஒரு வாரமா உங்களை வாச் பண்ணின வகையில், ஐ ஹோப் யூ ஆர் நாட் அன் ஆர்டினரி வுமன். சிரமங்களை அமைதியா எதிர்கொள்ளுகிற பக்குவம் உங்ககிட்ட இருக்கு. அதனால வெளிப்படையாவே நான் பேசிடறேன். மிஸ்டர் மணி இந்த ஆபரேஷன்ல பிழைச்சிருக்கலாம். ஆனாலும் இதோட எல்லாம் சரியாய்ட்டதா எடுத்துக்க முடியாது.”

“புரியும்படியா சொல்லுங்க டாக்டர்.”

“பொதுவா வயசாக ஆக மனுஷங்களுக்கு மூளை சுருங்க ஆரம்பிக்கும். வயசானவங்களுக்கு ஞாபக மறதி அதனாலதான் ஏற்படுது. கெட்ட பழக்கங்களால் துரதிருஷ்டவசமா உங்க கணவரோட மூளை இந்த நாற்பத்தி ஏழாவது வயசுலயே அறுபது வயசானாப்பல சுருங்கிப் போயிருக்கு. இன்னும் தெளிவா சொல்லணும்னா அவருடைய மூளையோட இயற்கையான ஆயுள் எண்பதுன்னு வெச்சுக்கிட்டோம்னா, இப்பவே அது அறுபது வயதைக் கடந்துட்டதா அர்த்தம். இது கவலைக்குரிய விஷயம். இதனால கோபம் அதிகம் வரும். மறதி அதிகரிக்கும். ஒரு நடுக்கம் கூடும். இந்த நிலையில் மறுபடியும் அவர் சிகரெட்டைக் கையிலெடுத்தால் அவர் மூளை இன்னும் பத்து வருட ஆயுளை ஒன்றிரண்டு வருடத்தில் கடந்துவிடும். கட்டுப்பாடாக இருந்தால் இன்னும் இருபது வருடங்கள்கூட வாழலாம் என்ற நிலையில் புகைப்பது தொடர்ந்தால் ஏழெட்டு வருடங்களிலேயே எதுவும் நிகழலாம். ஆயுள் என்பது இறைவனறிவது. அளிப்பது. ஆனால் ஆரோக்கியம் என்பது நமக்கு நாமே அளித்துக்கொள்வது. விதியின்மீது பழிபோட்டுத் தப்பித்துக்கொள்வது அறிவீனம். இதையெல்லாம் பயமுறுத்தாமல் அவருக்குப் புரிய வைத்து அவரது கெட்ட பழக்கங்களை நிறுத்த முயற்சி செய்யுங்கள். எந்தப் பழக்கமும் சட்டென நிறுத்துவது கடினம்தான். கோபமோ ஆத்திரமோ அடைய வேண்டாம். அவரது ரத்தக் கொதிப்பு கட்டுப்பாட்டில் இருக்க வேண்டும். நான் சொல்வதெல்லாம் புரிகிறதா?”

“புரிகிறது டாக்டர். முயற்சி செய்கிறேன்.”

“ஐ விஷ் யூ ஆல் தி பெஸ்ட்” டாக்டர் நட்புடன் என் கரம் பற்றி விடைகொடுத்தனுப்பினார்.

அன்றுதான் இந்த பயம் என்னைப் பற்றிக்கொண்டது. வேதாளம் மாதிரி என் முதுகின்மீது பாரமாய் சவாரி செய்யத் துவங்கியது.

‘உன் கணவன் புகைப்பதை மறப்பானா, தன் ஆயுளை நீட்டித்துக் கொள்வானா? இந்த கேள்விகளுக்கெல்லாம் விடை தெரிந்தும் கூறாவிட்டால் உன் தலை வெடித்துச் சிதறும்.’

வேதாளம் பயமுறுத்தியது.

“கண்டிப்பாக நிறுத்துவார்.”

“எப்படிக் கூறுகிறாய்.”

“நல்லவர். குடும்பத்தை நேசிப்பவர்.”

“அது மட்டும் போதுமா?”

“நிறையக் கூறலாம். என்மீது அவருக்கிருப்பது தூய்மையான அன்பு. நான் கருக்கொண்டிருந்த சமயங்களில் எனக்குப் பிடிக்காத உணவுகளைத் தானும் விலக்கியவர். நாள் முழுக்க நான் சோர்ந்து தூங்க, சமையல் பொறுப்பேற்றவர். என் துணிகள் துவைத்தவர். என் தலையும் காலும் பிடித்துவிட்டவர். பத்தொன்பது வருட தாம்பத்யத்தில் துளியும் காதல் குறையாதவர். அப்படிப்பட்டவர் எனக்காக, புகைப்பதை இனி நிச்சயம் நிறுத்துவார். இன்னும் இருபது வருடங்கள் நாங்கள் சேர்ந்திருப்போம். பெண்களுக்குத் திருமணம் செய்வோம். பேரக் குழந்தைகள் காண்போம். கைகோர்த்துக் கடற்கரையில் நடப்போம்.”

“பார்ப்போம்” வேதாளம் சிரித்தது. இன்னும் பலமாய் என்னைப் பற்றிக்கொண்டு என் நம்பிக்கைகளை நொறுக்கப் பார்த்தது.

மூன்று மாதம் எல்லாம் சரியாக இருந்த நிலையில்தான் உத்யோக மாறுதல் வந்து வயிற்றில் அமிலத்தை சுரக்கச் செய்தது!

யாரிடமும் கெஞ்சமாட்டேன், லீவும் போடமாட்டேன்! என்று பிடிவாதமாய்ப் புறப்பட்ட புருஷனை வழியனுப்பி வைப்பதைத் தவிர வேறு வழியில்லை எனக்கு. உடன் செல்ல முடியாத குடும்பச் சூழல். உடல் பலவீனமானவரை நோய் தாக்கும். மனம் பலவீனமாகும்போது பயம் தாக்குகிறது. புருஷன் பிரிந்து செல்ல, பயம் புருஷனாயிற்று. என்னோடு கலந்து, உறங்கி, விழித்தது. விபரீதக் கற்பனைகளுக்கு வித்திட்டது. ஒவ்வொரு நிமிடமும் என்னவாகுமோ என்று மனம் நடுங்கியது. உள்ளே ஏதேதோ காட்சிகள் விரியும். சாலையில் நடக்கும்போது மணி தடாலென விழுவது போலவும், குடித்துவிட்டு விழுந்துகிடக்கிறான் என மனிதர்கள் அருவருப்பாய் கடந்து செல்வது போலவும் ஒரு காட்சி.

இன்னொரு காட்சியில் தொடர்ச்சியாய் அவர் சிகரெட் பிடித்துப் புகை ஊதிவிடுவார், பஸ்ஸில் போகும்போது ஸ்ட்ரோக் வந்து விழுவார், நடுச்சாலையில் நெஞ்சடைத்து விழ, பின்னால் வரும் வாகனம் அவர்மீது ஏறும். ஒவ்வொரு காட்சிக்கும் ஐயோ என்று என் அடிவயிறு கதறும். காலோடு தலை தேகம் நடுங்கி வியர்க்கும். நல்லதை நினை மனமே என்று சொல்லிக்கொண்டாலும் மனம் ஒத்துழைக்காது. வேண்டாத கற்பனைகள்தான் தோன்றும்.

ஒவ்வொரு வாரமும் ஊருக்கு வரும் புருஷனிடம் படிந்திருந்த புகை வாசனை மரண ஊதுவத்தியாய் என்னை சுவாசம் திணற வைத்தது.

"சிகரெட் பிடிச்சேளா?"

"இல்லையே."

"பொய்!"

"இல்லம்மா."

"டோண்ட் டச்...! பொய் சொல்ற புருஷன் எனக்கு வேண்டாம்."

"டென்ஷன்மா, ஒண்ணே ஒண்ணுதான்."

“எங்களுக்கு டென்ஷன் இல்லையா? இப்பொ எனக்கேற்பட்டிருக்கற டென்ஷனுக்கு நானும் நாலு பாக்கெட் பிடிக்கவா...?”

“வாங்கித் தரவா...?”

“ஜோக்கா... பளார்னு அறையலாம் போல இருக்கு.”

“இனிமே தொடமாட்டேன். போதுமா?”

“எதுக்கிந்த பொய் சத்தியம்? எனக்கு நம்பிக்கையில்லப்பா. நீங்க நல்லவரா இருந்தா மட்டும் போறாது, நல்ல பழக்கவழக்கமும் கொஞ்சம் வேணும். சந்தர்ப்பம் கிடைச்சாலும் சபலப்படக் கூடாது. சிகரெட்தான் முக்கியம்னு நினைக்கறவா கல்யாணம் குழந்தைன்னு எதுக்குப் பல்கிப் பெருகணும்? எல்லாரையும் கஷ்டப்படுத்தணும்?”

அந்த இரண்டு நாளும் பேசவே இல்லை. திங்கட்கிழமை காலை சூட்கேஸைத் தூக்கிக்கொண்டு என் கடைக்கண் பார்வைக்காகக் காத்திருந்தார்.

“வழில எதுவும் சாப்ட வேண்டாம். இதுல இட்லி இருக்கு. ஜாக்ரதையா போய்ட்டு வாங்கோ.”

“கோவம் குறைஞ்சுதா?”

“இது கோவமில்ல வருத்தம். நான் சொன்னதெல்லாம் மறந்துட வேண்டாம்.”

“வரட்டுமா?” நழுவி நகர்ந்தார்.

ஊருக்குப் போய்ச் சேர்ந்து நாலு தினமாகிறது. இதுவரை ஒரு போன் பண்ணவில்லை. அப்படி என்ன வேலையோ. இன்றைக்காவது பேசுகிறாரா பார்ப்போம்.

அலுவலகத்திலிருந்து கடற்கரை சாலையில் நடைப் பயணமாய் வீடு வந்து சேர்ந்தபோது டெலிபோன் மணி அடிப்பது கேட்டது. பெரியவள் எடுத்துப் பேச, நான் உள்ளே சென்றேன்.

“அம்மா... வாயேன்.”

“யாருடி அப்பாவா?”

“இல்ல... ஆனா அப்பா ஆபீஸ்லேர்ந்துதான் போன்.”

“என்ன விஷயமாம்?” என் குரல் லேசாய் நடுங்கிற்று.

“ஐ திங்க் அப்பா இஸ் நோ மோர்மா.” பெண்ணின் குரல் பிசிறியது.

சுருண்டு மூலையில் அமர்ந்தேன். தேகம் முழுக்க மின்சாரம் தாக்கினாற்போல் சுண்டியிழுத்த வலி. அடிவயிறு கழன்று தனியே போய் விழுந்துவிட்டாற் போலிருந்தது. அதிர்ச்சியில் கண்ணீர் அடைபட்டுப் போயிற்று.

‘நிஜமா... நிஜம்தானா இது... ஏதாவது ராங் காலாக இருக்குமோ...’

இல்லை என்றன தொடர்ந்து வந்த தொலைபேசித் தகவல்கள். எனக்குள் ஏதோ நழுவியது.

“ஹலோ அங்கிள் சௌக்யமா...? ம் எல்லாரும் சௌக்யம்தான். உங்களுக்கு ஒரு வருத்தமான செய்தி. கொஞ்சம் முன்னால அப்பா தவறிட்டார். ஹார்ட் அட்டாக்.”

இருபது வயதுப் பெண் தன் துக்கம் மறைத்து, கேட்பவருக்கு எவ்வித அதிர்ச்சியும் ஏற்படாமல் பக்குவமாகச் செய்தி சொல்லிக்கொண்டிருந்தாள். அடுத்து நடக்க வேண்டிய காரியங்களைக் கவனித்தாள். நாலைந்து முறை விழுப்புரத்திற்குப் பேசி நிலவரங்களைக் கேட்டுத் தெரிந்து கொண்டாள். மாற்றி மாற்றி வந்த தொலைபேசி அழைப்புகளுக்கு அமைதியாகப் பதில் சொன்னாள். அழுதபடி வந்த உறவுகளை ஆறுதல் சொல்லி அமர வைத்தாள்.

அடுத்த நாள் எல்லாமே முடிந்து போயிற்று. உதட்டில் உட்கார்ந்து கொண்டிருந்த நெருப்பு முழு உடம்பையும் ஸ்வீகரித்துக்கொண்டது.

“ஆர் யூ ஓகே மா?” பெண் என்னருகில் அமர்ந்து பரிவோடு கேட்க மெலிதாய் புன்னகைத்தேன்.

"ம். இதுநாள்வரை உள்ள இருந்து ஹிம்சை பண்ணிண்டிருந்த பயமும் செத்துப் போய்டுத்து. நல்ல காலம் நான் பயந்தாப்போலல்லாம நல்ல படியாத்தான்..."

அவள் மடியில் முகம் புதைத்துக்கொண்டேன். யோசிக்க யோசிக்க ஒரு உண்மை விளங்கியது. மரணத்தைக் கண்டு நான் அஞ்சவில்லை. அந்த மரணம் நல்லபடி நிகழ வேண்டுமே என்ற பயம்தான் என்னைக் குடைந்திருக்கின்றது. இணைவதற்கு ஒரு முகூர்த்தம் என்றால் பிரிவதற்கும் ஒரு முகூர்த்தம் நிச்சயம் இருக்கும். அதற்கு சம்மதிக்கிற மனசு இதற்கும் நிச்சலனமாய் சம்மதித்துத்தானே ஆக வேண்டும். வாழ்க்கை ஒரு ரயில் பிரயாணம் என்று சும்மாவா சொன்னார்கள். பிரிவுக்கு அஞ்சுபவர்களுக்கு பிரயாண சுகமும் அனுபவமும் கிட்டுவதில்லை. அந்த அனுபவங்கள் எண்ணங்களில் இனிமையாகப் படர்ந்திருக்கும். மரணம் விடுதலையெனில் எதற்கு துக்கப்பட வேண்டும்? எல்லாத் துன்பமும் உடல் இருக்கும் வரைதான். அது இனி உடலற்றது. அதற்கினி எந்தத் துன்பமும் இல்லை. வெய்யிலில் வாடாது, மழையில் நனையாது, பசியிருக்காது, தாகமிருக்காது, பிபி கிடையாது, அடைப்பு ஏற்படாது, ஆபரேஷன்கள் கிடையாது, எவ்வளவு பெரிய விடுதலை! இருக்கட்டும். அப்படியே உடலற்று இருக்கட்டும். காமத்திற்கும் கஷ்டங்களுக்கும்தான் உடல் வேண்டும். காதலுக்குத் தேவையில்லை. உடலற்றதோடும் காதல் தொடரலாம்.

நீண்டநாள் கழித்து நான் பயமின்றி உறங்கினேன்.

தொலைபேசி நீளமாய் அடித்தது.

எழுந்து சென்று எடுத்துப் பேசினேன்.

"ஹலோ..."

"நாந்தாம்மா பேசறேன். எப்டியிருக்க?" அவர் குரல்தான்.

"நல்லார்க்கேன்."

"அப்பறம். என்ன விசேஷம்?"

“விசேஷம்தானே? உண்டு. நீங்கள் செத்துப்போய் விட்டீர்கள். ஞாயிற்றுக்கிழமை உங்களுக்கு பத்து. வந்து விடுங்கள்.”

“கண்டிப்பா வரேன். படையல் மெனு என்ன?”

“உங்களுக்குப் பிடிச்சதெல்லாம் உண்டு. உப்பில்லாமல்.”

“சிகரெட் உண்டா?”

“உண்டு. நிக்கோட்டின் இல்லாமல்.”

***

8

அவன் வருவாள்...

ஐ.சி.யூவின் கண்ணாடிக் கதவு வழியே ராமச்சந்திரன் எட்டிப்பார்த்த அதே நேரம், அம்மாவின் கண்களும் அவன் புறம் பார்த்தது. 'உள்ளே வா' என்று முகத்தை அசைத்து அழைத்தாள். ராமச்சந்திரன் தயங்கினான். டாக்டர்கள் ரவுண்ட்ஸ் வரும் நேரம் இப்போது உள்ளே போக வேண்டாம் என்று நர்ஸ் சொல்லிவிட்டுப் போயிருந்தாள். ராமச்சந்திரன் சுற்றுமுற்றும் பார்த்தான். யாரையும் காணவில்லை. ஒரு நிமிடம் போய்விட்டு வந்தால் என்ன என்று தோன்ற, கதவை மெதுவாகத் தள்ளித் திறந்துகொண்டு உள்ளே போனான். ஆக்ஸிஜன் மாஸ்க்கை சற்றே தூக்கிவிட்டு "உட்கார்" என்றாள் ஈனஸ்வரத்தில்.

"அப்பறம் வரேம்மா. டாக்டர்ஸ் வர நேரம்."

"உங்கிட்ட நிறைய பேசணும்."

"பேசலாம். இப்பொ நீ பேசக்கூடாது. யாராவது பார்த்தா என்னைத்தான் திட்டுவாங்க."

அம்மாவின் முகத்தில் துயரம் அப்பியது. ஏதோ சொல்லத் துடித்தாள் அவள். அது என்ன என்றறியும் ஆவல் ராமச்சந்திரனுக்கும் இருந்தாலும்கூட அம்மாவின் உடல்நிலை கருதி அவளை அமைதிப்படுத்திவிட்டு வெளியில் வந்து அமர்ந்தான்.

டாக்டர்கள் கூட்டமாக உள்ளே சென்றனர். அரைமணி நேரம் கழித்து அவர்கள் வெளியில் வர ராமச்சந்திரன் அவரை நெருங்கினான்.

“விஜயலஷ்மியம்மா.”

“நல்லார்க்காங்கப்பா. அபாயக்கட்டம் தாண்டிட்டாங்க.”

“ஆபரேஷன் பத்தி இன்னிக்குச் சொல்றதா சொன்னீங்க டாக்டர்.”

“இல்லப்பா... அம்மா ரொம்ப வீக்கா இருக்காங்க. சளி நிறைய இருக்கு. பிரஷர் குறையணும். இன்னும் நாலு நாள் பார்த்துட்டுச் சொல்றேன்.”

“பயப்பட ஒண்ணுமில்லையே டாக்டர்.”

“டோண்ட் ஒர்ரி” அவர் முதுகில் தட்டிக் கொடுத்துவிட்டு தன் கூட்டத்தோடு நடந்தார்.

ராமச்சந்திரன் இப்போது சுதந்திரமாய் உள்ளே போய் அம்மாவின் அருகில் அமர்ந்தான். நர்ஸ் ட்ரிப்ஸ் பாட்டிலில் ஏதோ ஊசி மருந்தை இன்ஜெக்ட் பண்ணிவிட்டு புன்னகையுடன் அடுத்த பெட் நோக்கிச் சென்றாள். அம்மா சிரமப்பட்டு கண்களைத் திறந்தாள். ஆக்ஸிஜன் மாஸ்க்கை நீக்கச் சொன்னாள்.

“வேண்டாம்மா. பேசக்கூடாது.”

“பேசணும்.”

அவன் சற்றே கவலையுடன் மாஸ்க்கை நீக்கினான்.

“நான் பிழைக்க மாட்டேன்.”

“இதுக்குத்தான் பேச வேண்டான்னேன்.”

“எனக்கு ஏதாவது ஆச்சுன்னா அவன்தான் கொள்ளி போடணும்.”

“யாரு...?”

“சந்துரு...”

அம்மா உச்சரித்த பெயர் கேட்டதும் ராமச்சந்திரன் அதிர்ந்து போனான். அவளையே பார்த்தான்.

"அவனை எங்க போய்த் தேட...? பதினேழு வருஷமாய்டுத்தே."

"வருவான்."

"சரி வரட்டும். அதைப்பற்றி இப்பொ என்ன? நீ அலட்டிக்காதே. நான் போறேன், இருந்தா நீ பேசிட்டே இருப்ப."

ராமச்சந்திரன் வெளியில் வந்துவிட்டான். சற்று தூரத்தில் மாமாவும், தம்பியும் வந்துகொண்டிருப்பதைக் கண்டதும் வேகமாய் அவர்களிடம் சென்றான்.

"எப்டியிருக்கா அக்கா?"

"டாக்டர் பயப்பட எதுவுமில்லன்னார். ஆனா அம்மாதான் பயமுறுத்தறா."

"என்னாச்சு."

"பிழைக்க மாட்டேன்னு புலம்பறா. தவிர..."

"தவிர?"

"தான் செத்தா யார் கொள்ளி போடணுங்கறது முதற்கொண்டு சொல்றா."

"இதுல என்ன அவளுக்கு சந்தேகம்? பிள்ளை நீ பக்கத்துல இருக்கும்போது வேற யார் வந்து போடுவாளாம்?"

"சந்துரு வரணுமாம்."

"சந்துருவா..." மாமா திகைத்தார்.

"என்னடா சொல்ற?"

"அதான் நானும் கேட்டேன். வீட்டைவிட்டு அவன் ஓடிப்போய் பதினேழு வருஷமாகியிருக்காது? ஏன் ஓடினான்? எங்க போனான்? எங்க இருக்கான்னு கூடத் தெரியாத ஒருவனை எங்க போய்த்தேட?"

"பாவம்டா, என்ன இருந்தாலும் அவ வயத்துல பிறந்த பிள்ளையாச்சே பெத்த மனசு அடிச்சுக்கறது."

“அது சரி மாமா. ஆனா அவன் உசிரோடதான் இருக்கானாங்கறதே தெரியலயே. இத்தனை வருஷத்துல ஒரு தகவலும் இல்ல. அம்மாவானா இன்னும் அவன் வருவான்னு நம்பிட்ருக்கா.”

“பெத்தவடா, அவ நம்பினா நம்பிட்டுப் போகட்டுமே.”

“ஏம் மாமா அந்த ரெண்டுங்கெட்டான் வயசுல வீட்டைவிட்டு ஓடிப்போற அளவுக்கு அண்ணனுக்கு என்ன கஷ்டமாம்? படிப்பு ஏறலையா? அதுக்கு யாராவது திட்டினாங்களா?” தம்பி கேட்டான்.

“அதெல்லாம் எதுவுமில்ல. நல்லாத்தான் படிச்சுட்ருந்தான். பத்தாவதுல நல்ல மார்க்கூட வாங்கியிருந்தானே.”

“அப்புறம் ஏன் போய்ட்டான்?”

“தெரியலடா. அவன் காணாமத்தான் போனானா, இல்ல தெரிஞ்சேதான் போனானான்னு இந்த நிமிஷம் வரை யாருக்கும் தெரியாது. எங்களால முடிஞ்சவரை நாங்களும் தேடிப் பார்த்துட்டோம். வீட்டுக்கு மூத்த பையன் இப்டி போய்ட்டானேங்கற கவலைலயே உங்கப்பா ஹெல்த் கெட்டுப்போய் மனுஷன் போய்ச் சேர்ந்துட்டார். இப்ப உங்கம்மா இப்டி இருக்கா. அப்பா செத்ததுக்கே பேப்பர்ல எல்லாம் தகவல் கொடுத்து எங்க இருந்தாலும் வந்து சேருடா சந்துருன்னு விளம்பரம் கொடுத்தோம், வரலையே. இதெல்லாம் தெரியாதா உங்கம்மாக்கு? அதான் பெத்த மனசுங்கறது.”

“சார்... மிஸ்டர் ராமச்சந்திரன்” யாரோ அழைக்கத் திரும்பினார்கள்.

ஐ.சி.யூ வாசலிலிருந்து நர்ஸ்தான் அழைத்தாள். ராமச்சந்திரன் ஓடினான்.

“உங்கம்மா உங்களைக் கூப்பிடறாங்க. ப்ளீஸ் நீங்க மட்டும் போங்க. நீங்க வந்ததும் இன்னோர்த்தர் போகட்டும்.”

மாமாவும், முத்துவும் வெளியில் நிற்க, ராமச்சந்திரன் மட்டும் உள்ளே போனான்.

“என்னம்மா?”

“வீட்ல...”

“சொல்லு...”

“முருகன் படத்துக்குப் பின்னால்...”

அம்மாவின் விழிகள் குத்திட்டது. ராமச்சந்திரன் மிரண்டான். நர்ஸை அழைத்தான். அவள் வேகமாய் வந்து பார்த்தவள். “மை காட்” என்றபடி அம்மாவின் மார்பில் இரு கரத்தையும் வைத்து மசாஜ் செய்து மாற்றி மாற்றி குத்தினாள். டாக்டருக்குத் தகவல் பறந்து அவர் வருவதற்குள் நர்ஸ் உதடு பிதுக்கினாள். ராமச்சந்திரன் துவண்டு போய் வெளியில் வந்து சுருண்டு உட்கார்ந்து அழ ஆரம்பித்தான்.

மாமாவும் முத்துவும் உள்ளே சென்றார்கள்.

“அம்மா என்னடா சொன்னா?” மாமா கண்கலங்க வந்து விசாரித்தார்.

“முருகன் படத்துக்குப் பின்னாலன்னு ஏதோ சொல்ல வந்தா, பாதிலயே முழி நின்னுடுத்து. குரல் அடைச்சுடுச்சு.”

“ஈஸ்வரா.”

மாமா அவனை ஆறுதலாகத் தட்டிக் கொடுத்தார். “சரி இங்க எல்லா பார்மாலிட்டீஸையும் நான் பாத்துக்கறேன். நீ போய் அந்த முருகன் படத்துக்குப் பின்னால என்னன்னு பாரு.”

மாமா அவனைச் சமாதானப்படுத்தி ஆட்டோவில் ஏற்றி அனுப்பி வைத்தார்.

முருகன் படத்திற்குப் பின்னால் நீல நிறத்தில் ஒரு சிறிய டைரி இருந்தது. தூசி தட்டி அதைப் பிரிக்கும்போதே ஒரு இன்லண்ட்

லெட்டர் கீழே விழுந்தது. முத்து முத்தான கையெழுத்தில் அம்மாவுக்கு யாரோ எழுதிய கடிதம். அடியில் பெயரைப் பார்த்ததும் ராமச்சந்திரன் திடுக்கிட்டான். சந்துருவா...? எப்போது எழுதினான். தேதியைப் பார்த்தான். பதினைந்து வருடமாகிறதா...! மூச்சை இழுத்துப் பிடித்துக்கொண்டு அதை வாசித்தான்.

அன்புள்ள அம்மா,

என்னிடமிருந்து இந்தக் கடிதத்தை நீ எதிர்பார்த்திருக்க மாட்டாய். அப்பாவின் மரணம் குறித்து பேப்பர் மூலம் அறிந்தேன். உனக்கு ஆறுதல் சொல்ல இயலாத தூரத்தில் இருக்கிறேன். அழுவதைத் தவிர வேறு எதுவும் செய்ய இயலாத துர்ப்பாக்கியசாலி நான். பெற்ற தாயிடம்கூட சொல்லிக் கொள்ளாமல் வீட்டைவிட்டு வந்துவிட்டேன். உனக்கு என்மீது கோபமும் வருத்தமும் இருக்கலாம். ஏன் வந்தேன் என்று சொன்னால் கோபப்படமாட்டாய். மாறாக அழுவாய். உன்னை அழ வைக்க நான் விரும்பவில்லை. நான் குற்றமற்றவன் என்பதை மட்டும் நீ நம்பு போதும். நான் நலமாக இருக்கிறேன். என்னால் முடிந்தபோது உன் வங்கிக் கணக்கிற்குப் பணம் அனுப்பி வைக்கிறேன். தம்பிகளை நன்கு படிக்கவை. அவர்கள் நன்றாக இருக்க வேண்டும் என்பதே என் ஆசை, பிரார்த்தனை எல்லாம்.

மற்றொரு கடிதமும் உள்ளே இருந்தது. ராமச்சந்திரன் அதைப் பிரித்தான்.

அம்மாவுக்கு சந்துருவின் அநேக நமஸ்காரம். ஒரு வேலையாக நான் மெட்ராஸுக்கு வருகிறேன். முடிந்தால் சென்ட்ரல் ஸ்டேஷனுக்கு வரவும். உன்னைச் சந்திக்க

ஆசைப்படுகிறேன். நீ வருவது யாருக்கும் தெரிய வேண்டாம்.

மற்றவை நேரில்.

ராமச்சந்திரன் வியந்தான். அம்மா சந்துருவைச் சந்தித்தாளா என்று தெரியவில்லை. டைரியைப் புரட்டினான். ஒரு பக்கத்தில் அம்மாவின் பாமரக் கையெழுத்து தெரிய பரபரப்பாய் வாசித்தான். மும்பையில் ஏதோ முகவரி. யாருடையது என்று தெரியவில்லை. எதற்கு எழுதி வைத்திருக்கிறாள் என்றும் தெரியவில்லை. ஒருவேளை சந்துரு அண்ணாவின் முகவரியா? கேர் ஆஃப் அட்ரஸ் கொடுத்திருக்கிறானா? ராமச்சந்திரன் கடிதங்களையும் டைரியையும் எடுத்துக்கொண்டு ஆஸ்பத்திரிக்கு விரைந்தான்.

"பாடியை ஒப்படைக்க நேரமாகும் போல இருக்குடா ராமு. கவர்ன்மென்ட் ஆஸ்பத்திரியாச்சே போஸ்ட்மார்ட்டம் பண்ணுவாங்க போலருக்கு. ஒரு பயலும் ஒழுங்கா பதில் சொல்லமாட்டேங்கறாங்க."

"மாமா இதைப் பாருங்களேன்" ராமச்சந்திரன் அவற்றைக் காட்டினான். மாமா ஆச்சர்யப்பட்டார்.

"இந்த அட்ரஸுக்கு உடனே எக்ஸ்பிரஸ் டெலிகிராம் குடு. அல்லது மும்பைல யாரையாவது உனக்குத் தெரியும்னா அவங்களை உடனே இந்த இடத்துக்குப் போக முடியுமான்னு கேளு. சந்துரு கண்டிப்பா இங்கதான் இருக்கணும்."

மாமா பரபரப்பாகச் சொல்ல, ராமச்சந்திரன் ஓடினான். அவர் சொன்னபடி செய்தான். கான்டாக்ட் நம்பராக வீட்டு டெலிபோன் நம்பரையும் கொடுத்து உடனே பேசச்சொல்லி சந்துருவுக்கு டெலிகிராம் கொடுத்தான்.

ஆஸ்பத்திரி பார்மாலிட்டீஸ் முடிந்து அம்மாவின் பாடி வீட்டுக்கு வந்த அதே சமயம் டெலிபோனும் அடித்தது. ஓடிப்போய் எடுத்தான்.

“சந்துரு பேசறேன்” கரகரப்பான குரல் கேட்டதும், அத்தனை துக்கத்திலும் முகம் மலர்ந்தான்.

“நான் ராமச்சந்திரன். எப்டிண்ணா இருக்க?”

“நல்லார்க்கேன். உன் டெலிகிராம் கிடைச்சுது.”

“உடனே கிளம்பி வாண்ணா.”

“நான் வரல. நீயே எல்லாத்தையும் பண்ணிடேன்.”

“என்னண்ணா இப்படிச் சொல்ற, அம்மாவோட கடசி ஆசையைக் கேட்டா நீ இப்படிச் சொல்லமாட்ட. நீதான் அவளுக்குக் கொள்ளி போடணும்னு ஆஸ்பத்திரில வெச்சு எங்கிட்ட சொல்லியிருக்கா. முருகன் படத்துக்குப் பின்னால உன் விலாசம் இருக்கறதையும் அவதான் சொன்னா. தயவுசெய்து வாண்ணா. இங்க யார்ட்ட உனக்கென்ன கோவம்? வரக்கூடாதுன்னு அப்படி என்ன வைராக்யம்?”

“சரி வரேன்.”

“டிரெயின்தானே?”

“இல்ல. பிளைட்ல வரப்பாக்கறேன்.”

தொடர்பு துண்டிக்கப்பட்டது.

“அண்ணா வந்துடறேன்னு சொல்லிட்டான். அதுவரை அம்மாவைப் பத்திரமா பாதுகாக்கணும். ஐசுக்கு சொல்லியாச்சா?”

“வந்துட்ருக்கு.”

உறவு ஜனம் ஒவ்வொன்றாய் சூழ்ந்துகொண்டு அழ ஆரம்பிக்க வாசலில் டியூப் லைட் போட்டார்கள். மறுநாள் மும்பை விமானம் எப்போது வரும் என்று விசாரித்தான் ராமச்சந்திரன்.

நள்ளிரவு போன் மீண்டும் அடித்தது.

“விடியற்காலம் கிளம்பறேன், வந்துடுவேன். எல்லாம் ரெடியார்க்கட்டும்.”

சந்துரு அண்ணாவின் குரல்.

அம்மா அவனுக்காக அமைதியாய்க் காத்திருந்தாள். பனிக்கட்டிகள் அவள் மரணத்திற்காக கரைந்துகொண்டிருந்தது.

ஒன்பது மணிவாக்கில் ஆட்டோ ஒன்று வந்து நிற்க ராமச்சந்திரன் எட்டிப் பார்த்தான். யாரோ ஒரு பெண் இறங்கினாள். முதுகுப்புறம் மட்டுமே தெரிந்தது. ஆட்டோ கட் பண்ணிவிட்டு அவள் திரும்ப ராமச்சந்திரன் யாரென்பது போல புருவம் சுருங்கப் பார்த்தான். சல்வாரும் துப்பட்டாவும், சின்னக் கொண்டையுமாய் வந்தவள் யாரெனத் தெரியவில்லை.

"யாரு...?" அருகில் வந்ததும் கேட்டான்.

"சந்துரு..." அவள் சொல்ல ராமச்சந்திரன் ஆணியறைந்தாற்போல் நின்றான்.

"இதனாலதான் போய்ட்டேன். கடசிவரை வரவே வேண்டாம்னுதான் நினைச்சேன். அம்மாவோட கடைசி ஆசையைக் கேட்டப்பறம் எப்படி... என்னைக் கொள்ளிபோட விடுவாங்களாடா ராமு?" அவன்(ள்) கரகரப்பான குரலில் அழ, ராமச்சந்திரன் நெகிழ்ந்து போனான். அம்மாவின் மரணத்திற்குக்கூட அழாதவன் அண்ணனின் கோலம் கண்டு உடைந்து போய் அழுதான். எல்லோரும் அவர்களை விசித்திரமாகப் பார்க்க சந்துருவின் முகத்தில் கூச்சமும் பயமும் படர்ந்தது.

"நான் இருக்கேன் வா. அம்மாக்கு நீதான் கொள்ளி போடற. மாமா நமக்கு சப்போர்ட் பண்ணுவார். நீ எப்டியானா என்ன. நீதான் தலைச்சன் பிள்ள அவளுக்கு. அந்த உரிமை உனக்குத்தான்."

ராமச்சந்திரன் அவளது கரத்தைப் பற்றி உள்ளே அழைத்துக்கொண்டு சென்றான்.

***

9

குளத்தி

அந்தி மயங்கும் வரை குளத்தியின் உருவம் அந்த மலைக் கிராமத்தில் தென்படவில்லை. உச்சிப் பொழுதிற்குள் வந்துவிடுவதாகத் தபால் அட்டை அனுப்பியிருந்தாள்.

"யோவ் சக்கி. இந்த ஒரு அட்டைக்காக நாலு கிலோ மீட்டர் மலைப்பாதைல இறங்கி, ஏறி வந்திருக்கேன். குடிக்க எதுனா கொண்டாய்யா." தபால்காரர் மூச்சு வாங்கியபடி கயிற்றுக் கட்டிலில் அமர்ந்தார்.

சக்கி உள்ளே ஓடிப்போய் ஒரு பாத்திரத்தில் கம்பங்கூழும், துவையலும் கொண்டு வந்தார். நடந்து வந்த களைப்புக்குக் கம்பங்கூழ் இதமாயிருந்தது. என்ன இருந்தாலும் மலை மக்களின் கை ருசியே ருசிதான்.

"இத அட்டியே வாசிச்சுக்காட்டுங்க எஜமானே" சக்கி குனிந்து வளைந்து கேட்டான்.

"வர வழியிலேயே வாசிச்சுட்டேன். உம்மவ வராளாம். கடுதாசி போட்டு நாலு நாளாவுது. நாளைக்கு உச்சிப் பொழுதுக்குள்ள வந்துடுவாளாம்."

சக்கியின் முகம் மலர்ந்தது.

மரக்குடுவை நிறைய சேகரித்து வைத்திருந்த மலைத் தேனை ஒரு பாட்டிலில் ஊற்றி அழுத்தமாய் மூடித் தபால்காரருக்குக் கொடுத்தான். இப்படியெல்லாம் கொடுக்காவிட்டால் ஒரு தபால்

அட்டைக்காக நாலு கிலோ மீட்டர் மூச்சிறைக்க நடந்து வரமாட்டார் அவர், சுத்தமான மலைத்தேனைக் கண்டதும் தபால்காரர் முகம் மலர்ந்தது. இவ்வளவு பெரிய பாட்டில் தேன், கடையில் வாங்கப் போனால் முன்னூறு ரூபாய் பழுக்கும். மலைவாழ் மக்களுக்கு இது சர்வ சாதாரணம். பாட்டிலை வாங்கிக்கொண்டு கிளம்பினார் அவர்.

போகிற வழியில் அந்த மலை கிராமத்தின் பணக்காரர், ஆதிவாசிகளை தன் தோட்டத்து வேலைகளுக்குப் பயன்படுத்திக்கொண்டு, அவர்களுக்குப் படியளக்கும் எஜமானர் முத்துசாமி தபால்காரரைப் பார்த்ததோ குளத்தியின் வருகையை அறிந்து கொண்டதோ சக்கிக்குத் தெரியாது.

மறுநாள் காலை எழுந்தது முதல் பரபரப்பாயிருந்தான் அவன். பெண் வருகிறாளே! அதுவும் படித்துப் பட்டதாரியாய்! புல்லரித்தது அவனுக்கு. அந்த கிராமத்தின் சரித்திரத்தை அவன் பெண் முதல் முறையாய் உடைத்திருக்கிறாள். பெண் கல்விக்கு எதிரான கிராமம் அது. ஓட்டுக் கேட்கக்கூட அரசியல்வாதிகள் உள்ளே வரத் தயங்கும் உள்ளடங்கிய கிராமம். எவ்வித வசதியுமற்ற மலைப் பள்ளத்தாக்கில் மொத்தம் பதினைந்தே மலைஜாதிக் குடும்பங்கள். நாலைந்து கிலோ மீட்டர் நடந்து மேலேறி கீழிறங்கினால்தான் இவர்கள் வெளி உலகத்தையே பார்க்க முடியும். எது வேண்டுமென்றாலும் மலைப் பாதையில் அவர்கள் ஐந்து கிலோ மீட்டர் நடக்க வேண்டும். அப்படிப்பட்ட இடத்தில் ஆண்களுக்கே படிப்பில் ஆர்வமில்லாத நிலையில் சக்கியின் பெண் குளத்தி படிக்க ஆசைப்பட்டாள் என்றால் அதற்குக் காரணம் முத்துசாமி தன் மூத்த மகனைப் படிக்க அனுப்பி வைத்ததுதான். முத்துசாமியின் மற்ற இரண்டு பிள்ளைகளும் சிறுவர்கள். அவர்களது துணிமணிகளைத் துவைத்துப் போட்டு வீட்டுக்காரியம் செய்ய வந்த எட்டு வயசுக் குளத்திக்கு அந்த இரண்டு சிறுவர்கள்தான் விளையாட்டுத் தோழர்கள். ஒரு வாத்தியார் தினமும் வந்து முத்துசாமியின் பிள்ளைக்குப் பாடம் சொல்லித் தரும்போது, குளத்தியும் அந்தப்

பாடங்களைக் கேட்பாள். வாத்தியார் கேள்வி கேட்கும்போது குளத்தி முந்திக்கொண்டு பதில் சொல்லுவாள். வாத்தியார் வியந்துபோவார். "பரவால்லயே புத்திசாலியா இருக்கயே நீயும் பள்ளிக்கூடம் போய் படிக்கறயா பெண்ணே?" வாத்தியார் கேட்க குளத்தியின் கண்களில் ஆசை மின்னியது.

"பள்ளிக்கூடம் ஏதும் இங்கிட்டில்லையே."

"ஆமா இல்லதான். அஞ்சாறு கிலோமீட்டர் தினமும் நடந்துதான் போய்ப் படிக்கணும். முடியும்னா சொல்லு ஊருக்கு வெளில எங்க பள்ளிக்கூடம் இருக்குல்ல. அங்கயே சேர்த்துடறேன்."

குளத்தி அப்பனிடம் வந்து பள்ளிக்கூடம் போக அனுமதி கேட்டாள்.

"தெனம் அத்தினி தூரம் நடந்து போய் வர முடியாது பெண்ணே, நமக்கு ஏன் இம்புட்டு ஆசையெல்லாம்? விட்டுப்புட்டு நம்ம பொழைப்பைப் பார்ப்பயா?"

"எனக்குப் படிக்கணும்ப்பா."

"அதுக்கெல்லாம் காசு வேணுமில்ல? யார்கிட்ட இருக்கு? என்ன பிடிவாதம் பிடிக்கற நீயி?"

"காசெல்லாம் வேணாமாம். அரசாங்கப் பள்ளிதானாம். மதியம் சோறுகூடத் தருவாங்களாம். நான் போய்ட்டு வரேம்ப்பா."

"அம்புட்டு தூரம் நடக்க முடியுமா உன்னால. கருக்கல்ல புறப்படனும். பொழுது சாஞ்சப்பறம்தான் ஆடு வரமுடியும். பொட்டப்புள்ள! நடு வழில எதாச்சும் ஆச்சுன்னா... அதெல்லாம் வேணாம். வேலையப் பாரு" சக்கி முடியவே முடியாதென மறுத்துவிட்டான். குளத்தி ரெண்டு நாள் பச்சைத் தண்ணிகூட குடிக்காமல் அழுதுகொண்டிருந்தாள். மூன்றாம் நாள் பெற்ற மனம் இளகியது.

"கல்வி கற்கத்தானே ஆசைப்படுகிறது. அதென்ன தப்பான ஆசையா? ஏழைகள் படிக்கக் கூடாதென ஏதாவது சட்டமிருக்கிறதா என்ன? படித்தால் மரியாதைதானே?"

நாலாம் நாள் சக்கி தானே அவளை அழைத்துக் கொண்டுபோய் பள்ளியில் சேர்த்துவிட்டு வந்தான்.

குளத்தி பள்ளிக்குச் செல்லும் விஷயம் தெரிந்ததும் மற்ற குடும்பங்கள் அவனை 'வெட்டி வேலை' என்று கேலி செய்தன. 'பொட்டச்சிக்குப் படிப்பெதுக்கு' என்று முகம் சுளித்தன. எஜமான் முத்துசாமி அவனை அழைத்து வர ஆள் அனுப்ப சக்கி முதுகு வளைத்து அவர் முன் நின்றான்.

"என்னடா... பொண்ணைப் பள்ளிக் கூடத்துல சேர்த்திருக்கயாம்?"

"ஆமாய்யா."

"எதுக்காம்?"

"அது ஆசைப்பட்டுச்சுங்கய்யா?"

"அது ஆசைப்பட்டுட்டா உடனே சேர்த்துவிட்டுடுவயா? என்னைக் கேட்டியா ஒரு வார்த்தை?"

"தப்புதாங்கய்யா."

"தப்புன்னு சொன்னா போதுமா? முதல்ல அவ பள்ளிக்கூடத்தை நிப்பாட்டு."

"புள்ள ரொம்ப ஆசப்படுதுங்கய்யா."

"பொட்டச்சிக்கு எதுக்குடா படிப்பு? என் ஊட்டு வேலைய ஆரு செய்வா?"

"நாஞ்செய்யறேங்கய்யா."

முத்துசாமி அவனை விழித்துப் பார்த்தார்.

"அப்ப படிக்க வெப்பேன்ற."

அவன் மௌனமாக நின்றான்.

"சரி போ."

அவன் தயங்கித் திரும்பினான்.

"இனி உனக்கு வேலை கிடையாது."

“அய்யா ...”

“ரோசம் மானமிருந்தா வராதே. அப்பனும் மவளும் பட்னிகெடந்து சாவுங்க. படிப்பாம் இல்ல படிப்பு பாத்துப்புடறேன் அதையும்.”

சக்கியின் அடிவயிறு கலங்கியது. கூடவே ‘என் பெண்ணை நான் படிக்க வைக்க இவர் என்ன அனுமதிப்பது?’ என்ற கேள்வியும் தைரியமாக அவன் மனதில் முதன்முதலாக எழும்பியது. எழும்பிய கேள்வி அவன் ரோஷத்தைக் கிளறிவிட்டது. அன்றிலிருந்து அவரிடம் வேலைக்குப் போகவில்லை. மலைக்காட்டில் தேன் எடுத்து நகரத்திற்குச் சென்று விற்றான். கூடவே காட்டில் அனாமத்தாய் காய்த்துப் பழுத்துவிடும் அபூர்வக் கனிகளையும் சேகரித்து விற்றான். இதனால் தினமும் அவனும் குளத்தியோடு அவளுக்குத் துணையாய் ஐந்தாறு கிலோ மீட்டர் நடந்தான். ஒரு வருடம் இப்படி ஓடியது. வாத்தியார் ஒரு நாள் சொன்னார்,

“பொட்டபுள்ள தினமும் இம்புட்டு தூரம் நடந்து வந்து படிக்கறது கஷ்டம் சக்கி. பேசாம ஹாஸ்டல்ல சேர்த்துவிட்டுடு. அரசாங்க ஹாஸ்டல் எவ்வளவோ இருக்கு. பிரிஞ்சிருக்கறது கஷ்டம்தான். ஆனா இவ படிச்சு கலெக்டர் ஆபீஸ்ல ஏதாச்சும் உத்யோகத்துக்குப் போனா உனக்குத்தானே பெருமை.”

அவன் கண்களில் கனவு விரிந்தது. ‘எம்புட்டுப் பெரிய வேலை...!’ அவன் சம்மதித்தான். கோவையில் வாத்தியாரே ஒரு விடுதியில் அவளைச் சேர்த்துவிட்டார்.

விஷயம் கேட்டதும் முத்துசாமியின் வன்மம் மேலும் வளர்ந்தது.

“அவனை ஏனுங்கய்யா இன்னும் விட்டுவெச்சிருக்கீங்க. வெட்டிப்புட வேண்டியதுதானே?” ஜால்ராக்கள் சொல்ல, அவர் பதில் சொல்லவில்லை. அந்த அமைதியின் அர்த்தம் எவருக்கும் விளங்கவில்லை.

குளத்தி இல்லாமல் மிகவும் கஷ்டப்பட்டது, முத்துசாமியின் இரண்டாவது மூன்றாவது பிள்ளைகள்தான். குளத்திதான்

அவர்களுக்கு அத்தனை சிச்ருஷைகளும் செய்து வந்தாள். காலையில் வெளிக்குப் போனால் கழுவி விடுவதிலிருந்து இரவு யானைக் கதை சொல்லித் தூங்க வைப்பது வரை அவர்களைவிட இரண்டு மூன்றே வயது பெரியவளான குளத்திதான். அவர்களோடு விளையாடுவதும் அவள்தான், உணவூட்டுவதும் அவள்தான். அவள் இல்லாமல் அவர்கள்தான் மிகவும் சிரமப்பட்டார்கள். அவள் அளவுக்கு வேறு யாராலும் அவர்களைக் கவனிக்க முடியவில்லை. குளத்தியின் வருகைக்காக அவர்களும் காத்திருக்கின்றனர் என்றுதான் சொல்ல வேண்டும். ஏதோ ஒரு வாரத்தில் வந்து விடுவாள் என்று நினைத்த குளத்தி வருடக் கணக்கில் வராமல் போக, சிறுவர்கள் வளர்ந்தார்கள். வளர்ந்தாலும் குளத்தியின் நினைவு மட்டும், தினம் தினம் அவளை நினைத்துக் கொண்டிருந்ததால் பசுமையாகவே இருந்தது.

பள்ளிப் படிப்பு முடித்து, நல்ல மதிப்பெண்கள் வாங்கியதால் தொடர்ந்து அரசாங்கக் கல்லூரியிலேயே இலவசமாய் பி.ஏ. படிக்க அரசு உதவி கிடைக்க, பெண்ணின் பெருமை கண்டு பூரித்தான் சக்கி. பள்ளிப் படிப்பு முடிந்து கல்லூரியில் சேர்வதற்கு முன் இரண்டு மாத காலம் ஊருக்கு வந்தாள் குளத்தி. முத்துசாமியின் பிள்ளைகள் அவள் வளர்த்தியும் புத்தியும் கண்டு வியந்தார்கள். அவளோடு அதிக நேரம் கதை பேசினார்கள். அவள் அளவுக்கு தங்களுக்குப் படிப்பு ஏறவில்லை என பெருந்தன்மையாக ஒப்புக்கொண்டார்கள்.

“மேற்படிப்பு படிக்கவெக்கப் போறானாம்.” முத்துசாமியிடம் சிலர் குமுறினார்கள்.

“படிக்க வெக்கட்டுமே!” முத்துசாமி அலட்சியமாகக் கூறினார். வாய் கூறியதே தவிர அவர் கண்களில் ஏதோ ஒரு மிருகம் பதுங்கியது.

ஒரு வழியாய் குளத்தி பட்டப் படிப்பு முடித்தாள். கண்டிப்பாக முதல் வகுப்பில் தேறிவிடுவோம் என்ற நம்பிக்கையோடு,

ஊருக்கு வருவதாக அப்பாவுக்குக் கடிதம் எழுதிப் போட்டாள். அடுத்தாற்போல் ஆசிரியப் பயிற்சியும் முடித்துவிட்டால், அவள் படித்த பள்ளியிலேயே நிச்சயம் ஒரு வேலை கிடைத்துவிடும். நம்பிக்கையோடு சந்தோஷமாக ஊருக்குக் கிளம்பினாள். மெயின் ரோட்டில் பஸ் நிற்க, பெட்டியோடு இறங்கியவளை புன்னகையோடு வரவேற்றார் முத்துசாமி. அவள் வியப்போடு பார்த்தாள்.

“வா புள்ள... பெரிய படிப்பு படிச்சட்டு வர, அதான் பெரிய மனுசன் நானே உன்னை வரவேற்க வரதுதானே சரி.”

“அய்யா...” அவள் வியப்பும் சந்தோஷமுமாக அவர் கால் தொட்டு வணங்கினாள். “அப்பா வரலையா?”

“அவன ஆஸ்பத்திரில இல்ல சேத்திருக்கு.”

“ஐயோ... என்னாச்சுங்கய்யா?”

“காட்டுல ஒரு யானை தூக்கி எறிஞ்சுடுச்சும்மா. நல்ல காலம் உசிருக்கு ஆபத்தில்லை. உன்னை இப்டியே கூட்டிட்டுப் போகத்தான் நானே வண்டி கொண்டாந்திருக்கேன்” அவர் தான் புதுசாய் வாங்கியிருந்த மோட்டார் காரைக் காட்டினார்.

பதறியபடி அவள் அதில் ஏறினாள். வண்டி விரைந்தது. ஊருக்குள்ளே சக்கியோ விழிபிதுங்கப் பெண்ணின் வருகைக்காக மலைப்பாதையைப் பார்த்துக்கொண்டிருந்தான். அவள் வரவேயில்லை. ஏன் வரவில்லை எனப் புரியவில்லை. யாரிடம் கேட்பது எனத் தெரியவில்லை. சக்கி தன் குலதெய்வத்தைத் துணைக்கழைத்துக் கண்கலங்கினான். ஊரில் ஒருவரும் அவள் வராததற்காகக் கவலைப்படவில்லை. அவன் ஒற்றை ஆளாகப் பதறினான்.

இரண்டு நாள் கழித்து முத்துசாமி வந்தார்.

“ஏம்பா குளத்தியக்கா வரும்னு சொல்லி வரவேயில்லயே? நீ எங்கயாச்சும் பாத்தயா அக்காவை?”

“அவ வரமாட்டா?” அவர் ஒரு மாதிரி சிரித்தார்.

“என்னப்பா சொல்ற? ஏன் இப்டி சொல்ற?”

“வரமாட்டான்னா வரமாட்டாதான்.”

“உனக்கெப்டித் தெரியும்?”

“எப்டித் தெரியும்னு கேக்காதே எங்க இருக்கான்னு கேளு சொல்றேன்.”

“எங்கப்பா?”

“பைத்தியக்கார விடுதில.”

“எதுக்கு அங்க இருக்கா?”

“பைத்தியம் பின்ன எங்க இருக்கும்?”

“அக்காவுக்குப் பைத்தியமா?” அவர்கள் அதிர்ந்தார்கள்.

“நாலு பேர் சேர்ந்து ஒருத்தியைப் பைத்தியம்னா நம்பித்தானே ஆவணும்? படிக்கவெச்சான் இல்ல...? இதான் அவனுக்கு தண்டனை. இனி யாராலயும் அவளைக் காப்பாத்த முடியாதில்ல. பைத்தியம்னு முத்திரை குத்தி சங்கிலில கட்டிப் போட்டப்பறம்தான் நான் புறப்பட்டு வந்தேன்” அவர் சிரித்தார்.

“சில பேர் முளையிலேயே கிள்ளுவாங்க. நான் தளதளன்னு வளந்தப்பறம் வெட்டிட்டேன். புத்திசாலின்னு காட்டிக்கத்தானே கொழுப்பெடுத்துப் படிச்சா, பொட்டச்சின்னு ஒரு அடக்கம் வேணாம். இப்ப அந்த புத்திசாலியை, இந்த புத்திசாலி புத்தி சரியில்லாதவளாக்கிட்டு வந்திருக்கேன்.”

அவர் மீண்டும் சிரிக்க, பிள்ளைகள் அவரை வெறித்துப் பார்த்துவிட்டு பயத்தோடு விலகினார்கள். ‘இப்படியும் ஒரு மனிதனுக்கு வக்கிரம் இருக்குமா.’ அவர்கள் குளத்தியை நினைத்து அழுதார்கள். அவளைக் காப்பாற்ற ஒரு வழியும் தெரியாது திகைத்தார்கள். பைத்தியம் என பட்டம் பெறவா இத்தனை பாடுபட்டாள்!

அவர்கள் உணவுண்ணவில்லை. இரவு முழுக்க யோசித்தார்கள். ஒரு வழியும் புலப்படவில்லை. விடியும் நேரம் அண்ணன் தம்பியிடம் ஏதோ சொன்னான். தம்பி தலையசைத்தான்.

மறுநாள் காலை முத்துசாமியின் விடியல் மோசமாக இருந்தது. பிள்ளைகள் இருவரும் அரை நிர்வாணமாக அசட்டுச் சிரிப்போடு ஊரைச் சுற்றி ஓடிக்கொண்டிருந்தார்கள். ஒரு மாதிரி சிரித்தார்கள். பேசினார்கள். துணியைக் கிழித்துக்கொண்டார்கள். அத்தனை பைத்தியக்கார சேட்டைகளும் செய்தார்கள். முத்துசாமி மிரண்டுபோனார்.

"ஏதாச்சும் காத்து கறுப்பு பிடிச்சிருக்குமுங்கய்யா. பூசாரியக் கூட்டு மந்திரிச்சு வேப்பெல அடிச்சா சரியாப்போய்டும்."

பூசாரி வேப்பிலை அடித்துச் சோர்ந்து போனான். அவர்கள் முன்னிலும் மோசமாய் நடந்து கொண்டார்கள்.

"இது பித்துதாங்கய்யா. இப்டியே விட்டா எங்கயாவது குதிச்சு செத்துகித்துப் போய்டுவாங்க. கட்டிபோட்ருங்க. டவுண்ல இதுக்குன்னு ஆஸ்பத்திரி இருக்கு அங்க காட்டுங்க."

பூசாரி போய்விட்டார்.

முத்துசாமி தன் கையாலேயே அவர்களை முற்றத்துத் தூணில் கட்டிப்போட்டார். பெரியவன் சிரித்தான்.

"இதாம்ப்பா உனக்கு தண்டனை, குளத்தியக்கா வந்தா எங்க நோய் சரியாகும். என்ன சொல்ற?"

அவன் கேட்க அவர் சிலையாய் நின்றார். இரவு முழுக்கத் தூக்கமின்றி அலைந்தவர், விடிந்ததும் கிளம்பினார் குளத்தியை அழைத்து வர.

***

10

தேடல்

பசி காதை அடைக்கத் துவங்கியது. பசி, வறுமையால் அல்ல. வைராக்கியத்தால். வைராக்யத்தை உதறிவிட்டால் விருந்தே உண்ணலாம். ஆனால் விருந்தா வாழ்க்கை? பிறந்ததிலிருந்து எத்தனை வகையாய் உண்டாயிற்று! போதாதா? எல்லாவற்றையும் உண்டு உண்டு என்ன கிடைத்தது மன உளைச்சலைத் தவிர.

ஐம்பொறிகளும் செயலற்றுப் போயிருந்தாலும் உண்டுவிட்டு ஒரு மூலையில் ஏதுமறியாது ஜீவித்துவிட்டுப் போய்ச் சேரலாம். ஆனால் ஒரு குறையுமில்லாமல் ஐந்தும் செயலாற்றுகிறதே. சுற்றி நடப்பதை எல்லாம் பார்த்தும், கேட்டும், உணர்ந்தும் உள்ளம் குமுறித் தவித்தபடி மூன்றுவேளையும் உண்டு உறங்க எப்படி முடியும்? இந்த வெட்கங்கெட்ட உணவுண்ணலைவிட பசி மேல் என்று ஒதுங்கி வந்தாயிற்று. இனி இவ்வைராக்யத்திலிருந்து கொஞ்சம் புரண்டாலும் என்மேல் நானே காறித் துப்பிக்கொள்ள வேண்டியதுதான்.

நான் சுற்றுமுற்றும் பார்த்தேன். அம்மன் கோயில் வாசலில் முதியவர்களும் கை கால் ஊனமுற்ற சிலரும் பிச்சை எடுத்துக்கொண்டிருந்தார்கள். பேசாமல் அவர்கள் அருகில் சென்று அமர்ந்துவிட்டால் என்ன? ஒரு ஐந்து ரூபாய் தினம் தேறினாலும் போதுமே சாலையோரக் கடையில் ஒருவேளையாவது வயிறு நிறைய உண்ணலாம்.

‘ச்சட்...! பிச்சையா...? நானா...? ஏன் என் புத்தி இப்படிப் போகிறது? நன்றாகத்தானே இருக்கிறேன் நான் பிறகெதற்குப்

பிச்சை? இதற்கா ஸ்ரீமான் சீனுவாசய்யர் என்னைப் பெண்ணாகப் பெற்றார்? அதுவும் சீமந்த புத்ரியாக, சாதாரண தகப்பனா அவர்! யஜுர்வேத வித்தல்லவா! அந்த தேஜஸிலும் பிரவாகமாய் அவர் நாவிலிருந்து கொட்டும் வேத மந்திரங்களிலும் ஊரே இடுப்பில் துண்டு கட்டி சிரம் தாழ்த்தியல்லவா வணங்கும். அவர் இன்று இல்லைதான். ஆனாலும் அவருக்குப் பெண்ணாய்ப் பிறந்துவிட்டு பிச்சை எடுப்பதா?'

'வேண்டாம். ஆனால் பசிக்கிறதே. போ... எங்காவது ஏதாவது வேலை செய். செய்த வேலைக்குக் காசு கேள். கிடைத்த காசில் பசியடக்கு.'

எனக்கு நானே உத்தரவிட்டவாறு நடந்தேன். 'என்ன வேலை செய்வது? என்னை நம்பி யார் என்ன வேலை தருவார்கள்?' யோசிக்கும்போதே புத்தி குரங்காய் வேறு ஒரு காட்சிக்குத் தாவியது.

என் உடம்பு முழுக்கத் தங்கமும் வைரமும் ஜொலிக்கிறது. தலை உச்சியில் தங்க ராக்குடியில் ஆரம்பித்து, கழுத்தில் அட்டிகைகளும் காசு மாலையும் புரள, கைகளில் தங்க வங்கிகள் இறுக்கிப் பிடிக்க, இடுப்பில் ஒட்டியாணம் மின்ன, உடம்பில் அகல ஜரிகையோடிய பட்டுப் புடவை தழுவ, என் ஒரு வயதுக் குழந்தை இடுப்பிலும், அருகில் கோட்டு சூட்டு தங்க பொத்தான் சகிதம் என் புருஷனுமாய் புகைப்படம் எடுத்துக்கொண்ட காட்சி. அடேயப்பா! என் புருஷன் சாதாரண ஆளா என்ன? ஒரு வியாபாரமா இரண்டு வியாபாரமா? பட்டுத் துணியில் ஆரம்பித்து பஞ்சு மெத்தைவரை எத்தனை வகை வியாபாரம் செய்பவர்.

ஏதோ ஒரு தூரத்து உறவுக் கல்யாணக் கூட்டத்தில் என்னைப் பெண் பார்த்து உடனே விசாரித்து சம்பந்தம் பேசி திருமணமும் முடித்த கதை தனிக்கதை. மொத்தத்தில் யஜுர் வேதம் சந்தோஷமாக என்னைத் தாரைவார்த்துக் கொடுத்துவிட்டு அக்கடா என்று பாரம் கழிந்த நிம்மதியில் தன் காரியங்களைத் தொடர்ந்து பார்த்துக்கொண்டது.

பதினேழு வயசுக்குப் பிள்ளை பெறத் தெரிந்த அளவுக்கு வேறு ஒரு லோக விஷயமும் எனக்குத் தெரியாது. வீடு நிறைய வேலை ஆட்கள். அவர்களை விரட்டி விரட்டி வேலை வாங்கிக்கொண்டு, பட்டுப் புடவையும் தங்க ஆபரணங்களுமாய் புருஷனுடைய அந்தஸ்தைக் காட்டும் கண்ணாடியாய் வளைய வந்தால் போதும். அப்படித்தான் இருந்தேன் நான்.

நாற்பது வயதில்தான் என்னைச் சுற்றி நாலாபுறமும் என்ன நடக்கிறது என்று பார்க்கும் புத்தியே எனக்கு வந்தது. அதற்குப் பிறகுதான் ஆரம்பித்தது என் சத்திய சோதனை.

பிறக்கும்போதே பணத் தொட்டிலில் புரண்டதாலோ, அல்லது வளர வளர தகப்பன் கொடுத்த அதீத செல்லத்தினாலோ பிள்ளை எட்டு வயசிலேயே மூர்க்க குணமாயிருந்தது. வீட்டுக்கு வெளியில் தனக்கு வேண்டியதை எல்லாம் அடி உதையில் சாதித்துக்கொண்டது. படிப்பு நன்றாக வந்தும் இந்த மூர்க்க குணத்தால் படிக்காமலே மதிப்பெண் பெற புத்தி அலைந்தது. சபல வாத்தியார்களுக்கு காசு கொடுத்தும், பயங்கொள்ளி வாத்தியார்களுக்கு வெட்டிடுவேன் குத்திடுவேன் என்று செல்ல மிரட்டல்கள் விட்டும் மதிப்பெண் பெற்றுக்கொண்டது.

கண்டித்த எனக்கு, 'வேலையைப் பார்த்துட்டுப் போ' என்ற உபதேசம்.

"உங்க பிள்ளையைக் கண்டிக்கப்படாதா?" புருஷனிடம் கெஞ்சினால் "சின்னப் பையன் தானே, தானா சரியாய்டுவான் விடு" என்பார் அலட்சியமாய். எங்கே சரியானான்? கல்லூரிக்குள் கால் வைத்ததும் இன்னும் மூர்க்கனானதுதான் மிச்சம். கட்டுக்கட்டாய் பணம் செலவழித்தான் மாணவர் தலைவனாக. எதிர்த்தவர்களை எல்லாம் அடி உதையால் ஓரங்கட்டினான். இந்தத் தேர்தலுக்கே இத்தனை வீரம் காட்டினால் நாளை நாடாளும் தேர்தலில் நின்றால்...? என் உடம்பு நடுங்கியது.

"டேய் கண்ணா வேணாண்டா. உங்க தாத்தா வேதம் சொல்லி வாழ்ந்தவர்டா, அடி உதையும் உடல் பலமும் நம்ம தொழில்

இல்லடா கண்ணா. விட்ருடா. உனக்கெதுக்கு தலைமை ஆசை? படிப்புல காட்டுடா இந்த வீரத்தை எல்லாம். அல்லது உன் உடல் பலத்தைக் காட்டணும்னு நெனச்சா பேசாம மிலிட்டிரில சேரு. துஷ்டர்களையாவது சம்ஹாரம் பண்ணு. அதை விட்டுட்டு இப்டி உன் பலத்தை அல்ப விஷயங்களுக்கு வீணடிக்காதேடா."

நான் கெஞ்ச, அவன் அலட்சியமாய் சிரித்தான். "காலேஜ்ல யாருக்கும் நான் எந்த ஜாதின்னே தெரியாது தெரியுமா? அது தெரிஞ்சா ஒரு பய மதிக்கமாட்டான். போடா பருப்பு சாதம்னு கேலி பண்ணுவான். இப்ப என்னைப் பார்த்தா படையே நடுங்கும். இந்த த்ரில் வேற எதுல கிடைக்கும் சொல்லு."

ம்ஹூம். இது முற்றிவிட்டது. விஷம் ரத்தத்தில் கலந்துவிட்டது.

நான் பதைபதைத்தேன். புருஷனிடம் எச்சரிக்கலாம் என்று அவரைத் தேடிச் சென்றால் அவர் அவசர அவசரமாக ஒரு சூட்கேஸில், கட்டுக் கட்டாய் பணத்தையும், நகைகளையும், பத்திரங்களையும் எடுத்து அள்ளிப் போட்டுக்கொண்டு தோட்டத்திற்கு ஓட நானும் பின்னால் ஓடினேன். மாமரத்தடியில் குழி தோண்டி அவசரமாய் மூடி, நோண்டிய அடையாளம் தெரியாமல் சமன் செய்து குப்பைகளையும் குப்பை எரித்த சாம்பலையும் அள்ளி அதன்மீது போட்டார்.

"என்ன இதெல்லாம்?"

"உள்ள போறயா?"

"எனக்கொண்ணும் புரியல."

"உன் மரமண்டைக்கு ஒண்ணும் புரியாது. பேசாம உள்ள போ."

அடுத்த இரண்டு நாளில் வீட்டிற்கு யார் யாரோ வந்தார்கள். எதை எதையோ தேடினார்கள். உதட்டைப் பிதுக்கியபடி போனார்கள். அவர்கள் போன பிறகு தகப்பனும் மகனும் கை குலுக்கியபடி சிரித்தார்கள்.

"அப்பாடா தப்பிச்சோம்" அவர் பெருமூச்சு விட்டார்.

எனக்குப் புரிந்துவிட்டது. "எல்லாம் கணக்கில் வராத காசுதானே?" கேட்டுவிட்டேன். நான் மரமண்டையல்ல என்பதைப் புரிய வைக்க, அவர் சிரித்தார்.

"பரவால்லயே" என்றார்.

"இது தப்பில்லையா?" நான் ஆதங்கத்துடன் கேட்டேன்.

"என்ன தப்பு. நான் உழைச்சுச் சம்பாதிச்ச காசை வரிங்கற பேர்ல வாரி வாரிக் கொடுக்கச் சொல்றயாக்கும்."

"இருந்தாலும் சட்டத்தை மீறலாமா? பிராமணன் பழி பாவத்துக்கு அஞ்சுவான்னு சொல்லுவா."

"யார் சொன்னா நான் பிராமணன்னு? நான் வியாபாரிடி, எது சரி எது தப்புன்னு எனக்குத் தெரியும். நீ உன் வேலையைப் பாரு! வந்துட்டா புத்தி சொல்ல."

"அதுவும் என் வேலைதானே?"

"பேசின... பல்லை உடைப்பேன்."

"நெத்திக் கண்ணைத் தொறந்தாலும் தப்பு தப்புதான்."

"வாய மூட்றி நாயே."

"அப்பா... என்னப்பா இது. அம்மாவே நம்மள காட்டிக்குடுத்துடுவா போல்ருக்கே."

"இவளா...!" அவர் இளக்காரமாகச் சிரித்தார்.

"அவ்ளோ அறிவெல்லாம் ஏதுடா உங்கம்மாக்கு! அதுவும் தவிர எந்த பொம்மனாட்டி ஜன்மமாவது பணமும் நகையும் வேண்டாம்னு சொல்லுமா என்ன?"

இருவரும் நாராசமாய் சிரித்தார்கள். நள்ளிரவில் இரண்டு எருமைகளும் போதையில் உறங்க, நான் எழுந்தேன். போதும். பொறுத்தது போதும், எனப் பொங்கி எழுந்துவிட்டேன். என்னாலா முடியாது? பார் முடித்துக் காட்டுகிறேன்.

தோட்டத்து மண்ணை நோண்டிப் பெட்டியை வெளியில் எடுத்து மறுபடியும் அந்த இடத்தைச் சரிசெய்து பெட்டியை என் அறையில் மறைத்து வைத்தேன்.

மறுநாள் இருவரும் வெளியில் போனதும் ஒரு வெள்ளைத் தாள் எடுத்து எழுதினேன்.

"உங்கள் குற்றங்களுக்கு சாட்சியாய் நிற்க இயலாமல் வீட்டைவிட்டுப் போகிறேன். கடவுள் உங்களைத் திருத்தட்டும். என்னைத் தேட வேண்டாம்."

பெட்டியுடன் கிளம்பி திருப்பதி வந்தேன். பெட்டியை உண்டியலில் போட்டுவிட்டுக் கால்போன போக்கில் ஊர் ஊராய் நடந்தேன். இதோ இப்போது பசி காதை அடைக்க, ஏதாவது வேலை கிடைக்குமா என்று பார்க்கிறேன்.

சற்று தூரத்தில் ஒரு வீடு, சுற்றிலும் மதிற்சுவர்களுக்கு நடுவே தனி வீடு.

உள்ளே நுழைந்து கதவை தட்டினேன். வெளியில் வந்த பெண்மணி என்னைப் பிச்சைக்காரி என நினைத்து உள்ளே போய் பழையதும் ஊறுகாயும் கொண்டு வந்தாள்.

"நான் பிச்சைக்காரி இல்லம்மா. வேலை ஏதாவது கிடைக்குமான்னு கேக்க வந்தேன்."

"வேலையா...?" அவள் விழித்தாள். உள்ளே போய் மாமியாரோ, அம்மாவோ ஒரு முதியவளை அழைத்து வந்தாள்.

"ம்... என்ன வேலை செய்வ?"

"எதுவேணா. சமைப்பேன், துணி தோய்க்கறேன், வீடு பெருக்கி அலம்பித் துடைக்கணுமா, செய்யறேன்."

"இப்போதைக்கு ஒரு வேலை செய்யறயா?"

"சொல்லுங்க."

"நாலு நாளா கக்கூஸ் கழுவற பொம்பள வரல. அத்த தேச்சு விட்டுட்டுப் போறயா அஞ்சு ரூபா தரேன்."

"நானா... கக்கூஸா..." திடுக்கிட்டது. என் மனம், 'ஏன் நீ என்ன பெரிய இவளா? இதிலென்ன கேவலம்? காந்திஜி கழுவவில்லை கக்கூஸை? கடமை என்று வந்துவிட்டால் தூக்குப் போடும் தொழிலாளிக்குக்கூட அவன் வேலையைச் செய்யும்போது அந்தக் கொலைக்கான பாவம் அவனைச் சேர்வதில்லை. அப்படித்தான் கசாப்புக் கடைக்காரனும். பொய்யும் புரட்டும் பலாத்காரமுமல்லாத எதுவும் பாவமில்லை. உன் புருஷனின் கறுப்புப் பணத்தில் உடலெல்லாம் தங்கம் சுமந்த பாவத்தையும், நெய்யும் தயிரும் ஊற்றி உண்டு உடம்பில் கொழுப்பாய் சேர்த்துக்கொண்ட பாவத்தையும், உன் கர்ப்பத்தில் ஒரு பாவ மூட்டையைச் சுமந்து இறக்கின பாவத்தையும்விட இதொன்றும் பெரிய பாவமில்லை. உண்ணுமிடம் உசத்தி என்றால், உண்டதன் கழிவு சேருமிடம் மட்டும் எப்படி மட்டமாகிவிடும்? மனிதனின் சங்கடங்களை ஏற்றுக்கொள்ளும் அதுவும்கூடப் புனிதமான இடம்தான். கழுவிவிடு தப்பே இல்லை. உன் பாவங்கள் அங்கு கரைந்து போகட்டும்.'

உள்ளம் இடித்துரைக்க நான் மௌனமாய் அந்த அம்மாளைத் தொடர்ந்து சென்றேன்.

அவள் கொடுத்த சாமான்களைக் கொண்டு கழிவறையை பளிச்சென்று ஆக்கிவிட்டு கைகால் கழுவிக்கொண்டு முன்பக்கம் வந்தேன்.

அவள் ரூபாயும் அந்தப் பழைய சாதமும் கொண்டு வந்தாள்.

"நீ யாரும்மா. எந்த ஊரு?" பரிவுடன் கேட்டாள்.

நான் ஊர் சொன்னேன். சற்று தயக்கத்திற்குப் பிறகு அந்தம்மாள் கேட்டாள்.

"பாத்தா கீழ்சாதி மாதிரி தெரியல. நீ என்ன சாதிம்மா?"

நான் யோசித்தேன். 'இதற்கு என்ன பதில் சொல்வது? நான் என்ன சாதி? வேதம் முழங்கும் பிராமணனுக்கு மகளாய்ப் பிறந்ததால் நான் பிராமண குலமா? அந்தணத் தொழிலை விடுத்து வியாபாரம் செய்தவனை மணந்ததால் நான் வைசிய

ஜாதியா? அல்லது அடி உதை வெட்டு குத்து என்று தன் உடல் பலம் பிரயோகிக்கும் ஒரு பிள்ளைக்குத் தாயாயிருப்பதால் நான் ஷத்திரிய ஜாதியா? இல்லை இவை அனைத்தையும் உதறிவிட்டு இங்கு வந்து கழிப்பறை கழுவியதால் நான் கடைசி வர்ணத்தைச் சேர்ந்தவளா?'

'நான் யார்? தொழிலை வைத்துக் குலமா? அல்லது குலத்தை வைத்துத் தொழிலா? இல்லை. இங்கே எவருக்கும் அடையாளமில்லை. அதுதான் உண்மை.'

'வர்ணாசிரம தர்மங்கள் எல்லாம் ஒழிந்து போய்விட்டன. யாரும் எவற்றையும் கடைபிடிப்பதில்லை. எது தனக்கு சௌகர்யமோ அதைச் செய்கிறான் மனிதன். இது சரியா தவறா என்ற கேள்விக்கெல்லாம் அப்பாற்பட்டு மிக வேகமாக எங்கோ ஓடிக்கொண்டிருக்கிறது மனித குலம்.'

"என்ன யோசனைம்மா. நான் கேட்டது காதுல விழுந்துதா...?"

"விழுந்துதும்மா. உங்க கேள்விக்கு ஆண்டவனைக் கேட்டுத்தான் பதில் சொல்லணும். நான் வரேம்மா" நான் பழையதை மறுத்துவிட்டு என் உழைப்புக்குக் கிடைத்த கூலியோடு பலகாரக்கடை நோக்கி நடக்க ஆரம்பித்தேன்.

***

— 11 —

பூமி

செந்தில்குமரன் பேருந்து நிலையத்திற்கு வந்தபோது வெய்யில் சுள்ளென்று ஏறியிருந்தது. தஞ்சாவூர் பஸ் கிளம்பத் தயாராயிருக்க, ஓடினார். மூச்சிறைத்தது.

“ஏம் பெரியவரே! அடுத்த பஸ்லதான் வரது. இவ்ளோ கூட்டத்துல ஏன் நின்னுக்கிட்டே வரணும்?”

அவர் பதில் சொல்லாமல் கும்பலில் பிதுங்கி நுழைந்து கம்பியைப் பற்றிக்கொண்டார். சரவணன் மதிய ஷிஃப்ட்டிற்குக் கிளம்புவதற்குள் அவனைப் பிடித்துவிட வேண்டும் என்ற துடிப்பில் இருந்தார் அவர். கையோடு அவனை அழைத்து வந்தால்தான் வள்ளியம்மாவை கிராமத்து சின்ன ஆஸ்பத்திரியில் சேர்க்க முடியும். வண்டி வைத்து அவளை அழைத்து வர அவரிடம் பணமுமில்லை. மனதில் தைரியமுமில்லை.

அவளுடைய கர்ப்பப்பையில் புற்றுநோய்க் கட்டி இருப்பதாகவும், அதை அறுவைச் சிகிச்சை செய்து எடுத்தால்தான் அவள் உயிர் பிழைக்க முடியும் என்றும் கிராமத்து டாக்டர் கூறிவிட்டார். பெரியாஸ்பத்திரியில்தான் இந்த அறுவைச் சிகிச்சை செய்வார்கள் என்றும் கூறி, உடனடியாய் அங்கு சேர்த்துவிடக் கூறிவிட்டார். பயப்பட எதுவுமில்லை என்று டாக்டர் கூறியிருந்தாலும், பயம் அடிவயிற்றில் பந்தாய் உருண்டது. மூன்று குழந்தைகளைச் சுமந்து பெற்ற வள்ளியம்மையின் கர்ப்பக் கருவறையை கருவேப்பிலைக் கொத்து மாதிரி கிள்ளியெறிய

வேண்டும் என்று டாக்டர் சுலபத்தில் சொல்லிவிட்டார். ஆனால் பாவம் வள்ளியம்மை. கேட்டதும் துடித்துத்தான் போனாள். பாவம் அவள் துடித்தது உடம்புக்குள்ளிருந்து ஒரு உறுப்பு வெட்டியெறியப்படப் போகிறதே என்பதற்காக அல்ல. யாரிடம் அவ்வளவு பணம் இருக்கிறது முதலில்?

தவிர இரண்டு மாதமாவது கடின வேலை எதுவும் செய்யாமல் படுக்கையில் கிடக்க வேண்டுமாமே. யார் வந்து பொங்கிப் போட்டு அவளைக் கவனித்துக்கொள்வார்கள் என்பதுதான் அவள் கவலை.

“நீ ஏன் கவலைப்படற? சேதி சொன்னா ரெண்டு மருமவளும், நீ பெத்த பொண்ணும் ஆக மூணு பேரும் ஓடியாந்துட மாட்டாங்க?”

“அவங்கவங்களுக்கு குடும்பம் குழந்தைன்னு இல்லையாக்கும். அதெல்லாம் வேண்டாம். யாரையும் கஷ்டப்படுத்தாதீங்க. வயசோ ஆகிப்போச்சு. இனி வாழ்ந்துதான் என்ன ஆவணும்? நடக்கறபடி நடக்கட்டும். புள்ளைங்களக் கஷ்டப்படுத்தாதீங்க.”

சாதாரணமாக வள்ளியம்மை எது சொன்னாலும் கேட்கிறவர்தான் என்றாலும் இந்த விஷயம் அப்படியா? சரீரத்தில் சரிபாதியாய் வாழ்கிறவளின் ஜீவன் போகட்டும் என்று விட்டுவிடத்தான் முடியுமா? பாதி உசிர் போய்விட்டால் அரை உசிரோடு அவர் மட்டும் எப்படி வாழ முடியும்?

அவர் முதலில் பணம் புரட்டும் முயற்சியில் ஈடுபட்டார். மழையும் இல்லை. காவிரியில் நீர் வரத்தும் இல்லாமல் அந்தப் பகுதியில் விவசாய நிலங்கள் எல்லாம் வறண்டு வெடித்துப் போயிருந்தது. அவருடைய தோப்பில் தென்னை மரங்கள் எல்லாம் பட்டுப்போயிருந்தன. மனிதர்கள்தான் நதி நீரைத் தர மனமின்றி ஏமாற்றுகிறார்கள் என்றால் இயற்கைகூட அவர்களை ஏமாற்றித்தான்விட்டது. இல்லாவிட்டால் இந்நேரம் குறுவை சாகுபடி முடிந்து மடி நிறைய இல்லாவிட்டாலும் கை நிறையவாவது பணம் இருந்திருக்கும். வண்டிச் செலவு,

ஆஸ்பத்திரியில் சில்லறைச் செலவுகள், மருந்து மாத்திரை என்று எல்லாவற்றிற்கும் யார் கையும் எதிர்பார்க்காமல் அவர்களிடம் சரீர ஒத்தாசை மட்டும் கேட்டிருக்கலாம். இப்போது அவருக்குக் கடன் தரும் நிலையிலும் அக்கம் பக்கம் யாருமில்லை.

எல்லோரும் அவரைப்போல்தான் கஷ்டப்பட்டுக் கொண்டிருந்தார்கள். இவருக்காவது பிள்ளைகள் இருவரும் ஏதோ கொஞ்சம் பணமாவது மாதாமாதம் தருகிறார்கள். அவர்களுக்கு அதுவுமில்லை. மூத்தவன் சரவணன் தஞ்சாவூரில் பஸ் டிரைவராயிருக்கிறான். இளையவன் முத்துக்குமரனும் தஞ்சாவூரில்தான் இருக்கிறான். சொந்தமாய் சைக்கிள் ரிப்பேர் கடையும் வாடகை சைக்கிள்களும் வைத்துக்கொண்டு பிழைக்கிறான். இருவருக்கும் ரெண்டு குழந்தைகள். ஆஹாவென்று வருமானம் இல்லாவிட்டாலும் திருப்தியாக இருக்கிறார்கள். வேறு வழியில்லாத நிலையில்தான் பிள்ளைகளிடமே உதவி கேட்டுவிடலாம் என்று கிளம்பிவிட்டார். அம்மா என்றால் பிள்ளைகளுக்கு உயிர், நிச்சயம் பதறிவிடுவார்கள். பெரியவன் அழுதேவிடுவன். அவர்களை வேதனைப்படுத்த அவருக்கும் கஷ்டமாகத்தான் இருந்தது. என்ன செய்ய மனைவியைக் காப்பாற்ற வேண்டுமே.

பஸ் தஞ்சாவூரில் நின்றது. கையிலிருந்த காசுக்கு ரெண்டு பிள்ளைகளின் குழந்தைகளுக்கும் வாழைப் பழங்களும் மிட்டாய் பாக்கெட்டுகளும் வாங்கிக்கொண்டு பொடிநடையாய் நடந்தார்.

தாத்தாவைக் கண்டதும் மூத்தவனின் பிள்ளை பழனி ஓடி வந்து காலைக் கட்டிக்கொண்டான். மருமகள் முகம் மலர வரவேற்றாள்.

“அத்த வரலயா மாமா?”

“நான் மட்டும்தான் வந்தேம்மா. சரவணன் இல்லையா வீட்ல?”

“சின்னவளுக்கு ராத்திரிலேர்ந்து காய்ச்சல் மாமா. டாக்டர்கிட்ட கூட்டிட்டுப் போயிருக்கார். இப்ப வந்துருவார். கால் கை சுத்தம் பண்ணிட்டு வாங்க. காப்பித்தண்ணி வெக்கறேன்.”

அவள் பரபரவென்று இயங்கினாள். காப்பித் தண்ணி வைத்துவிட்டு அவர் சாப்பிடுவதற்கு புதுசாய் உலை வைத்தாள். வாசலில் சென்ற காய்கறி வண்டிக்காரனை நிறுத்தி கத்திரிப் பிஞ்சு வாங்கி அவருக்குப் பிடிக்கும் என காரம் போட்டு வதக்கினாள்.

அரைமணி கழித்து வந்தான் சரவணன். அப்பாவைப் பார்த்ததும் முகம் மலர்ந்தான். தூங்கிப்போயிருந்த பெண்ணைப் பாயில் கிடத்திவிட்டு அவர் அருகில் அமர்ந்தான்.

"அம்மா வரலயா?"

"இல்லப்பா. அவளுக்கு உடம்பு முடியல."

"என்னாச்சுப்பா?" அவன் குரலில் மெலிதாய் பதட்டம் தெரிந்தது.

"அவ கர்ப்பப்பைல புத்துக்கட்டியாம்ப்பா. உடனே ஆபரேஷன் பண்ணி அதை எடுத்துரணும்னு சொல்லிட்டாங்க. டாக்டர் தஞ்சாவூர் பெரியாஸ்பத்திரில சேர்த்துடுன்னு எழுதிக்கொடுத்திருக்காங்க."

"ஐயோ... என்னப்பா இப்டி சாதாரணமா சொல்றீங்க. உடனே அம்மாவைக் கூட்டிட்டு வந்திருந்தா இந்நேரம் சேர்த்திருக்கலாம் இல்ல" பிள்ளை பதறினான்.

"பஸ்ஸூலல்லாம் வர அவளால முடியாதுப்பா. வண்டிவெச்சுக் கூட்டியாரணும். மழை காலவாரிடுச்சு. வயக்காடெல்லாம் வறண்டுகெடக்கு. காவேரில தண்ணிவிட்டாதான் இனி விதைக்க முடியும். வண்டி வெக்கக்கூட கைல பணமில்ல. அங்க எல்லாருமே கஷ்டம்தான் படறாங்க ஊர்ப் பெரியவர்கிட்ட கடன் கேட்டா நிலத்தை அடமானம் வையின்றாங்க. படுக்கைல இருக்கிறது பொஞ்சாதின்னா அந்த நிலம் எனக்குத் தாய் மாதிரி. அதை எப்படி...? அதான் உன்னைக் கேக்கலாம்னு வந்துட்டேன். நீயே என்கூட வந்து அவளை வண்டிவெச்சுக் கூட்டியாந்து சேர்த்துடுடா சரவணன். உங்கிட்ட காசு இருக்கில்ல! என்னால கஷ்டம் எதுவும் இல்லையே?"

"ஐயோ! என்னாப்பா இப்டிச் சொல்றீங்க. நீங்க சாப்ட்டுட்டு உக்காந்திருங்க. பணம் இருக்கு. நான் போய் லீவு சொல்லிட்டு வந்திடறேன்."

சரவணன் வேகமாய்ச் சென்றான்.

"சாப்ட வாங்க மாமா."

"திடீர்னு வந்து கஷ்டப்படுத்தறேன் இல்லம்மா?"

"தாய்க்கு ஒண்ணுன்னா பிள்ளை செய்யாம பின்ன யாரு செய்வாங்க மாமா. இதெல்லாம் கஷ்டம்னா, நாளைக்கு எங்க பிள்ளையும் இதைத்தான் சொல்லும். அத்தைய தனியா விட்டுட்டு வந்துட்டீங்களேன்னுதான் நான் கவலைப்படறேன். வண்டி பேசி அவங்களைக் கூட்டிட்டு வந்திருந்தா இங்க வந்ததும் இவங்க பணம் கொடுத்திருப்பாங்கல்ல?"

"அதில்லம்மா, சமயத்துக்கு உங்ககிட்ட காசிருக்கணுமில்ல? அது தெரியாம எப்படிக் கூட்டியாரது?"

"பரவால்ல விடுங்க. நல்ல காலம் உடனே வந்தீங்களே. இனி நீங்க கவலைப்படாம சாப்பிடுங்க. இவரு பாத்துப்பார். நாங்கள்லாம் இருக்கோம்" மருமகள் கனிவாய்ப் பேச அவர் மனசின் கனம் சற்று குறைந்தது.

சாப்பிட்டுவிட்டு சின்னப் பிள்ளையின் வீட்டுக்கும் ஒரு எட்டு போய் விஷயத்தைச் சொல்லிவிட்டு வரலாம் என்று கிளம்பினார். பதினைந்து நிமிட நடை தூரத்தில்தான் அவன் இருந்தான். அரை டஜன் வாழைப்பழமும் மிட்டாயும் எடுத்துக்கொண்டார்.

பிள்ளையின் வீட்டுக்குள் ஒரே சத்தம். சின்ன மருமகள் எதற்கோ அழுது கொண்டிருந்தாள். பிள்ளை தலையில் கை வைத்து அமர்ந்திருந்தான்.

"முத்து... என்னடாச்சு?" அவர் உள்ளே நுழைய, திடுக்கிட்டு எழுந்தான்.

"என்ன பிரச்சினைடா... எதுக்கு தெய்வானை அழுவறா...?"

“ஒண்ணுமில்லப்பா. அவ தங்கச்சிக்குக் கல்யாணம் வெச்சிருக்காங்க. மாமனார் கைல காசு பத்தல போலருக்கு. மாப்ளகிட்ட ஒரு பத்தாயிரம் புரட்டிக் குடுக்கச் சொல்லும்மான்னு கேட்ருக்கார். புரட்டிக் குடுங்கன்னு இவளும் பிடிவாதம் பிடிக்கறா. ஏற்கனவே அவ சமஞ்சதுக்கு சடங்கு செய்ய புரட்டிக் குடுத்த ஐயாயிரமே இன்னும் திரும்பி வரல. மேல மேல குடுக்க நான் என்ன ஆபீஸர் உத்யோகமா பாக்கறேன். அந்த ஐயாயிரத்துக்கே வட்டி கட்டிட்ருக்கேன். மாமனார்கிட்ட போய் கொடுத்த காசுக்கு வட்டியா கேக்க முடியும்? இப்ப பத்தாயிரம் வாங்கினா நான் சம்பாதிக்கிற காசு வட்டிக்குத்தான் சரியார்க்கும். நம்மால முடியாதுன்னு சொல்லிடுன்றேன். இதே உங்க தங்கச்சி கல்யாணம்னா இப்டி கையை விரிப்பீங்களான்னு அழுவறா.”

“அவ சொல்றது நியாயம்தானேடா முத்து. நல்லது கெட்டதுக்கு உதவத்தானே மனுசங்க இருக்கோம். உன் தங்கச்சின்னு நெனச்சு குடுத்துட்டுப் போயேன். அவர் உனக்கும் அப்பா மாதிரிதானே. அலுத்துக்காம செய்டா.”

“சரிப்பா... அதை விடு. நீ எப்பொ வந்த? அம்மா வரல...?”

அவர் விஷயத்தைச் சொல்ல, அவன் பதறினான்.

“எவ்ளோப்பா பணம் வேணும். நான் வாங்கித்தரேம்ப்பா...”

“வேணாம்டா... சரவணன் வெச்சிருக்கேன்னான். நீ கல்யாண காரியத்துக்குக் குடு. அதுவும் ரொம்ப முக்கியம்தான். நாங்க கிராமத்துக்குப் போய் அம்மாவைக் கூட்டிட்டு வரோம். ஆபரேசன் ஆனதும் அம்மாவை ரெண்டு மாசம் நல்லா கவனிச்சுக்கிட்டீங்கன்னா அது போதும்” அவர் கிளம்ப, அவன் கவலையோடு வழியனுப்பினான்.

சரவணன் வீட்டுக்குள் யாரோ பெரிதாகக் கத்திக்கொண்டிருக்க, அவர் வாசலிலேயே தயங்கி நின்றார்.

“வாங்கின காசை குடுக்கறேன்னு வரச் சொல்லிட்டு இப்ப இல்லன்னா எப்படிப்பா?”

“வாஸ்தவம்தாங்கய்யா... சத்தியமா காசு வெச்சிருக்கேன். கஷ்டப்பட்டுச் சேர்த்தது. ஆனா திடீர்னு ஒரு அவசர செலவு வந்திடுச்சு. எங்கம்மாவுக்கு ஆபரேஷன் செய்யணும்னு அப்பா என்னை நம்பி வந்திருக்கார். அடுத்த மாசம் எப்படியாவது பணத்தைத் திருப்பிடறேங்கய்யா. நம்புங்க.”

“இதோ பார் சரவணா உன் தங்கச்சி பையனுக்கு மொட்டையடிச்சு காது குத்தணும்னு பணம் வாங்கி வருஷம் மூணாவது. நாலு மாசமா வட்டியும் ஒழுங்காத் தரல. நான் என்ன வட்டிக்கடையா வெச்சு வியாபாரம் பண்றேன். நானும் உன்னாட்டம்தான். எனக்கும் வீட்ல ஆயிரம் செலவு இருக்கு. இனிமே உன்னை நம்பறதா இல்ல. மனசாட்சின்னு ஒண்ணு இருந்தா உன் அவசரத்துக்கு நான் குடுத்த பணத்தை என் அவசரத்துக்கு இப்பவே குடு. மாட்டேன்னு நீ சொல்லி நான் வயத்தெறிஞ்சுகிட்டே போனா இந்தப் பணம் உங்கம்மாக்கும் உதவாம...”

“நிறுத்துங்கய்யா...!” சரவணன் சட்டென்று அவர் வாய் பொத்தி வார்த்தைகளை நிறுத்தினான். உள்ளே போய் பணம் கொண்டு வந்து கொடுத்தான். அவர் வேகமாக வெளியேறிச் சென்றார்.

“ஏங்க... இப்ப என்ன செய்யப் போறீங்க?”

“பார்ப்போம். கடவுள் இருக்கான்.”

“என் சாமி நீங்கதான். நீங்க மஞ்சள்ல இருந்தா என்ன? தங்கத்துல இருந்தா என்ன? எல்லாம் ஒண்ணுதான். இருங்க வரேன்.”

அவள் ஒரு மஞ்சக்கிழங்கு எடுத்துக் கயிற்றில் கட்டி கழுத்தில் அணிந்துகொண்டு, தாலிச் செயினை எடுத்து அவனிடம் கொடுத்தாள். “போங்க. எப்படியாவது அத்தையைக் காப்பாத்துங்க.”

அவர் கண்ணீரைத் துடைத்துக்கொண்டார். எதுவும் தெரியாதது போல் உள்ளே சென்றார்.

"பத்து நிமிஷத்துல வந்துடறேம்ப்பா" சரவணன் வெளியில் சென்றவன் பணத்துடன் பத்து நிமிடத்தில் திரும்பி வந்தான்.

அடுத்த நாள் காலை வள்ளியம்மையை தஞ்சாவூர் ஆஸ்பத்திரியில் சேர்த்தார்கள். ஆபரேஷன் நல்லபடி முடிந்து அவள் உயிருக்கு ஆபத்து நீங்கியது.

அன்றிரவு வானம் பொத்துக்கொண்டு கொட்டியது. காவிரியிலும் தண்ணீர் திறந்துவிட்டார்கள் என்று செய்தி சொன்னார்கள்.

செந்தில் குமரன் மழை நீரைக் கையில் பிடித்துக் கண்களில் ஒற்றிக்கொண்டார்.

சரவணன் மனைவி இரவு உணவுடன் குடை பிடித்தபடி வந்துகொண்டிருந்தாள்.

"நீங்க வேணா வீட்டுக்குப் போய் சாப்பிட்டுட்டுப் படுங்க மாமா. அத்தைய நான் பாத்துக்கறேன்."

அவர் அவளையே பார்த்தார்.

"என்ன மாமா வேணும்?"

"ஒரு நிமிஷம் கண்ணை மூடிட்டு அப்டியே நிக்கறயா தாயி?"

"ஏம் மாமா?"

"நில்லு சொல்றேன்."

அவள் புன்னகையோடு அவர் சொன்னபடி கண்மூடி நின்றாள். அவர் தோளிலிருந்த துண்டை எடுத்து இடுப்பில் கட்டிக்கொண்டு நெடுஞ்சாண்கிடையாய் விழுந்து அவளை நமஸ்கரித்தார்.

'நீதான் இப்ப என் சாமி தாயி. அடுத்த அறுவடைக்கு மஞ்சள் பயிரிட்டு உன் தாலிச் சரடுக்கு வழிசெய்துடறேம்மா.' மனசுக்குள் நினைத்துக் கொண்டார். அவள் பதறி விலகினாள்.

"என்ன மாமா இது...? உங்க வயசுக்கு இப்டிச் செய்யலாமா? அப்டி நாங்க என்னத்த செஞ்சுப்ட்டோம்?"

“உன் கஷ்டம் எனக்குத் தெரியும் தாயி” அவர் கண்கள் அவள் கழுத்திலிருந்த கயிற்றைப் பார்த்தது. அவளுக்குப் புரிந்துவிட்டது.

“இதுக்கா மாமா...? அத்தை உயிரை விடவா இந்த தங்கத் தாலிக் கொடி பெரிசு...?”

“இருந்தாலும் இத்தனை கஷ்டத்துல நாங்க வேற கஷ்டம் கொடுத்துட்டோம் இல்ல...?”

“யாருக்குத்தான் மாமா கஷ்டமில்ல. அலையடிக்குதேன்னு படகெடுக்காம இருந்தா மீன் எப்படிக் கிடைக்கும்? வாழ்க்கையும் அப்படித்தானே? கஷ்டத்துக்கு நடுவுலதான் மாமா ஒருத்தரை ஒருத்தர் கவனிச்சுக்கணும், அன்பாயிருக்கணும்.”

அவள் பளிச்சென்று சிரிக்க, அவர் மீண்டும் அவளை மானசீகமாய் நமஸ்கரித்தார்.

***

— 12 —

கல்வெட்டு

வீடு வெறிச்சென்றிருந்தது. கல்லூரியில் கால் வைத்திருக்கும் சுதாவும், ப்ளஸ் டூவிலிருக்கும் சுமதியும் வெக்கேஷனுக்கு குன்னூரிலிருக்கும் பாட்டியின் வீட்டுக்குப் போன பின் வீட்டில் இரைச்சலுமில்லை வேலையுமில்லை. சுந்தர் காலையில் போனால் இரவுதான் வருவார். நாள் முழுக்க என்ன செய்வதென்று புரியாமல் வீட்டின் ஒவ்வொரு பகுதியாய் இழுத்துப் போட்டு ஒழித்துக்கொண்டிருக்கிறேன்.

இன்று எனது புத்தக அலமாரி, அலமாரி என்பதைவிட ஒரு குட்டி லைப்ரரி எனலாம். எனது பதினோரு வயதில் வார இதழ்கள் படிக்க ஆரம்பித்த காலத்திலிருந்து அதில் வரும் தொடர்கதைகளையும், சிறுகதைகளையும் கிழித்து பைண்ட் பண்ணி சிறுகச் சிறுக சேமித்த புத்தகங்கள்தான் அவ்வளவும். அப்படி ஒரு புத்தகப்புழு நான். புரிகிறதோ புரியவில்லையோ வாசிப்பது வழக்கம். அவற்றைக் கிழித்து சேகரித்துத் தொடர் முடிந்ததும் அண்ணாவிடம் கொடுத்தனுப்பி பைண்ட் பண்ணிவிடுவேன். அந்தக் காலத்தில் கல்கி, கலைமகள், விகடன், குமுதம் என்று அத்தனை புத்தகத்தில் வந்த பிரமாதமான தொடர்கள் எல்லாம் இன்னமும் என்னிடம் பத்திரமாக இருக்கிறது. தில்லானா மோகனாம்பாள், பொன்னியின் செல்வன், யவனராணி, கடல் புறா, என்று ஒரு பொக்கிஷமே உள்ளது. பத்திரிகையிலிருந்து எடுத்தது தவிர பதிப்பகத்திலிருந்து வாங்கிய அம்மா வந்தாள், மோகமுள், உயிர்த்தேன் என்று தி.ஜ.ரவின் புத்தகங்கள் தவிர,

அகிலன், நா.பா., ஜெயகாந்தன் என்று அத்தனை பேரின் சிறந்த படைப்புகளும் வாங்கிக் குவித்த காலம் அது. நகைப் பெட்டியைவிட எனக்கு அதிக சந்தோஷம் தரும் இடம் அந்தப் புத்தக அலமாரிகள்தான். நேரம் கிடைக்கும்போதெல்லாம் எடுத்துப் படிப்பேன். சுத்தம் செய்து அடுக்கி வைப்பேன். அருவிகள் கொட்டும் குளுமையான ஒரு மலைக்காட்டில் இந்தப் புத்தகங்களோடு, இனிமையான சங்கீத கேசட்டுகளையும், டூ இன் ஒன்னும் கொடுத்து அம்மாவை விட்டுவிட்டு வந்துவிட்டால் போதும் மாதக் கணக்கில் நம்மையெல்லாம் மறந்து அவற்றோடு ஆனந்தமாயிருப்பாள் என்று சுதா அடிக்கடி கிண்டலடிப்பாள். அவளது கிண்டல் எப்போதுதான் நிஜமாகப் போகிறதோ என்றிருக்கும் எனக்கு.

புத்தகங்களை ஒவ்வொன்றாய் எடுத்துத் துடைத்துக் கீழே வைத்தேன். நாலாவது வரிசையிலிருந்த தடித்த புத்தகத்தை எடுத்துத் துடைத்துப் பிரித்தேன். சிவகாமியின் சபதம். ஓவியர் மணியத்தின் சிவகாமி பல்வேறு நாட்டிய முத்திரைகளுடன் சிரித்தாள். அதில் ஒன்றில் “இது சிவகாமியில்லை. மீனாக்கா” என்று எழுதியிருந்தேன். என் விரல்கள் அவற்றைத் தடவ, எனக்கு மீனாக்காவின் ஞாபகம் பொங்கியது. புத்தகத்துடன் சோபாவில் அமர்ந்தேன். நான் எழுதியவற்றையும் அந்த ஓவியங்களையும் மீண்டும் பார்த்தேன். இதை எழுதும்போது பத்து வயதிருக்கும் எனக்கு. இப்படி நான் எழுதியிருப்பதாக என் ஆப்த சிநேகிதி மீனாக்காவிடம் போட்டு உடைத்துவிட மீனாக்கா சலங்கை சிதறித் தெறித்தாற்போல் சிரித்த காட்சி இன்னமும் எனக்குள் பசுமையாய் இருக்கிறது. அதைவிட பசுமையாய் மீனாக்காவை முதன் முதலில் சந்தித்த அந்த நாள் நினைவிலிருந்தது.

பத்து வயசு எனக்கு அப்போது. நானும் புவனாவும் ஆறாம் வகுப்பில் கால் வைத்திருந்தோம். கோடை விடுமுறைக்குப் பிறகு பள்ளி திறந்து, புது யூனிபார்ம் வாசனையுடன் முதல் நாள் குஷியாக பள்ளிக்குக் கிளம்பிக்கொண்டிருந்த நேரம் எங்கள் தெருவுக்குள் அந்த டெம்போ நுழைந்து நின்றது. அதைத்

தொடர்ந்து ஒரு பழங்கால மோட்டார் காரும் வந்து நிற்க நாங்கள் ஆவலுடன் பார்த்தோம். காரிலிருந்து துள்ளி இறங்கின ஒரு தாவணிப் பெண்ணைப் பார்த்ததும் எங்கள் விழிகள் பிரம்மித்தன. நெடுநெடுவென்று உயரமாய் செதுக்கின சிலை போலிருந்தாள் அவள். நீள் வட்ட முகம். அழகான நாசி. மீன் விழிகள் என்பார்களே அப்படி ஒரு அழகான நீண்ட விழிகள். அதன் அழகைக் கூட்டிய புருவங்கள். கோபி வடிவ சாந்துப் பொட்டு. அதற்குக் கீழே விபூதி, மழமழவென்று கன்னங்கள். மலர்ந்த இதழ்கள். முகம் முழுக்கச் சிரிப்பு. மாநிறத்திற்கும் குறைவான நிறம்தான் என்றாலும் அவள் அழகு வசீகரித்தது. பரபரவென்று நாலாபுறமும் சுழன்ற அவளது கண்கள் எங்கள்மீதும் நிலைத்தது. ரொம்பத் தெரிந்தாற்போல் பளீரென்று ஒரு சிரிப்பு சிரித்தாள் எங்களைப் பார்த்து. நாங்களும் சிரித்தோம். அவள் படியேறி உள்ளே சென்றாள். பிருஷ்டம் வரை தொட்ட பின்னல் இப்புறமும் அப்புறமும் ஆடிய அழகில் மயங்கி நின்றோம். அடேயப்பா என்ன அழகு என்று வியந்தோம். எங்களைப் பார்த்து அவள் சிரித்த விஷயத்தைப் பெருமையாகப் பேசிக்கொண்டே பள்ளிக்குச் சென்றோம்.

மாலையில் நாங்கள் வீடு திரும்பும்போது தெருவில் நிறைய இளைஞர்கள் ஆங்காங்கு ரெண்டு மூன்று பேராகக் கூடி நின்று பேசிக்கொண்டிருந்தார்கள். அவர்கள் விழிகள் அடிக்கடி பேச்சுவாக்கில் மீனாக்காவின் வீட்டின்புறம் சென்றதற்குக் காரணமிருந்தது. வாசலில் அவள் அம்மா கோலமிட மீனாக்கா மேல் படியில் நின்றபடி அம்மாவிடம் கேலியாய் ஏதோ பேசிக்கொண்டிருந்தாள். முகம் முழுக்க சிரிப்பு. பேசிக் கொண்டே நாங்கள் வருவதைப் பார்த்தவள் மறுபடியும் பளிச்சென்று சிரித்தாள். இம்முறை நாங்கள் வெட்கத்துடன் பதிலுக்குச் சிரித்தோம். அவள் கை விரல்களால் எங்களை அருகில் அழைத்தாள். கிட்டே போனோம்.

“என்ன பேர்?”

“நான் கற்பகம், இது புவனா.”

“எத்தனாங்கிளாஸ் படிக்கறீங்க?”

“ரெண்டு பேரும் ஆறாங்கிளாஸ்.”

“ரெஃபேல்ஸ்லயா படிக்கறீங்க?”

“ம்...”

“நானும் அந்த ஸ்கூல்தான் தெரியுமா? புதுசா சேர்ந்திருக்கேன்.”

“எந்தக் கிளாஸ்? என்ன பேர்?”

“பத்து. நாளைலேர்ந்து வருவேன். எம் பேர் மீனா.”

“உங்க வீடு எங்கே?”

“புவனா வீடு உங்களுக்கு அடுத்த வீடு. நான் நாலஞ்சு வீடு தள்ளி. ஆனா எப்பவும் இவளோடதான் இருப்பேன்.”

“பாப்பா!” உள்ளிருந்து அக்காவை யாரோ அழைக்க, அக்கா, “வரேன் பெரியம்மா” என்று குரல் கொடுத்தபடி எங்களைப் பார்த்துச் சிரித்தாள்.

“நீங்க ரொம்ப அழகார்க்கீங்க” நான் சொல்ல. அவள் இன்னும் அழகாய் சிரித்தபடி என் கன்னத்தைத் தட்டிவிட்டு உள்ளே போனாள். எனக்கு அது ரொம்பப் பெருமையாக இருந்தது. தெருப் பையன்கள் எங்களைப் பொறாமையுடன் பார்த்தது போல் தோன்றியது. மீனாக்கா உள்ளே போனதும் வாசலே இருண்டுவிட்டாற்போலிருந்தது. புஸ்வாணம் எரிந்து அணைந்தாற்போல் ஒரு வெறுமை.

அடுத்த இரண்டே நாளில் நாங்கள் மீனாக்காவோடு நெருங்கிய சிநேகமாகிவிட்டோம். அவளோடு நின்று பேசுவது மிகவும் பெருமையாயிருந்தது. சந்தோஷமாயிருந்தது. எப்போதும் அவள் நினைப்புதான். ஒன்பது மணி ஸ்கூலுக்கு எட்டு மணிக்கே மீனாக்கா வீட்டில் ஆஜராகிவிடுவேன். அவள் அலங்காரம் செய்துகொள்ளும் நேர்த்தியை பிரம்மித்துப் போய் பார்த்துக்கொண்டிருப்பேன். அவளது அலங்காரச் சாமான்களை அதிசயமாகப் பார்ப்பேன். இளரோஜா நிறத்தில் ஒரு பிளாஸ்டிக்

டப்பாவுக்குள் இருக்கும் கட்டியான பவுடரை லேசாக ஈரப்பஞ்சால் தொட்டு முகம் முழுக்க தொட்டு வைத்து சீராகத் தடவிவிடுவாள். அதில் முகமே பளிச்சென்று ஆகியிருக்கும். அதற்குமேல் உயர்தர வெளிநாட்டு ரோஸ் பவுடர் பூச்சு. ஐடெக்ஸ் மையால் மிக லாவகமாக கண்ணுக்கு மேலும் கீழும் கோடிழுத்து வாலும் இழுத்துவிடுவாள். கலர்கலரான சாந்துக் குப்பிகளிலிருந்து சிகப்பு நிற சாந்து எடுத்து கோபி வடிவத்தில் அழகாய் பொட்டு வைத்துக்கொண்ட பிறகு இப்படியும் அப்படியுமாகப் பார்த்து திருப்தியேற்பட்டதும் மல்லிகைப்பூவைத் தலையில் வைத்துக்கொள்வாள்.

“எப்டிடி இருக்கேன்?” என் தோளைப் பிடித்துக் கேட்பாள்.

“பத்மினி மாதிரி அழகார்க்கீங்க.”

என் பாராட்டில் அவள் முகம் மலர்ந்தது.

“பாப்பா டிபன் ஆறுதில்ல?” அவள் அம்மா எட்டிப் பார்த்தாள்.

“வேணாம் சின்னம்மா.”

“சாப்டுடா... நானே விண்டு தரவா?” அம்மாள் அருகில் வந்து இட்லியை விண்டு சாம்பாரில் தோய்த்து ஊட்டிவிட்டாள். “ஒரே ஒரு இட்லிதான், போதும்.” என்றபடி பள்ளிக்குக் கிளம்பிவிட்டாள். அதற்குள் புவனாவும் வர மீனாக்காவுக்கு பாடிகார்டு மாதிரி அவளுக்கு இருபுறமும் நாங்கள் இருவரும் நடக்க, புத்தகங்களை மார்போடு அணைத்தபடி மீனாக்கா அழகாக நடக்க, தெருவே அவளை இமைக்காமல் பார்த்தது. எதிர் வீடுகள், அருகாமை வீடுகள் என்று எல்லா வாசலிலும் ரோமியோக்கள். அவர்கள் பார்வை மீனாக்காவையே ஏக்கத்துடன் தொடர்ந்தது.

அன்று மாலை மீனாக்காவின் வீட்டிலிருந்து நட்டுவாங்க ஒலியும் ஜதி சத்தமும் கேட்க, நானும் புவனாவும் ஓடினோம். வீட்டுக்குள்ளே போய் எட்டிப் பார்த்தோம்.

பெரிய கூடத்தில் ஒரு ஓரத்தில் குங்குமப் பொட்டு வைத்த மனிதர் ஒருவர் நட்டுவாங்கம் செய்ய, நாலைந்து பெண்கள்

அழகாய் நாட்டியம் ஆடினார்கள். மீனாக்காவும் அதில் ஒருத்தி. எங்களைப் பார்த்துச் சிரித்தபடியே அவர் சொன்ன ஜதிக்கு வேக வேகமாய் ஆடினாள். பாதங்களின் ஓசை சீராக இணைந்து கேட்டது. நாட்டியமாடுவதை நேருக்கு நேர் இவ்வளவு அருகில் பயிற்சியின் போதே கவனிப்பது அதான் முதல்முறை என்பதால் நான் ஒரு தூணோரமாய் அப்படியே அமர்ந்துவிட்டேன். கிட்டதட்ட இரண்டு மணி நேரத்திற்கும்மேல் பயிற்சி நடந்தது. இழுத்துக் கட்டிய புடவையில் இடுப்பும் கால்களும் கிறங்க வைக்க, நெற்றி முழுக்க வியர்வை முத்துக்களோடு மீனாக்கா தேவதை மாதிரித் தோன்றினாள். பிராக்டீஸ் முடிந்ததும் நமஸ்கரித்துவிட்டு டவலால் வியர்வையைத் துடைத்தபடி மற்ற பெண்களை வழியனுப்பிவிட்டு எங்களைப் பார்த்துச் சிரித்தாள்.

"நீங்க டான்ஸ் எல்லாம் ஆடுவேளா?"

"ம். அப்பா டான்ஸ் மாஸ்டர்தானே. அவர்கிட்ட கத்துக்க நிறைய பேர் வருவாங்க. வெளியூர்ல எல்லாம்கூட நிகழ்ச்சி நடக்கும். ஸ்கூல் லீவுன்னா நானும் போவேன்."

டான்ஸ் பள்ளி என்றதும் சாப்பாடு தூக்கம் தவிர மற்ற நேரமெல்லாம் அங்கேதான் கழிந்தது எனக்கு. மீனாக்காவின் அருகிலேயே இருக்க வேண்டும் அவளோடு பேசிக்கொண்டே இருக்க வேண்டும் என்ற ஆசை மிகுந்தது. தூக்கத்தில்கூட மீனாக்கா மீனாக்கா என்றுதான் உளறுகிறேன் என்று அம்மா திட்டினாள்.

தெருவில் ரோமியோக்களின் நடமாட்டம் நாளுக்கு நாள் கூடிற்று. அவளுடைய தரிசனம் ஒரு வினாடியளவுக்காவது கிடைக்காதா என்று பல ஜோடிக் கண்கள் தவமான தவமிருந்தன. எதிர் வீட்டில் பித்தளை ஒலிப்பானுடன் கூடிய கிராமபோன் இருந்தது. மீனாக்காவின் தலை ஜன்னல் பக்கம் தெரிந்தால் உடனே அங்கே பாட்டு ஒலிக்க ஆரம்பிக்கும்.

"லவ் பேர்ட்ஸ் லவ் பேர்ட்ஸ்... தக்கதிமித்தா.
காதில் வந்து காதல் சொல்லு."

மீனாக்கா ஓரக்கண்ணால் அங்கே பார்த்துவிட்டு உதடு சுழித்து சிரிப்பாள்.

"என்ன பார்வை உந்தன் பார்வை
இடை மெலிந்தாள் இந்தப் பாவை
வண்ண வண்ண சேலைகட்டி
தொட்ட சுகம் அம்மம்மா."

அடுத்த பாட்டு ஒலிக்கும்.

மீனாக்கா குடும்பத்தோடு கோயிலுக்குப் புறப்பட்டால்,

"நடையா இது நடையா ஒரு
நாடகமன்றோ நடக்குது"

என்று பாட்டு.

அவள் திரும்பி வரும்போது,

"நேற்று நீ சின்னப் பப்பா
இன்று நீ அப்பப்பா."

என்று பாட்டு.

வாசலில் நின்று அவள் யாரிடமாவது பேசுவது கண்டுவிட்டால் ரோமியோக்களுக்கு தலைகால் புரியாது. இல்லாத சேஷ்டைகள் எல்லாம் செய்து அவள் கவனத்தைக் கவர முயற்சிப்பார்கள்.

"நெஞ்சத்திலே நீ நேற்று வந்தாய்,
நேற்று முதல் ஓர் நினைவு தந்தாய்."

உருக்கமாய் பாடுவார்கள்.

அட அசடுகளா என்று தோணும். இதில் ஒருத்தனுக்காவது அவளைக் கட்டியாளும் கம்பீரம் இருக்கிறதா என்ன?

அவர்கள் எல்லாம் ஒழுங்காய் உண்பார்களா உறங்குவார்களா என்ற சந்தேகம் தோன்றும். காலையில் பார்த்தாலும் கூட்டமாய் நிற்பார்கள். மாலையிலிருந்து இரவுவரை மீட்டிங்தான். மீனாக்காவுக்கோ எல்லாம் சிரிப்புதான். நான் சளசளவென்று வாய் வலிக்காதோ என்னும் அளவுக்கு பேசிக்கொண்டிருப்பேன். வெங்கல லோட்டா என்று எனக்குப் பட்டம் சூட்டினாள். புவனா ரொம்பவும் சோனியாயிருப்பாள் என்பதால் அவள் கொத்தவரங்காய்.

மீனாவின் அப்பாவுக்கு ரெண்டு சம்சாரம். பெரியம்மா குண்டாக இருப்பாள். சின்னம்மா வெள்ளையாக ஒல்லியாக பெரிய பொட்டும் வெற்றிலை வாயுமாக கண்டாங்கிப் புடவையுடன் இருப்பாள். மீனாக்கா பெரியம்மாவைச் செல்லமாக குண்டம்மா என்பாள். சின்னம்மாவைப் பொட்டம்மா என்பாள். அவள் யாருடைய மகள் என்பது இன்றுவரை பரம ரகசியம். இருவரும் அவளிடம் உயிராக இருந்தார்கள். இருவரிடமும் இவளும் உயிராயிருப்பாள். எப்போதும் கிண்டலும் சிரிப்புமாகத்தான் பேசிக்கொள்வார்கள்.

மீனாக்காவின் குரல் நாதம் மாதிரி இருக்கும். வெள்ளிச் சலங்கை மெலிதாய் ஒலிக்க, அவள் பாடிக்கொண்டே ஆடினாள் என்றால் கேட்கவும் பார்க்கவும் கொடுத்து வைத்திருக்க வேண்டும். நான் கொடுத்து வைத்தவள் என்றுதான் தோன்றும் எனக்கு. அதுவும் பள்ளி ஆண்டு விழாவில் மீனாக்காவின் நாட்டிய நாடகம் பார்த்த பிறகு பலநாள் தூங்கவில்லை நான். சிவகாமியின் சபதத்திலிருந்து சில காட்சிகளைத்தான் நாட்டியமாக்கி இருந்தாள் மீனாக்கா. அப்பாவோடு சேர்ந்து அவளே அதை உருவாக்கி ஆடினாள். தலைவிரி கோலமாய் ஆவேசமாய் விழி சிவக்க ஆடிய ஆயனச் சிற்பியின் மகள் சிவகாமி எனக்குள் அழுத்தமாய் பதிந்துபோனாள். அப்போது சிவகாமியின் சபதம் தொடராய் வந்துகொண்டிருந்த காலம், நான் குறிப்பிட்ட அந்த அத்யாயத்தை எடுத்து ஆச்சர்யமாகப் பார்த்தேன். ஓவிய சிவகாமி மறைந்து மீனாக்காவின் நாட்டியத் தோற்றங்கள்தான் தெரிந்தது. மீனாக்கா எனக்குள் சிவகாமியாகவே

ஆகிப்போனாள். அவளுக்கு அருகாமையில் இருப்பதும் பேசுவதும் பூர்வ ஜென்ம புண்ணியம் என்று நான் நினைத்த சமயத்தில்தான் புவனா அந்த விஷயத்தைச் சொன்னாள்.

“மீனாக்கா வீட்ல வீடு மாத்திட்டுப் போறாளாம் தெரியுமா?”

நான் அதிர்ந்தேன். “அப்படியா?” என்று மீனாக்காவிடமே கேட்டுவிட்டேன்.

“ஆமாண்டி இந்த வீடு பத்தல. டான்ஸ் பிராக்டீஸ்க்கு கஷ்டமார்க்கு, தெருவும் ரொம்ப மோசமார்க்கு. பெரிய மனுஷங்க வீட்டுப் பொண்ணுங்கள்ளாம் வரதுக்கு கஷ்டப்பட்டுக்கறாங்க. அப்பாக்கும் இந்த வீடு பிடிக்கல.”

“எங்க போறீங்க?” என் குரல் உடைந்துவிடும் போல் பிசிறியது. கண்கள் பளபளத்தது.

அவள் ஏதோ இடம் சொன்னாள். அது எங்கிருக்கிறது என்றுகூட அப்போது தெரியாது. சிட்டிக்குள்தான் என்று அவள் சொன்னாள். விலாசம் தருவதாகச் சொன்னாள். அவர்கள் வீடு காலிசெய்து சாமான்கள் ஏற்றும்போது தெருவே ஒரு தேவதை போகும் சோகத்துடன் பார்த்தது. ரோமியோக்கள் வலியப்போய் அவர்கள் சாமான்களை ஏற்றுவதற்கு உதவினார்கள். மீனாக்காவின் சிரிப்பைப் பரிசாகப் பெற்றுக்கொண்டு வழியனுப்பினார்கள். நான் கஷ்டப்பட்டு அழுகையை அடக்கிக்கொண்டேன். ஆனால் மீனாக்காவுக்கு எந்தத் துக்கமும் இருப்பதுபோல் தெரியவில்லை. அதே சிரிப்பு, அதே துள்ளல், அதே சுழலும் பார்வை, அதே அலங்காரம் என்று கிளம்பிவிட்டாள். எங்களைப் பார்த்து டாட்டா காட்டிவிட்டு மோட்டார் காரில் ஏறிவிட்டாள். விலாசம் தரவில்லை. மறந்துவிட்டாளோ அல்லது ஒப்புக்குச் சொன்னாளோ, எனக்கும் கேட்கத் தோன்றவில்லை. கண்டிப்பாகத் தனியாகப் போகத் தெரியாது. யாரும் அழைத்துச் செல்லமாட்டார்கள். பிறகெதற்கு?

கொஞ்ச நாள் மீனாக்கா ஞாபகமாகவே இருந்தது. காலியான வீட்டைக் கடக்கும்போதெல்லாம் ஜதி சத்தம் கேட்கும். நீண்ட

ஜடை ராட்டினமாய் சுழல மீனாக்கா ஆடுவதுபோலத் தோன்றும். மறுபடியும் தெரு வெறிச்சிட ஆரம்பித்துவிட்டது. ரோமியோக்கள் காணாமல் போனார்கள். கிராம போன் பாட்டுகூட அளவாய் ஒலித்தது. எல்லாம் சோகப்பாட்டு. மீண்டும் ஒரு மயில் வந்தால் பாட்டு மாறுமோ என்னமோ?

வருடங்கள் ஓடியது. நான் கல்லூரியில் கால் வைத்திருந்தேன். ஒரு நாள் புவனா ஓடி வந்து ஒரு செய்தி சொன்னாள்.

"மீனாக்கா புருஷன் இறந்து போய்ட்டாராம்."

நான் சிலையாய் நின்றேன்.

"அவளுக்கு எப்போது திருமணமாயிற்று?"

"அது தெரியாது. ரெண்டு வருஷமாகியிருக்கும்னு நினைக்கறேன். எங்க அண்ணா ஆபீஸாம் அவ புருஷன். சாவுக்கு அண்ணா போயிருக்கான். அப்பதான் அது மீனாக்கா புருஷன்னே தெரியுமாம். ரொம்ப பரிதாபப்பட்டான் அண்ணா. பார்க்கச் சகிக்கலயாம். அவ்ளோ அழகார்க்காளாம் இன்னும். இப்டி ஒரு கஷ்டமா வரணும் அவளுக்கு?"

"போறும் சொல்லாதே" நான் அவளைத் தடுத்துவிட்டேன். யாரோ இதயத்தைப் பிறாண்டுவதுபோலிருந்தது.

மேலும் வருடங்கள் ஓடிற்று. நான் மீனாக்காவின் இந்த சோகத்தை ஒதுக்கிவிட்டு அவளைச் சிறு வயதில் நான் பார்த்தது போலவே துள்ளலும் சிரிப்புமாகவே எனக்குள் கண்டு பழகினேன். தெரிந்தோ தெரியாமலோ அவள் என் தேவதையாகிவிட்டாள். தேவதைகள் எப்போதும் அலங்காரமும் சிரிப்புமாகத்தான் இருக்க வேண்டும்.

நாலைந்து வருடத்திற்குப் பிறகு இரண்டாவது பிரசவத்திற்குச் சென்றிருந்த என்னைப் புவனா வந்து பார்த்தாள்.

"மீனாக்கா இப்பொ அண்ணா ஆபீஸ்லதான் வேலை செய்யறாளாம். அவ ஹஸ்பெண்டோட வேலையைக் கொடுத்திருக்காளாம்."

“ப்ளீஸ் புவனா வேண்டாமே” நான் தடுத்துவிட்டேன். மீனாக்காவைப் பற்றி நல்லதும் கேட்க வேண்டாம், கெட்டதும் கேட்க வேண்டாம் என்று தோன்றிவிட்டது எனக்கு. ஒரு விஷயம் உண்மை. இன்றுவரை அவளைப்போல் ஒரு தேவதை அந்தத் தெருவுக்கு வரவில்லை.

என் கன்னத்தை அன்போடு தட்டி என்னுடன் பழகிய முதல் தேவதை அது. எனக்குள் அது அதே தோற்றத்தோடு இளமையாக, முகமெல்லாம் சிரிக்க, சிற்றிடையசைய, நீண்ட ஜடை பிருஷ்டம் தொட்டு ஆட அப்படியே இருக்கட்டும், மணியத்தின் ஓவியம் போல காலம் காலமாக இளமை மாறாமல்.

நான் புத்தகத்தைப் பிரித்து மீண்டும் சிவகாமியைப் பார்த்தேன். ஓவியங்களுக்கு மூப்பு ஏற்படுவதில்லை. மீனாக்காவும்தான். தலை நரைக்கத் துவங்கிவிட்ட எனக்குள் அந்த ஓவியம் இடுப்பசைத்து இளமையாய் ஆடியது.

***

— 13 —

கதிர்

கதிர்வேலு பிடிவாதமாக இருந்தான். அப்பாவின் அறிவுரைகள் எதுவும் அவன் காதில் விழவில்லை. பட்டணத்துக்குக் கிளம்பியே தீருவது என்று ஒற்றைக் காலில் நின்றவன் புறப்பட ஆயத்தமானான்.

"த பார்ரா கதிரு அங்க யாரைத் தெரியும்னு புறப்படற?"

"என் சிநேகிதன் இருக்கான்."

"அப்பொ வேலை பார்த்தா பட்டணத்துலதான் பார்ப்ப. அப்டித்தானே? இங்க நம்ம நிலத்துல எனக்குத் துணையா விவசாயம் பண்ணுன்னா ஏண்டா கேக்க மாட்டேன்ற?"

"உங்கூட வயக்காட்டுல மண்ணோட மண்ணாப் புரளவா இம்புட்டுப் படிப்பு படிச்சேன்?"

"என்னடா பேசற நீயி? இந்த மண்ணு ஒனக்கு அம்புட்டுக் கேவலமாப் போச்சா? இதாண்டா நம்ம தெய்வம். மறந்துராத!"

"நான் ஒண்ணும் கேவலமாப் பேசல. என்னால முடியாதுன்னு சொல்றேன். நான் பட்டப்படிப்புப் படிச்சிருக்கேன். பட்டணத்துல எனக்கு நல்ல வேலை கிடைக்கும். ஃபேனுக்கடில பேண்ட்டும் சர்ட்டும் போட்டுக்கிட்டு உக்காந்து வேலை பாக்கணும்னு எனக்குக் கனவு. வீடு, வாசல், கார் எல்லாம் வாங்கி நானும் அழுக்குப்படாம வசதியா வாழனும்னு ஆசைப்படறேன். தப்பா?"

அப்பா அவனை உற்றுப் பார்த்தார்.

"சரி போ" என்றார். அதில் எவ்வித உணர்வுமில்லை.

"போன்னா...? எனக்குக் கொஞ்சம் பணம் வேணும். வேலை கிடைக்கறவரை செலவுக்குக் காசு வேணாமா?"

"எம்புட்டு?"

"ரெண்டாயிரமாச்சும் வேணும்."

அப்பா மறுத்துப் பேசவில்லை. பத்து நாள் முந்தி உளுந்து விற்ற காசு மூவாயிரத்திலிருந்து அவன் கேட்ட பணத்தை எண்ணிக் கொடுத்தார்.

"பத்திரம்! பட்டணத்துல திருட்டு பயம் அதிகம். தொலச்சுப்புட்டு அளுவாத."

அவன் கிளம்பினான். அம்மாவின் கண்களில் பாசமும், பிரிவுத் துயரும் கண்ணீராகப் பளபளத்தது. தங்கை தம்பியின் முகத்தில் அண்ணன் பட்டணத்துக்குப் போகும் பெருமை. அப்பா கல்லு மாதிரி நின்றிருந்தார்.

எழும்பூரில் ரயிலிறங்கியவன் பட்டணத்து மனிதர்களையும், கட்டடங்களையும் கண்டு மலைத்துப் போனான். உடம்பு மெல்லப் பதற ஆரம்பித்தது. எல்லோரும் நாகரீகமாக இருந்தார்கள். நுனி நாக்கில் ஆங்கிலம் பேசினார்கள். வேக வேகமாக ஓடினார்கள். இங்கே படித்த கூட்டத்திற்குச் சரிசமமாய் பாமரக் கூட்டமும் இருந்தது. திரைப்படங்களில் மட்டுமே கேட்டிருந்த மெட்ராஸ் பாஷையை நேருக்கு நேர் கேட்டபோது நிறைய கெட்ட வார்த்தைகள் கலந்து நாராசமாயிருந்தது. ஓட்டல்களில் விலையைக் கேட்டபோது சாப்பிடவே பயமாக இருந்தது.

நண்பனின் விலாசத்தைத் தேடிக் கண்டுபிடித்துப் போய்ச் சேர்ந்தபோது அவன் அறையைப் பூட்டிக்கொண்டு கிளம்பிக் கொண்டிருந்தான். இவனைப் பார்த்ததும் வியப்போடு நின்றான்.

இவன் வந்த விஷயத்தைச் சொன்னதும் அவன் எதுவும் பேசவில்லை.

"சரி நீ இரு கதிரு. நான் வெளிய போயிட்ருக்கேன். சாயங்காலம் பார்ப்போம்" சாவியைக் கொடுத்துவிட்டு நண்பன் சென்றுவிட்டான்.

கதிர்வேலு உள்ளே வந்தான். சின்ன அறைதான். அமர்க்களமாய் இருந்தது. பிரும்மச்சாரி அறை பி.ஏ. பட்டம் வாங்கியதுமே, கலெக்டர் படிப்பு பாஸ் செய்துவிட்டது போல் அப்படி ஒரு பெருமை. அவன் இருந்த கிராமத்தில் அவன் படிப்பு கலெக்டர் படிப்புதான். ஊர் மக்கள், அவன் எதிர்ப்பட்டால் படித்த பிள்ளை என்று பவ்யமாய் வணங்கி, ஒதுங்கிச் சென்றார்கள். அந்த வணக்கங்கள் கதிர்வேலுவை உசுப்பிவிட்டன. பட்டணத்தில் நல்ல உடைகளும், டையும் அணிந்து நல்ல வேலையில் அதிகாரியாய் பணிபுரியும் ஆசை அதிகரித்தது. அப்பாவி அவன். பட்டணத்தில் அவனைவிடப் படித்தவர்களே வேலையின்றி அலைகிறார்கள் என்பது அவனுக்குத் தெரியாது. தன் படிப்புக்கு வெற்றிலை பாக்கு வைத்து வேலை தருவார்கள் என்கிற கனவுகளோடு அப்பாவின் அறிவுரைகளையும் புறந்தள்ளிவிட்டுக் கிளம்பிவிட்டான்.

இருட்டும் நேரத்துக்கு வந்தான் நண்பன்.

"எதுனா சாப்ட்டயாடா?"

"ம்..."

"ஆமா என்ன ஐடியால நீ வந்த?"

"என் படிப்புக்கு நல்ல வேலை பாக்கணும்னு ஒரு ஆசை."

நண்பன் சிரித்தான்.

"என்ன படிச்சிருக்க?"

"என்னடா இப்டிக் கேக்கற? பி.ஏ. மறந்துட்டயா?"

"இந்த படிப்புக்குப் பியூன் வேலைகூடக் கிடைக்காது தெரியுமா? அவனவன் எம்.ஏவும், என்ஜினியருக்கும், டாக்டருக்கும் படிச்சுட்டு நல்ல வேலை கிடைக்காம ரெண்டாயிரத்துக்கும் மூவாயிரத்துக்கும் நாய் படாத பாடுபட்டுட்ருக்காங்களாம். வெறும் பி.ஏவை எல்லாம் யார்ரா இப்ப மதிக்கறாங்க? இதோ பார் கதிர், இங்கல்லாம் வேலை பார்க்க வெறும் பி.ஏ. எல்லாம் பத்தாது. நல்லா இங்கிலீஷ் பேசத் தெரியணும். கம்ப்யூட்டர் தெரியணும். இன்னும் நிறைய தகுதிகள் வேணும். பேசாம ஊருக்குப் போய் இன்னும் நிறைய தகுதிகளைத் தேடிக்கற வழியைப் பார். இல்லாட்டி சொந்தமா ஏதாவது தொழில் ஆரம்பிச்சு நல்ல நிலைமைக்கு வரப்பார்."

கதிர்வேலுவின் முகம் வாடிப்போயிற்று. 'ஊருக்குத் திரும்பிச் சென்று அப்பாவின் முகத்தை எப்படிப் பார்ப்பது என்று கவலைப்பட்டான். ஊர்க்காரர்கள் கைகொட்டி சிரிப்பார்களே! இனி பழைய மரியாதை கிடைக்குமா?'

சற்று பொறுத்து நண்பனைப் பார்த்தான்.

"நீ என்ன வேலை பாக்கற ஜீவா?"

"ஹோல் சேல்ல புடவை துணி எடுத்து இன்ஸ்டால்மென்ட்ல வித்துட்ருக்கேன். ஏதோ வண்டி ஓடுது."

"அந்த மாதிரி நான் எதுனா ஆரம்பிக்க முடியுமா?"

"அதுக்கெல்லாம் முதல் போடணும் கதிரு. ஒரு பத்தாயிரமாச்சும் வேணும். வசூல் பண்ற சாமர்த்தியம் வேணும். முடியுமா உன்னால?"

"அப்பாக்கு லெட்டர் எழுதிக் கேக்கறேன். வாழ்ந்து காட்றேன்னு வந்துட்டேன். திரும்பிப் போனா மரியாதை இருக்காது."

"ஏன் கதிரு உங்களுக்குத்தான் நிலம் கொஞ்சமிருக்குமே. பேசாம விவசாயம் பண்ணலாம் இல்ல? மண்ணு பொன்னானா

குச்சு மச்சாய்ட்டுப் போவுது? அதைவிடவா இதுல சம்பாரிச்சுடப் போற!"

"ஏன் ஜீவா விவசாயி புள்ள விவசாயியாத்தான் இருக்கணும்னு என்ன கட்டாயம்?"

"நான் அப்படிச் சொல்லல கதிரு. நீ நல்ல படிப்பு படிச்சிருந்தா தாராளமா ஒயிட் காலர் வேலை பாக்கலாம். ஆனா ஏதாவது வியாபாரம்ங்கற பட்சத்துல அதைவிட விவசாயம் நல்லதுன்னு சொல்றேன். அது ஒண்ணும் மட்டமான தொழில் இல்லையே கதிரு? நாட்டுக்கே சோறு போடற உயர்ந்த தொழிலை நீ ஏன் மட்டமா நினைக்கற?"

கதிர்வேலு பதில் பேசவில்லை என்றாலும் அவனுக்கு ஊருக்குத் திரும்பிச் செல்ல விருப்பமில்லை என்பது அவன் கடிதம் எழுத உட்கார்ந்ததிலிருந்து தெரிந்தது.

வியாபாரத்திற்குப் பணம் தேவை என்றும், ஒரே வருடத்தில் நாலு மடங்கு பணம் சேர்த்துவிட முடியும் என்கிற நம்பிக்கை இருப்பதாகவும் அப்பாவுக்குக் கடிதம் எழுதி, பணம் அனுப்பச் சொன்னான்.

பத்து நாள் கழித்து அப்பாவிடமிருந்து நாலாயிரம் ரூபாய் பணமும் கடிதமும் வந்தது.

கைவசம் இப்போது நாலாயிரம்தான் புரட்ட முடிந்தது. அதனை அனுப்பி வைத்திருக்கிறேன். மேற்கொண்டு நீ கேட்ட பணத்தை அனுப்ப, பத்துநாள் அவகாசம் கொடு. நம் நிலத்தை அடமானம் வைத்துத்தான் பணம் அனுப்ப வேண்டும். பத்து நாள் பொறுக்கவும். எங்கிருந்தாலும் நீ நன்றாக இருக்க வேண்டும் என்பதுதான் எங்களது ஆசை.

ஆசியுடன்,
அப்பா.

கதிர்வேலுவுக்குள் ஏதோ இனம்புரியாத வலி ஏற்பட்டது. தான் செய்வது சரியா தவறா என்ற குழப்பம் ஏற்பட்டது. தெரியாத தொழிலில் இறங்குவதைவிட பேசாமல் ஊருக்குத் திரும்பிச் சென்றுவிடலாமா என்று தோன்றியது.

"என்னடா பணம் வந்துடுச்சா?" ஜீவாவின் குரல் கேட்டதும் கலைந்து நிமிர்ந்தான்.

"நாலுதான் அனுப்பியிருக்காரு. பத்து நாள் கழிச்சு மீதியை அனுப்பறாராம்."

"நாலாயிரத்துக்குள்ள சரக்கை வாங்கி வியாபாரத்தை ஆரம்பி."

"எனக்கு எதுவும் தெரியாதுடா. நீதான் நெளிவு சுளிவு சொல்லித்தரணும்."

"சரி பணத்தை எடுத்துக்கிட்டுப் புறப்படு எனக்குத் தெரிஞ்ச ஒரு கடைல புடவைகள் வாங்கித் தரேன். ஒரு புடவைக்கு அம்பதுலேர்ந்து நூறுவரை அதிகம் வெச்சு, கூட்டிக் குறைச்சு வித்துக்க வேண்டியதுதான் உன் சாமர்த்தியம்!"

கதிர்வேலு பணத்தை பத்திரப்படுத்திக்கொண்டு கிளம்பினான். இருவரும் பஸ் பிடித்து பாரிஸ் கார்னரில் இறங்கினார்கள். கதிர்வேலு பணம் பத்திரமாக இருக்கிறதா என்று ஷர்ட்டைத் தொட்டுப் பார்க்க, பணம் வைத்திருந்த இடம் காலியாக இருந்தது.

கதிர்வேலு நெஞ்சைப் பிடித்துக்கொண்டு அமர்ந்தான். மிக மிகத் தேர்ந்த திருடனால் மிக சாமர்த்தியமாகப் பணம் திருடப்பட்டிருந்தது. கொஞ்சம்கூட சந்தேகம் ஏற்படாமல் யாரும் தொட்ட உணர்ச்சிகூடத் தெரியாமல் தந்திரமாக எடுக்கப்பட்டிருந்தது. கதிர்வேலு அதிர்ச்சியில் உறைந்து போயிருந்தான்.

"என்னடா இப்படிக் கோட்டைவிட்டுட்ட? இந்த ஊர்ல ரொம்ப ஜாக்ரதையா இருக்கணும்னு தெரியாதா? நீ இப்டி பறிகொடுப்பேன்னு தெரிஞ்சிருந்தா பேசாம நானே வாங்கிப் பத்திரமா எடுத்துட்டு வந்திருப்பேனே...!"

“நான் என்னடா செய்யட்டும்? அப்பா இந்தப் பணத்தை அனுப்ப என்னல்லாம் கஷ்டப்பட்டாரோ?” கதிர்வேலு குழந்தை மாதிரி அழுதான்.

“போலீஸ்ல ஒரு புகார் கொடுப்போமா?”

“உடனே கண்டுபிடிச்சுக் கொடுத்துடுவாங்களா?”

“தெரியாது. உனக்கு அதிர்ஷ்டம் இருந்தா கிடைக்கலாம். அல்லது கிடைக்காமயும் போகலாம். காணாமப் போன ரூபா நோட்டுல இருக்கற நம்பர் எல்லாம் தெரியுமான்னு கேப்பாங்க. அது தெரிஞ்சா, பணம் கிடைச்சா அவங்ககிட்டேர்ந்து வாங்கறது சுலபம்.”

“யாருக்குடா அதெல்லாம் தெரியும்?”

“நான் ஒண்ணு சொன்னா தப்பா எடுத்துக்கமாட்டயே கதிரு?”

“என்ன?”

“திருட்டுப்போன பணம் திரும்பக் கிடைக்கறது, குதிரைக் கொம்புதான். ஏதோ தலைக்கு பதில் தலைப்பாகையோட போச்சுன்னு, இதையும் நல்லதுக்காகவேன்னு நினைச்சுக்கிட்டு நீ ஊருக்குப் போறதுதான் நல்லது. ஆரம்பமே அபசகுனமாகத் தெரியுது. அபசகுனம்னு சொல்றதைவிட அபாய மணியா எச்சரிக்கை செய்யறாப்பல இருக்கு. உனக்கு இந்த பிஸினஸ் சரிப்படாதுன்னு சொல்லாம சொல்றாப்பல தோணுது.”

கதிர்வேலு, உண்மைதான் என்பதுபோலத் தலையசைத்தான். தோல்வியை மௌனமாய் ஒப்புக்கொண்டு ஊருக்கு வண்டி ஏறினான்.

தலைகுனிந்து தகப்பனுக்கெதிரில் நின்றான். எந்தக் கேள்வியும் கேட்காமல் நீராகாரம் குடித்துவிட்டு வயலுக்குக் கிளம்பியவரோடு அவனும் கிளம்பினான். அவர் புருவம் சுருங்கப் பார்த்தார்.

“இப்பத்தான் எனக்கு எல்லாம் விளங்குதுப்பா. எது நமக்குச் சரிப்படும், எது நம்மை உயர்த்தும்னு புரிஞ்சுக்கிட்டேன். நிலத்தை

அடமானம் வெச்சுராதீங்கப்பா. எனக்குப் பணம் வேணாம்" அவர் கைகளைப் பற்றி அதில் முகம் புதைத்து அழுதான். அவர் இதழோரம் மெல்லிய புன்னகை படர்ந்தது.

"போகட்டும் விடு! நீயாப் பட்டுத் தெரிஞ்சுக்கும்போது கிடைக்கற பாடம்தான் உன்னைப் புடம்போடும்னு நம்பித்தான் நீ பணம் கேட்டதும் மறுக்காம பணம் அனுப்பினேன். பணம் போனா போகட்டும் விடுடா கதிரு. நீ கிடைச்சயே அது போதும் எனக்கு. இது சாதாரண பூமியில்லடா கதிரு. நம்ம தெய்வம். யார் கைவிட்டாலும் இது நம்மளைக் கைவிடாது. எங்கயோ சிந்தற வியர்வையை இங்க சிந்து. இது நூறு மடங்கு உனக்குப் பொன்னா வாரிக் கொடுக்கும். இந்த மண்ணை உழுது, விதைச்சு, அது முளைவிட்டு, கொஞ்சம் கொஞ்சமா வளர்ந்து, அதுக்கு நீர் பாய்ச்சி, அது முத்தி, முத்தின கதிரை அறுத்து அறுவடை செய்து, அந்த தானிய மணிகளை ரெண்டு கைலயும் வாரி எடுத்துப்பாரு. அப்ப புரியும் அது எப்பேர்ப்பட்ட சந்தோஷமுன்னு, பட்டணம் அழகான, வழவழப்பான, மினுமினுப்பான மேல் தோலுன்னா, இதுதான் இதயம்டா கதிரு. இதுதான் மூச்சுக் காத்து."

"இந்தியாவோட இதயம் கிராமங்கள்தான்னு காந்தி சொன்னதை நினைச்சுப்பாரு, இதயம் உள்ளாற இருந்துதான் தன் கடமையைச் செய்யணும். அதுதான் அதுக்கும் நல்லது. உடம்புக்கும் நல்லது. வெளிய வந்து மேல் தோல்ல உக்காந்துக்கணும்னு உள்ளாற துடிக்கற இதயம் ஆசைப்படலாமா சொல்லு? துடிப்பு நின்னு எல்லாமே அழுகிப் போய்டாது?"

அப்பா வயக்காலில் நின்று சொல்ல, அவன் கண் கலங்கினான். அப்படியே மண்டியிட்டு நிலத்தில் விழுந்து வணங்கினான். பூமித்தாயிடம் மன்னிப்புக் கேட்டான்.

***

— 14 —

பேரம்

கால்மேல் கால்போட்டு கம்பீரமாக அமர்ந்திருந்தாள் அந்த அம்மாள். ஒரு ஆண்மகனைக் கர்ப்பத்தில் சுமந்து பெற்ற கர்வம் அவள் முகத்தில் சுடர்விட்டது. அதைவிட அதிகமாய் அவள் அணிந்திருந்த வைரங்கள் சுடர்விட்டன. காது, மூக்கு, கழுத்து, கைகள் எல்லாம் வைரம் சூடியிருந்தன. அவள் அருகில், வேட்டியும் வெண்ணிற ஜிப்பாவும் அணிந்து மங்கலாய் அமர்ந்திருந்தார் அவள் புருஷன். அந்த வீட்டிலிருந்த அனைவரும் பவ்யமாய் ஆங்காங்கு நின்றிருந்தனர். அவர்களுக்கு நடுவில் கண்களில் ஏராளமாய் கனவுகள் சுமந்து அந்தப் பெண் தலைகுனிந்து அமர்ந்து **"மதுர மதுர மீனாட்சி"** என்று பாடிக் கொண்டிருந்தாள். பயத்தில் குரல் அங்கங்கு பிசகி ஸ்ருதியிலிருந்து விலகியது. பாடி முடித்தபிறகு அடுத்து என்ன செய்வதென்று புரியாமல் அப்பாவை ஓரக் கண்ணால் பார்த்தாள்.

"நீ உள்ள போம்மா" சம்பந்தியம்மாள் உத்தரவிட, அம்மா அவளை அவசரமாக உள்ளே அழைத்துச் சென்று விட்டுவிட்டு வந்து ஹால் ஓரமாக பவ்யமாக நின்றாள். அம்மாள் தொண்டையை செருமிக் கொண்டாள். புழுக்கம் தாங்காமல் கர்ச்சீப்பால் விசிறியபடி பேச ஆரம்பித்தாள். பேச்சு என்பதைவிடக் காலம் காலமாய் நடக்கும் பேரம் எனலாம்.

"எங்களைப் பத்தி எல்லா விஷயமும் மகாதேவன் சொல்லியிருப்பாரே."

“சொன்னார்.”

“நந்து எங்களுக்கு ஒரே பிள்ளை. உடம்பு முழுக்க மூளை. அமெரிக்கால அவனோட ஒருமணி நேர சம்பளம் பத்தாயிரம். மாசத்துக்கு எவ்ளோன்னு கணக்குப் போட்டுக்கலாம். கோடீஸ்வர சம்பந்தம் எல்லாம் தேடி வந்தது. ஆனா எனக்குப் பிடிக்கல. பணம் மட்டும் போதுமா? நமக்கு அனுசரணையா நடந்துக்காது அதுகள்ளாம். அதான் நல்ல குடும்பமா இருக்கணும், கௌரவமா சீர்சனத்தியும் செய்யறவாளாவும் இருக்கணும்னு மகாதேவன்ட்ட சொல்லியிருந்தேன். உங்க பொண் ஜாதகம் வந்துது. நல்ல ஜாதகம், பார்க்கலாம்னார் எங்க ஜோசியர். எங்களுக்கு எங்க குடும்ப கௌரவம் ரொம்ப முக்கியம். புரிஞ்சுதா உங்களுக்கு?”

பீடிகை பலமாக இருந்தது. பெண்ணைப் பெற்றவர் உடம்பு அந்த பீடிகையிலேயே ஆடியது. ‘நல்ல இடம், வசதியானவர்கள், அமெரிக்க மாப்பிள்ளை, கல்யாணத்திற்குப் பின் மாமியார் தொல்லை இராது. அமெரிக்காவில் பெண் சுகமாக இருப்பாள். அவள் படிப்புக்கு அவளும் கை நிறைய சம்பாதிப்பாள். கடவுளே இந்த இடம் முடித்துவிடு. இவர்கள் கேட்பதைச் செய்யும் சக்தியை எனக்குக் கொடு!’

அவர் வேண்டிக்கொண்டபடி சம்பந்தியம்மாளைப் பார்த்தார்.

“பொண்ணுக்கு நகை என்ன போடுவேள்?”

“இருபத்தஞ்சு பவுன் பண்ணி ரெடியா வெச்சிருக்கேன்” அவர் பெருமையாகக்கூற அவள் அவ்வளவுதானா என்பதுபோல் பார்த்தாள்.

“பத்தாது. முப்பத்தஞ்சாவது போட்டாதான் நான் நாலு பேர்கிட்ட கௌரவமா சொல்லிக்க முடியும்.”

அவர் மனைவியைப் பார்த்தார். அவள் போட்டுவிடலாம் என்பதாகத் தலையசைக்க “அவர் சரி போட்டுடறேன்” என்றார்.

“அது மட்டும் போதாது. ஒரு ஜோடி வைரத்தோடு, ஒரு வைர நெக்லஸ், வைர மூக்குத்தி போட்டுடணும். கைக்கு ஒரு ஜோடி வைர

வளையல் நாங்க போட்டுடுவோம். மாப்பிள்ளைக்கு நீங்க வைர மோதிரமும் மூணு பவுன்ல செயினும் போட்டுடனும், வெள்ளிப் பாத்திரம் எல்லாம் சபைல கௌரவமாரக்கறா மாதிரி வாங்கி வெச்சுடனும், எவர்சில்வர்னு எதுவும் வேண்டாம். எங்கிட்டயே ஏகப்பட்டது இருக்கு. அதுக்குப் பதிலா ஒரு பர்ஸனல் கம்ப்யூட்டர் வாங்கிட்டா நல்லது. மத்தபடி கல்யாணத்தைக் கௌரவமா பெரிய சத்திரத்துல கிராண்டா ஒரு குறையும் இல்லாம நடத்திக் கொடுத்துடனும். எங்க ஸைடுல எல்லாரும் ரொம்ப அந்தஸ்தா இருக்கறவா. பாதிப் பேர் வெளிநாட்டுலயும், மீதிப்பேர், டில்லி, பாம்பே, பெங்களூர்னு ஹை கிளாஸ் சிட்டில கார் பங்களான்னு இருக்கறவா. ஒரு சின்னக் குறை தெரிஞ்சாகூட இளக்காரமா சிரிப்பா. அதோட என் கௌரவம் போச்சு. ஆயுசுக்கும் சொல்லிச் சொல்லி இளக்காரம் பண்ணுவா."

சம்பந்தியம்மா பேசப் பேச அவருக்கு வியர்த்தது. இது தன் சக்திக்கு மீறிய சம்பந்தம் என்பது புரிந்தது. இத்தனை வைரங்களுக்கு எங்கே போக? தவிர நாற்பதாயிரம் ஐம்பதாயிரம் வாடகைக்கு சத்திரம் பிடித்து ஆடம்பரக் கல்யாணம் நடத்தும் அளவுக்கு யாரிடம் திராணி இருக்கிறது. "சாரி முடியாது." என்று சொல்லி அனுப்பிவிடலாமா? அல்லது கொஞ்சம் பேசி, சில விஷயங்களைக் குறைக்க முயற்சிக்கலாமா? நல்ல இடமாயிற்றே. எப்படிக் கை நழுவவிட முடியும். அமெரிக்காவில் ஆனந்தமாக வசதியாக பெண் வாழ வேண்டும் என்றால் கொஞ்சம் சிரமப்படத்தானே வேண்டும்!

அவர் சம்பந்தியம்மாளைத் தயக்கத்தோடு பார்த்தார்.

"உங்களோட ஒப்பிட்டா நான் கொஞ்சம் சாதாரண அந்தஸ்துல இருக்கறவன். வைர நெக்லஸ் என் சக்திக்கு மீறிய விஷயம். தோடும் மூக்குத்தியும், மாப்பிள்ளைக்கு மோதிரமும் எப்படியாவது வாங்கிடறேன். மூணு பவுன் செயினும் வைர நெக்லஸும், கம்ப்யூட்டரும் வாங்கறது ரொம்பக் கஷ்டம். மத்ததெல்லாம் செய்யணும்னாலே நான் ரொம்ப பாடுபடனும். இருந்தாலும்

எம்பொண்ணோட எதிர்காலம் நல்லபடியா இருக்கணும்ங்கறதுக்காக சிரமப்படறதுல எனக்குச் சந்தோஷம்தான். கல்யாணத்தைக்கூட ஓரளவுக்கு ஒரு குறையுமில்லாம உங்களுக்குத் திருப்தி ஏற்படற வகைல பண்ணிக்குடுத்துடறேன். இந்த மூணு மட்டும் கஷ்டம். நீங்க கொஞ்சம் பெரிய மனசு பண்ணி சம்மதிக்கணும்.”

அவர் நிறுத்திவிட்டு அம்மாள் முகத்தைப் பார்த்தார். அவள் கடைக்கண் பார்வைக்குத் தவமிருப்பவர் போல் வளைந்து நெளியாத குறையாய் நின்றார்.

சம்பந்தியம்மா லேசாக முகம் சுளித்தாள். அவளது புருஷன், ‘ஐயோ பாவம் கொஞ்சம் விட்டுத்தான் கொடுத்துவிடேன்’ என்பதுபோல் மனைவியைப் பார்த்தார். தன் மனைவி இப்படிப் பேரம் பேசியது அவருக்கு சுத்தமாய்ப் பிடிக்கவில்லை என்றாலும் அதை எதிர்க்கும் துணிச்சல் அவரிடம் இல்லை. இரண்டு மூன்று வருடங்களுக்கு முன்புவரை மிஞ்சிப்போனால் கழுத்தில் ஒரு தாம்புக் கொடியும், இரட்டை வடத்தில் காஞ்சிகா மணிமாலையும், கைகளில் ஒரு ஜோடி வளையலும், காதில் சாதாரணத் தோடும்தான் அவளது நகைகளாயிருந்தது.

நந்து அமெரிக்காவிலிருந்து டாலர் டாலராய் பணம் அனுப்ப ஆரம்பித்த பிறகுதான் இந்த டாலடிக்கும் வைரங்கள் எல்லாம் அவள் உடம்பில் ஏறிக்கொண்டது. வீடு, வாசல், நிலம், நீச்சு எல்லாம் அதன்பிறகு ஒட்டிக்கொண்டவைதான்.

பாவம் நந்து கடல் கடந்து சென்று கடினமாய் உழைத்தனுப்பும் பணத்தில் இவள் அந்தஸ்த்தும் கௌரவமும் புதுசாய் போர்த்திக்கொண்டு பிறவிக் கோடீஸ்வரி மாதிரி ஆடும் ஆட்டம் என்ன, அவர் முகத்தில் புன்னகையும், அடி மனசில் அறையலாம் போல எரிச்சலுடனும் அமர்ந்திருந்தார். அவ்வளவுதான் அவரால் முடிந்தது.

“உங்க வீட்ல வி.சி.டி. பிளேயர் இருக்கா?” திடீரென்று சம்பந்தியம்மாள் கேட்க எதற்குக் கேட்கிறாள் என்று புரியாமல் “இருக்கிறது” என்றார் அவசரமாக.

“இந்தாங்கோ இந்த கேஸட்டைக் கொஞ்சம் போடுங்கோ” தன் கைப்பையைத் திறந்து ஒரு வீடியோ சி.டியை எடுத்துக் கொடுத்தாள்.

அவர் அதை பவ்யமாய் வாங்கி பிளேயரில் பொருத்தி அதை இயக்க, அதோடு இணைக்கப்பட்டிருந்த டி.வி. திரை உயிர் பெற்றது. பளிச்சென்று வானுயர்ந்த கட்டடங்களின் பிரும்மாண்டமான பின்னணியில் கம்பீரமான அழகிய இளைஞன் ஒருவன் புன்னகையோடு கையசைத்தான். கோக் குடித்தான். தன் அலுவலகத்தில் சீரியசாக கம்ப்யூட்டரின் முன் அமர்ந்து வேலை செய்தான். தானே கார் ஓட்டிக்கொண்டு தன் அபார்ட்மெண்ட்டுக்கு வந்தான். சகல வசதிகளும் நிரம்பிய அழகான தன் அபார்ட்மெண்ட்டில் தானே உணவு சமைத்து உண்டான். பாட்டு கேட்டான், டி.வி. பார்த்தான். ஆளை விழுங்கும் நுரை மெத்தையோடு கூடிய கட்டிலில் தூங்கினான். ராஜ வாழ்க்கைதான் என்ன, அழகிய பர்னிச்சர்கள், சோபாக்கள், நவீன உபகரணங்கள்!

அடுத்த காட்சியாக சென்னையின் ஒரு வீட்டில் சம்பந்தியம்மாவும் அவரது கணவரும் கழுத்தில் மாலையோடு ஹோமம் வளர்க்க, அவர்களுக்கருகில் அதே இளைஞன் பரபரப்போடு நடப்பதும் நின்று நின்று அனைவரிடமும் கை குலுக்கிப் பேசுவதுமாக இருந்தான்.

காட்சிகள் முடிந்தன.

“யாரு தெரியறதோன்னா? என் பிள்ளை, உங்க வருங்கால மாப்பிள்ளை. எப்படியிருக்கான் பார்த்துண்டேளா? கல்யாணத்துக்கப்பறம் இவனோட சேர்ந்து உங்க பெண்ணும் சந்தோஷமா ஊர் சுத்தறதை சி.டில பார்க்க வேண்டாமா உங்களுக்கு?”

அவர் எச்சில் விழுங்கினார்.

“நான் பெருமைக்கு சொல்லிக்கறதா நினைக்கப்படாதுன்னுதான் இந்த சி.டியையும் கையோட கொண்டு வந்தேன். இந்தப் பிள்ளை

மாப்பிள்ளையா வரணுமா வேண்டாமான்னு நிதானமா யோசிச்சு உங்க முடிவைச் சொல்லுங்கோ போறும். இது கத்திரிக்கா வெண்டைக்கா பேரமில்ல. வாழ்க்கை சமாச்சாரம். நான் கேட்டது உங்களால முடியும்னா போன் பண்ணிச் சொல்லுங்கோ. இல்லாட்டா இந்தப் பேச்சை டிராப் பண்ணிடுவோம். உங்களுக்கும் ஆயிரம் மாப்பிள்ளை, எனக்கும் ஆயிரம் மாட்டுப்பொண். மறுபடியும் தேட ஆரம்பிப்போம்."

அவர்கள் எழுந்தார்கள். பத்தாயிரம் ரூபாய் பட்டுப் புடவையின் தலைப்பின் ஒரு முனையை இழுத்துப் பிடித்தபடி அம்மாள் முன்னால் நடக்க, அவள் கணவன் பின்னால் நடந்தார். தங்கள் புதுக்காரின் கதவு திறந்து கம்பீரமாய் அமர்ந்துகொண்டு "அப்பொ பார்க்கலாம்" என்றாள். கார் நகர்ந்தது.

"நல்ல இடம், சூப்பர் பையன். ஆனா இவ்ளோ கேக்கறாளே!" அவர் பெருமூச்சுவிட்டார்.

"நம்பளால நிச்சயம் முடியாது. கனவு காணாம நம்ம சக்திக்கேத்தாப்பல உள்ளூர் மாப்ளயா பாருங்கோ போதும்." இது அம்மா.

"முடியாதுப்பா, இந்த ஊர் போரடிச்சுப் போச்சு எனக்கு. நமக்கெல்லாம் இங்க எதிர்காலமே இல்ல. எங்க போனாலும் ஓஸின்னு ஒதுக்கிடறா. யு.எஸ். போயிடணும். எப்படியாவது இந்த இடத்தை முடிச்சுடுப்பா. நீ கொஞ்சம் கஷ்டப்பட்டா எனக்கு வெளிநாட்டு வாழ்க்கை கிடைக்கும். உன் ஒரே ஒரு பொண்ணுக்காக கொஞ்சம் கஷ்டப்படமாட்டயா நீ?" பெண் கெஞ்சினாள். பெண்களில் இரண்டு வகை உண்டு ஒன்று தன் அறிவால் வாய்ப்பு பெற்று வெளிநாடு செல்வது. இன்னொன்று, புருஷன் என்கிற சுலபமான முதுகில் தொற்றிக்கொண்டு வெளிநாடு செல்வது. இந்தப் பெண் இரண்டாவது வகையைச் சேர்ந்தவள். தகப்பனின் கடமை, புருஷனின் கரம், இவை இரண்டையும் பயன்படுத்தி வெளிநாட்டு வாசம் எனும் கனி பறிக்க நினைப்பவள். சிநேகிதிகளிடம் பீற்றிக்கொள்ள வேண்டும்.

அதற்கொரு அந்தஸ்த்தான கணவன் வேண்டும். தகப்பனின் சிரமம் புரியாமல் அவள் பிடிவாதம் பிடித்தாள். சி.டியில் கண்ட அழகான கம்ப்யூட்டர் என்ஜினியர் அடுத்த நிமிடம் தனக்கு சொந்தமாகிவிட வேண்டும் என்று துடித்தாள்.

அவர் இரவு முழுக்கத் தூங்காமல் காகிதத்தில் கணக்குப் போட்டுத் தள்ளினார், பைத்தியம் மாதிரி. எப்படிப் பார்த்தாலும் ஒரு லட்ச ரூபாய் இடித்தது. அவ்வளவு பெரிய தொகையைக் கடனாக யார் தருவார்கள்?

அவர் குழப்பத்தோடு படுத்தார்.

சம்பந்தியம்மாளின் வீடு.

"என்ன இருந்தாலும் உனக்கு இவ்ளோ ஆசை ஆகாது. அவா கோடீஸ்வரா இல்லன்னு தெரிஞ்சும் இவ்ளோ கேட்டா எங்க போவா? இவ்ளோ சீர்வரிசை வேணும்னா கோடீஸ்வரப் பெண்ணா பார்க்க வேண்டியதுதானே?" தனியறையில் இருந்த துணிச்சலில் வாய் திறந்து தன் ஆதங்கத்தைக் கூறினார் அவர்.

"சித்த சும்மார்க்கேளா? நடுத்தரக் குடும்பம்னா நாம சொன்னதைக் கேக்கும். நமக்கு மரியாதை கொடுக்கும். நம்மைவிட பெரிய இடம்னா நாம இல்ல கை கட்டி நிக்கணும்."

"அப்பொ அதுக்கேத்தா மாதிரி சீரும் சனத்தியும் கேக்கணும்."

"அப்டி என்ன நான் கேட்டுட்டேன், கோடீஸ்வர பொண்ணுன்னா நூறு பவுனுக்கு நகை போட்டு கார் பங்களான்னு சீதனம் கொடுப்பா. நான் அதெல்லாமா கேட்டேன். கேவலம் முப்பத்தஞ்சு பவுன். இது ஒரு நகையா?"

"அது மட்டுமா கேட்ட? வைரத்தோடு மூக்குத்தி நெக்லஸ் மோதிரம்னா எங்கடி போவார் அந்த மனுஷன்?"

"ஒரு பொண்ணுதானே? அவ அமெரிக்கால அந்தஸ்தோட வாழனும்னா போட்டுத்தான் ஆகணும். நீங்க ஏன் கவலைப்படறேள். நம்ம பிள்ளையை சி.டில பார்த்ததும் அவர்

மூஞ்சில அட்டி ஒரு பிரம்மிப்பு! நிச்சயம் நான் கேட்டதைக் கொடுத்து பெண்ணை அனுப்பறாரா இல்லையா பாருங்கோ. நான் என்ன எனக்கா கேட்டேன்? அவர் போடற நகையை அவதானே போட்டு அனுபவிக்கப் போறா. அமெரிக்கா மாப்ள வேணும்னா சும்மாவா? ஒரு குந்துமணி நகை வேணும்னாலே அதுக்குள்ள காசு கொடுத்தாத்தானே வாங்க முடியும்? அதே மாதிரிதான் எம்பிள்ளையும் அவனுக்குன்னு ஒரு விலை இருக்கு. அதை யார் தரத் தயாரா இருக்காளோ அவாளுக்குத்தான் அவன் கிடைப்பான்."

அவள் பிடிவாதமாகவும் அகம்பாவமாகவும் கூற அவர் வாயடைத்துப் போனார்.

கேவலம் வைரங்கள், நிலக்கரியின் பரிணாம வளர்ச்சி. சுட்டெரித்தால் மீண்டும் கரியாகப் போகும் சமாச்சாரம். எத்தனையோ காலங்கள் பூமிக்குள் அழுந்திக் கிடந்ததால் கரிகூட வைரமாய் மாறி ஜொலிக்கும்போது, இத்தனை யுகங்களாய் பூமியில் வாழ்ந்தும் ஏன் மனிதன் மட்டும் கரியாகவே இருக்கிறான்? அவருக்குப் புரியவில்லை. வேதனையோடு அவர் தன் அறைக்குச் சென்றார்.

அவள் தன் வைர நகைகளைக் கழட்டி அழகு பார்த்து மான் தோல் கொண்டு துடைத்து பீரோவில் பத்திரப்படுத்தின அதே நேரம் நியூயார்க் நகரின் உலக வர்த்தக கட்டிடத்தின்மீது அந்த விமானம் மோத, அதிலிருந்து கிளம்பிய தீப்பிழம்புகளின் அனல் தாங்காமல் அவள் பெற்ற வைர மகன் தீக்கு பயந்து நூற்றி ஆறாவது மாடியிலிருந்து அலறியபடி குதித்து வெளியில் சூழ்ந்திருந்த நெருப்புச் சூழலில் மறைந்துகொண்டிருந்தான்.

***

15

சாத்திரம் ஏதுக்கடி?

அப்பா அசையாமல் படுத்திருந்தார். யாரும் இப்போது அவரைப் பெயர் சொல்லிக் குறிப்பிடவில்லை. சிலர் 'சடலம்' என்றார்கள். பலர் 'பாடி' என்றார்கள். நேற்று இரவுவரை சிரித்துப் பேசிக்கொண்டிருந்தவர்தான். சைலன்ட் அட்டாக் என்றார் டாக்டர்.

நானும் அம்மாவும் அவரை வெறித்துப் பார்த்தபடி அமர்ந்திருந்தோம். வெளியில் மாமாவிடம் சாஸ்திரிகள் பேரம் பேசிக்கொண்டிருந்தார்.

மாமா அம்மாவிடம் வந்தார். "சாஸ்திரிகள் நாலாயிரத்துக்குக் குறைய மாட்டேன்றார்."

"நாலாயிரமா? பகல் கொள்ளையான்னா இருக்கு. எங்க மாமியார் சாவுக்கு ரெண்டாயிரத்தி ஐநூறு வாங்கிண்டார் ஒருத்தர்" உறவுக்காரப் பெண்மணி ஒருத்தி கூற, மாமா அம்மாவிடம் என்ன செய்வதென்று கேட்டார்.

"மாமி சொல்றாப்பல பகல் கொள்ளைதான். இருந்தாலும், பேரம் பேசற மனநிலைல நான் இல்ல. காரியமாகட்டும்." அம்மா மெல்லிய குரலில் சொல்ல, மாமா நகர்ந்தார்.

யார் யாரோ வந்து அம்மாவை அணைத்துக்கொண்டு அழுதார்கள். என்னை யாரோ "அழுடி சாரு, அழுதுடு" என்ற போதும் எனக்கு அழுகை வரவில்லை. அம்மாவும் நானும்

மரணம் பற்றி பலமுறை பேசியிருக்கிறோம், அலசியிருக்கிறோம். மரணம் குறித்து நிறைய தெளிவுண்டு அம்மாவுக்கு. எனக்கும் அவள் நிறைய சொல்லிக் கொடுத்திருக்கிறாள்.

ஞானிகள் மரணத்திற்கு அஞ்சுவதுமில்லை, அழுவதுமில்லை. அவர்களுக்குத் தெரியும் அழிவது உடல்தான், தங்கள் ஆத்மா அல்ல என்று. அழுகும் உடலுக்காக யாராவது அழுவார்களா என்ன? செத்தபின் இங்கு எவருக்கும் பெயரில்லை. பெயர் சொல்லி எவரும் அழைப்பதுமில்லை.

மொழி, ஜாதி, மதம், தேசம் எதாயிருப்பினும் இறந்த பின் ஒரே பெயர்தான், பிணம். அப்பாவுக்கும் இப்போது அதான் பெயர். இருப்பினும் இந்த ரூபத்தில்தானே அந்த ஆன்மா இதுவரை எங்களோடு வாழ்ந்திருந்தது. அந்த ரூபம் இன்னும் சற்று நேரத்தில் சாம்பலாகிவிடும். இனி அப்பாவை அந்த ரூபமாய்க் காண முடியாது என்பதுதான் துக்கத்தைக் கிளறியதே தவிர அப்பாவின் மரணமல்ல. ஒருமுறை அம்மா கூறியது என் நினைவுக்கு வந்தது.

ஒன்பது மாதம் கர்ப்பத்திலிருக்கும் சிசு, பிறக்கும் நேரம் வந்து அசைய ஆரம்பித்ததும் முடிந்தது தன் வாழ்வு, செத்தோம் நாம் என நினைக்குமாம். உண்மையில் அதுதான் பிறப்பு என அது அறிவதில்லை. அதேபோலத்தான் நாமும். இந்த உலக வாழ்வு வெறும் கர்ப்பவாசமெனில் ஆன்மாவின் விடுதலைதானே உண்மையான பிறப்பாக இருக்க முடியும்!

மரணத்தை இந்தக் கண்ணோட்டத்தில் கண்டால் மரணம் ஆனந்தமான விஷயமல்லவா? அழுவார்களா யாராவது?

யோசிக்க வைத்தது அவள் கூறியது. உண்மையில் மனிதனின் அறியாமைதான், சுகதுக்கங்களை வகை பிரிக்கிறதோ? ஆழ்ந்து நோக்கினால் அப்படி எதுவுமே இல்லையோ?

“சாரு” அம்மா அழைக்கத் திரும்பினேன்.

“ரெடியாரு, அப்பாக்கு நீதான் கொள்ளி போடப்போற.”

நான் சரி எனத் தலையசைத்து எழுந்தேன்.

சாஸ்திரிகள் உள்ளே வந்தார்.

"யார் பண்ணப் போறா காரியமெல்லாம்?"

"இவதான்" மாமா என்னைக் கை காட்டினார்.

அவர் முகம் சுளித்தார்.

"பிள்ளை இல்லையோ?"

"இல்ல ரெண்டும் பொண்ணுதான்."

"அப்பொ வேற பாத்தியதைப்பட்ட புருஷா யாரையாவது கூப்டுங்கோ. ஏன் தம்பிதானே நீங்க? நீங்களே பண்ணலாமே."

"இல்ல... இவதான் பண்ணணும்னு அக்கா சொல்லிட்டா."

"அக்கா சொல்லிட்டா ஆச்சா? சாஸ்திரத்துல அதுக்கு இடமில்ல."

"ஏன்?" நான் இடைமறித்துக் கேட்டேன்.

"ஏன்னா பொம்மனாட்டிகள் பண்றது வழக்கமில்ல."

"அதான் ஏன்?"

அவர் முகம் சுளித்தார். என்னை விழித்துப் பார்த்தார்.

"அதிகப்பிரசங்கித்தனமா கேள்வி கேக்கப்படாது. கூடாதுன்னா கூடாதுதான். என்னப்பா கணேசா. நாழியாயிண்டுருக்கே போய் குளிச்சுட்டு வரது."

"என் கேள்விக்கு பதில் சொன்னப்பறம் காரியம் ஆரம்பிக்கலாம். ஏன் பொம்மனாட்டி கொள்ளிபோடப்படாது? போட்டா என்ன ஆகும்? விளக்கம் சொல்லுங்கோ. நியாயமார்ந்தா நானே ஒதுங்கிக்கறேன்."

"ஏம்ப்பா கணேசா இதென்ன இந்தப் பொண்ணு அசத்து பிசத்துன்னு கேள்வி கேட்டுண்டு."

“உங்களுக்கு பதில் தெரியலன்னா என் கேள்வி அசட்டுத்தனமாய்டுமா? எங்களை அடக்கற சாக்குல உங்களுக்கு தெரியாதுங்கறதை மறைக்க வேண்டாம்.”

“அடாடாடா... பொணத்தை எடுக்கவிடாம என்னடாப்பா எழவு இது?”

“சாரு என்ன இது. பெரியவாகிட்ட மட்டுமரியாதையில்லாம. உள்ள போ சொல்றேன். அவர்தான் கூடாதுன்னுட்டாரே அதோட விடு. நான் போட்டுக்கறேன் நீ போ” மாமா என்னை அடக்க முயன்றார்.

“மாட்டேன். நான் பொண்ணாப் பொறந்துட்டதாலயே என்னோட உரிமையை நான் இழக்கத் தயாரால்ல. எங்கப்பாவும் அம்மாவும் எங்களைப் பொம்மனாட்டின்னு மட்டம் தட்டி ஒதுக்கி வெச்சு வளக்கல. எல்லாந்தான் சொல்லிக்கொடுத்து வளர்த்திருக்கா. எங்கப்பாக்கு நாந்தான் கொள்ளிவெப்பேன்.”

“அது முடியாது சாரு அடம் பண்ணாதே.”

“முடியும். முடியணும்.”

“காட்டுக்கெல்லாம் பொம்மனாட்டிகள் போகப்படாதுடி!” உறவு ஒன்று சொல்ல திரும்பினேன்.

“பொம்மனாட்டி செத்தா...? வீட்டுக்குள்ளயே வெச்சா எரிப்பேள்? யாரார்ந்தாலும் கடைசியா அங்கதானே?”

“இதப்பாரு சாரு! காலம் காலமா நடக்கற விஷயத்தை ஒரே நாள்ள நம்மால மாத்திட முடியாது. விட்ரு, ஒதுங்கி நில்லு ‘பாடி’யை வெச்சுண்டு பிரச்சனை பண்ணப்படாது.”

பாட்டி நல்லவிதமாய்ப் பேசி என்னைச் சமாதானப்படுத்தி உள்ளே அழைத்துச் செல்ல முயல, நான் திமிறினேன்.

“முடியாது. இது உங்க காலமில்ல, கேள்வி கேக்காம அடங்கிப் போக. ரெண்டாயிரத்தி நாலு. ஆண் பெண்ணுன்னு பிரிச்சு எங்களை மட்டம் தட்ட விடமாட்டேன். ஆணாப் பிறந்ததுக்கு

அவாள்ளாம் கர்வப்படறதைவிட ஆயிரம் மடங்கு பெண்ணாப் பிறந்ததுக்காக நான் கர்வப்படறேன். அந்தப் பெண்மைக்கு இந்த உரிமை மறுக்கப்பட்டா ஒதுங்கிப் போக, வேடிக்கை பார்க்க என்னால முடியாது. ஆணைப் பெத்தவன் செத்தா ராஜாங்கற மாதிரியும் பொண்ணைப் பெத்தவன் செத்தா கொள்ளிக்கு கையேந்தி நிக்கணும்ங்கறா மாதிரியும் இன்னும் எத்தனை நாள்? இனி இந்த நிலை மாறணும்னா பொண்ணும் கொள்ளிபோடற நிலை வரணும். இப்பவும் எத்தனையோ இடத்துல பெண்கள் கொள்ளிபோட்டுண்டுதான் இருக்கா."

"அப்டின்னா தாராளமா அதுக்கு சம்மதிக்கற சாஸ்திரிகள் யாரையானம் கூட்டிண்டு வந்து பண்ணிக்கோங்கோ. நான் கிளம்பறேன்."

சாஸ்திரிகள் கிளம்ப அம்மாவின் உறவு ஆண் ஒருவர் பதற்றத்துடன் என்னிடம் வந்தார்.

"இதோ பார் சாரு, சாஸ்திரிகள் கிடைக்காம நாங்க பட்டபாடு உனக்குத் தெரியாது. இவரை விட்டா இப்பொ ஆள் கிடைக்கமாட்டா. நேரம் ஆயிண்டேர்க்கு. இன்னும் எத்தனை காரியமிருக்கு! லோக வழக்கத்தை மாத்தறது கஷ்டம். அட்ஜஸ்ட் பண்ணிண்டு உள்ள போ. யார் கொள்ளி போடப்போறான்னு உங்கப்பாக்குத் தெரியவா போறது?"

"அதானே எதுவும் தெரியப் போறதில்லங்கற பட்சம் ஆம்பளை போட்டா என்ன பொம்மனாட்டி போட்டா என்ன? ஆம்பளையப் பெத்துட்டா 'புத்'னு நரகம் கிடையாதாம். பொண்ணாப் பெத்துட்டா 'புத்'னு நரகமாம். அடேயப்பா. எங்களைக் கேவலப்படுத்த எவ்ளோ கதைகள்! என் சரீரம் பொம்மனாட்டியார்ந்தாலும் எனக்குள்ள ஒரு ஆணும் இருக்கான்னு முதல்ல புரிஞ்சுக்கப்பாருங்கோ. கடவுள் சிருஷ்டியோட சௌகர்யத்துக்காகத்தான் ஆண் பெண்ணுன்னு சரீர வித்யாசத்தோட மனுஷனைப் படைச்சானே தவிர, நீங்கள்ளாம் மட்டம் தட்டி ஒதுக்கறதுக்கு இல்ல. பொம்மனாட்டி கொள்ளிபோட்டா பொணம் எரியாதா என்ன? அதையும் பாத்துடுவோம்."

“தாராளமா எரியுமே! ஆனா ஆம்பளை மாதிரி மேல் சட்டையில்லாம வெற்றுடம்போட நின்னு எல்லாக் காரியமும் பண்ண முடியுமா உன்னால?”

சாஸ்திரிகள் வக்கிரமாய்க் கேட்டார். நான் விழி சிவக்க அவரை வெறித்துப் பார்த்தேன். இது ஒரு ஆயுதம் இவர்களுக்கு. இதைச் சொன்னால் நான் கூசிக் குறுகி ஒதுங்கிவிடுவேன் என நினைத்தார் போலும்.

“அவ்ளோதானே? எங்கப்பனுக்காக மேல துணியில்லாம நான் நிக்கறேன். தடுமாறாம உங்களால மந்திரம் சொல்லிக் காரியம் பண்ணி வெக்க முடியும்னா சொல்லுங்கோ மேல் துணியைக் கழட்டறேன்.”

உறுதியான குரலில் நான் சொன்னதும் அங்கு மயான அமைதி நிலவியது. அனைவரது கண்களிலும் பதட்டம். என்ன பெண் இவள்? விவஸ்தையில்லாமல் என்பதுபோல் பார்க்க, சாஸ்திரிகளால் அதற்குப்பிறகு பேச முடியவில்லை. இறங்கி வரவும் அவரது ஆண் புத்தி இடம் தரவில்லை. ஆணாக இருப்பதில் கர்வப்பட அப்படி என்ன இருக்கிறதோ? எனக்குத் தெரியவில்லை.

“நான் கிளம்பறேம்ப்பா கணேசா என்னைக் கூட்டிண்டு வந்து இப்டி அலைக்கழிப்பேன்னு தெரிஞ்சிருந்தா வந்தே இருக்க மாட்டேன் நான். வேதத்தை மதிக்கத் தெரியாம விதண்டாவாதம் பேசறவாளுக்கெல்லாம் என்னால காரியம் பண்ணி வெக்க முடியாது, வேற ஆள் பார்த்துக்கோ நீ.”

“ஒரு நிமிஷம்.” நான் அவரை விடுவதாயில்லை. என்ன ஆனாலும் சரி இன்று இதற்கு ஒரு முடிவு கட்டிவிட்டுத்தான் மறுவேலை என்று பொங்கியது எனக்குள். அவரை உற்றுப் பார்த்தேன்.

“நாங்க மட்டும் வேதத்தை மதிச்சா போறாது சாஸ்திரிகளே. வேதம் சொல்றவாதான் முக்கியமா அதை மதிக்கணும்.

அப்பதான் மத்தவாளும் அதை மதிப்பா. இல்லாட்டா அது வெறும் வியாபாரப் பொருள்தான். எல்லாத்துக்கும் ஒரு ரேட் தீர்மானிச்சுண்டு உங்களை மாதிரி மூச்சு விடாம ஒப்பிக்கற, 'வேத வித்து'ன்னு சொல்லிக்கற ஒரு கூட்டம் அதை வித்துண்ருக்கும். வேதம் என்ன சொல்றது? பொம்மனாட்டி மட்டம்னா? எந்த வேதமும் சரீரத்துக்கு முக்கியத்துவம் கொடுக்கறதில்ல. ஆன்மாவுக்குதான்னு எனக்கும் தெரியும். நமக்குள்ள இருக்கற ஆன்மா ஆணும் கிடையாது பெண்ணும் கிடையாது. அது அணியற சட்டையைப் பொறுத்துத்தான் அதுக்கு ஆண் பெண்ணுன்னு பேர் கிடைக்கறது."

"அந்த சட்டையை வெச்சு அதை மட்டம் தட்டறதுதான் உங்க சாஸ்திரமா? இன்னிக்குத்தான் பொம்மனாட்டி வேதம் படிக்கப்படாது, பித்ரு காரியம் செய்யப்படாதுன்னு ஆயிரம் அடக்குமுறைகள். மைத்ரி, கார்க்கி பத்தி கேள்விப்பட்ருக்கேளா? வேத காலத்துல வாழ்ந்த பெண்கள். வேதம் படிச்ச மேதைகள் ஆணுக்கு சமமா விவாதிச்சவா."

"பொம்மனாட்டிகள் வேதம் படிக்கப்படாதுன்னு கடவுளே விதி எழுதியிருந்தான்னா, படிச்ச வேதம் அவாளுக்கு மறந்தில்ல போயிருக்கணும். வேத காலம் பெண்களை வித்யாசமாப் பார்க்கவேயில்ல. அந்தக் காலத்துல ஆண் பெண்ங்கற பேதமும் இருந்ததில்ல. எல்லாமே அப்புறம் வந்த அடக்குமுறைகள்தான். தங்கள் சௌகர்யத்துக்காக எங்களுக்குன்னு விதிகள் எழுதினது உங்களை மாதிரி வக்கிரமான சில ஆண்கள்தான். அந்த விதிகளை நான் உடைப்பேன். உங்க சாஸ்திரம்தான் உண்மைன்னு நீங்க கண்ணை மூடிண்டு பிடிவாதம் பிடிச்சா, மன்னிச்சுடுங்கோ. அப்படிப்பட்ட சாஸ்திரம் எனக்கு வேண்டாம்."

"உங்க வாயால வேத மந்திரம் சொல்லி எங்கப்பாவோட ஆத்மா கடைத்தேறும்ங்கற நம்பிக்கையும் எனக்கு இல்ல. புத்தியும் மனசும் பரிசுத்தமா இருக்கறவா சொல்லும் போதுதான் மந்திரங்களுக்கும் உயிர் கிடைக்கும். எனக்குத் தெரிஞ்சு

இப்பொ அப்டி யாரும் இருக்கறதா தெரியல. எல்லாருமே இங்க வியாபாரிகள்தான். இந்த வியாபாரம் எனக்கு வேண்டாம். நீங்க புறப்படுங்கோ. எந்த சாஸ்திரமும் சடங்கும் இல்லாமயே நான் எங்கப்பாக்குக் கொள்ளி வெச்சுக்கறேன்."

"சாரு என்னடி இது..." யாரோ என்னை மீண்டும் பின்னுக்கிழுக்க, நான் உதறினேன்.

"வேணாம். யாராவது எங்கிட்ட வந்தா நான் பொல்லாதவளாய்டுவேன். எங்கப்பாக்கு கொள்ளி வெக்கறதுக்காக நான் எதுவும் செய்வேன். இதுக்கு சம்மதிச்சு இருக்கறவா இருந்து எனக்கு ஹெல்ப் பண்ணுங்கோ. பிடிக்காதவா போயிண்டேருங்கோ. எனக்கு யாரும் வேண்டாம்."

நான் சொன்ன மறு வினாடி பெரியம்மாவின் பையன், என் ஒன்றுவிட்ட சகோதரன் என்னைத் தொட்டான்.

"நான் இருக்கேண்டி சாரு. என்ன செய்யனும் சொல்லு?"

நான் முகம் மலர அவன் கையைப் பற்றினேன்.

"தேங்க்யூ டா."

அவனைத் தொடர்ந்து எல்லோருமே என் பக்கம் வர, எவ்விதச் சடங்குமின்றி அப்பாவின் கடைசிப் பயணம் ஆரம்பித்தது. இதுவரை ஐயோ என்பதுபோல் பார்த்த விழிகளெல்லாம் இப்போது பிரமிப்புடன் என்னைப் பார்த்தன.

எல்லா விதிகளும் மனிதன் சமைப்பதுதான். அதை மாற்றி எழுதுவதும் அவன்தான். தன் சௌகர்யங்களுக்காக எத்தனை விதிகளை மாற்றியிருக்கிறார்கள், எல்லோரும்! மாற்றங்களுக்குட்பட்டதுதானே வாழ்க்கை! ஆகாயம் என்பது வெளியில் மட்டுமல்ல. நம் உள்ளத்திலும் உள்ளதுதான். அண்டத்தில் உள்ளதுதான், பிண்டத்திலும் உள்ளதென்று சும்மாவா சொன்னார்கள்.

உள்ளே இருக்கும் வானம் சுருங்கினால் வெளியிலிருப்பதும் சுருங்கித்தான் போகும். அது விரிவதும் சுருங்குவதும்

நம் கையிலல்லவா உள்ளது? நம் சிந்தனைகள் பரந்து விரிந்தாலல்லவா அதுவும் விரியும். எனக்கு சந்தோஷமாயிருந்தது. என் தலைமுறை எனக்குக் கை கொடுக்கிறதைப் பார்த்தால் எங்கள் வானம் விரிந்துவிட்டது எனப் புரிகிறது. இந்த வானத்தின் கீழ் அனைவரும் மனிதர்கள் மட்டுமே. அவர்களில் பாதிப்பேர் ஆண் சரீரமாகவும் பாதிப்பேர் பெண் சரீரமாகவும் இருப்பார்கள். அன்பு மட்டுமே அவர்கள் மொழியாக இருக்கும். அடக்குமுறை, ஆதிக்கம், உயர்வு தாழ்வு என்ற சொற்கள் எல்லாம் அவர்கள் அகராதியிலிருந்து ஒழிந்துவிடும். எனக்கு நம்பிக்கையேற்பட்டது.

வறட்டிகளின் மேல் அப்பா வைக்கப்பட, கடைசியாய் அவர் முகத்தைப் பார்த்தேன். இனம் புரியாத ஒரு சந்துஷ்டி அதில் விரவியிருந்தது. என்னால் எரிக்கப்படப் போகும் மலர்ச்சியா? அவர் பாதம் தொட்டு வணங்கினேன். பெரியப்பா கொடுத்த கற்பூரக் கட்டியை அவர் நெஞ்சில் வைத்து ஏற்றினேன். சுற்றி வந்து அவர் பாதத்திற்கு சற்று தள்ளி நின்றேன். கற்பூரம் அவர் நெஞ்சில் சின்ன தீபமாய் எரிந்த நிலையில் அவர் தன் கரம் குவித்து எனக்கு நன்றி சொல்வதுபோல் தோன்ற என் உடம்பு சிலிர்த்தது. அந்தக் காட்சி அளவிட முடியாத அற்புதமாயிருந்தது. என் உரிமையை நான் விட்டுக்கொடுத்திருந்தால் இந்தக் காட்சியைக் காணும் வாய்ப்பையும் அல்லவா இழந்திருப்பேன்.

'சந்தோஷமா அப்பா? உனக்காக நான் எல்லா சாத்திரங்களையும் உடைத்துவிட்டேன். எங்களைக் காலடியில் போட்டு நசுக்கும் சாத்திரங்கள் எங்களுக்குத் தேவையில்லை.'

'என்னைப் பெண்ணாகப் பெற்றதற்காக உனக்கு என் நன்றி. உன் ஆன்மா குளிர்ந்து சாந்தியடையட்டும். அடுத்த பதிமூன்று நாள் காரியமும் இதுபோல்தான். எந்த சடங்கும் இருக்காது. என் அன்பைக் கலந்து தினமும் உனக்குப் பிண்டம் பிடித்து வைப்பேன். உண்பதற்கு நீ வந்து விடு.'

தீ கொழுந்து விட்டெரிய, என் கண்ணீர் அதை மறைத்தது.

நங்கள் வீடு திரும்பினோம். “நெஞ்சுல கற்பூரம் ஏத்தினப்பொ அவர் ரெண்டு கையும் கூப்பி எனக்கு நன்றி சொல்றாப்பல இருந்துதும்மா. நீ பாக்கணுமே அதை” அம்மாவிடம் விவரித்தேன். அம்மா என்னை அணைத்துக்கொண்டாள். “நன்றிடி சாரு” என்றாள் சன்னமான குரலில்.

***

— 16 —

தொப்புள் கொடி

என் அம்மா அப்பா தலைமுறையோடு நகரத்தில் அந்தப் பிரச்சினை ஓய்ந்துவிட்டது என்று நினைத்திருந்தேன். அது எவ்வளவு முட்டாள்தனம்! அதுவாவது ஓய்வதாவது. மிக நாகரிகமாக நாசூக்காக அது இன்னும் ஜீவித்துக் கொண்டுதான் இருக்கிறது என்பதை நிதர்சனமாக அறிந்ததும் நான் சிலையானேன் என்றுதான் கூறவேண்டும்.

இத்தனை காலம் படிப்பு படிப்பு என்று என்னைச் சுற்றி நடப்பவை எதையுமே கவனிக்காமல் விட்டிருக்கிறேனோ என்று தோன்றியது. அப்படி என்ன பெரிய பிரச்சனை என்ற கேள்வியை எழுப்புவதற்கு முன் என்னைப்பற்றி சற்று கூறிவிடுகிறேன்.

நான் யமுனா. சமீபத்தில்தான் லட்சங்களை விழுங்கியிருந்த என் பி.ஈ. படிப்பு முடிந்து ஒரு பெரிய அயல்நாட்டு நிறுவனத்தில் பத்தாயிரம் ரூபாய் சம்பளத்தோடு வேலையும் கிடைத்தது. ஆறு மாதப் பயிற்சிக்குப் பிறகு இருபதாயிரம் ரூபாய் என்ற அடிப்படை சம்பளம் கிடைக்கும். என் அப்பா கோடீஸ்வரரும் அல்ல, பிச்சைக்காரரும் அல்ல. அப்பர் மிடில் கிளாஸ் எனும் ரெண்டுங்கெட்டான் வர்க்கம். வீட்டில் எதுவும் இல்லாவிட்டாலும் சிரித்துக்கொண்டே உயர்தர உடையில் உலா வர வேண்டும். அக்காவும் நானுமாக இரண்டே பெண்கள் அப்பாவுக்கு. அக்காவை வக்கீலுக்குப் படிக்க வைத்து டாக்டருக்குக் கல்யாணம் பண்ணிக் கொடுத்திருக்கிறார். அடுத்தாற்போல் என்னைக்

கம்ப்யூட்டர் என்ஜினியராக்கி இருக்கிறார். அசோக் நகரில் டபுள் பெட்ரூம் கொண்ட ஒரு பிளாட் லாக்கரில் இருபது இருபத்தி ஐந்து சவரன் நகை தவிர சொத்து என்று எதுவும் கிடையாது. இதுவரை சேமித்து வைத்ததில் அக்காவின் கல்யாணத்தைக் கடனின்றி கௌவரமாய் நடத்தினார். அக்கா கல்யாணம் முடிந்த பிறகு அப்பாவின் பேங்க் பேலன்ஸ் வெறும் பன்னிரண்டாயிரம் மட்டும்தான். அம்மாவின் முகம் கவலையாயிற்று. "இன்னொரு பொண்ணு இருக்காளே எப்படி சமாளிப்போம்? உங்களுக்கும் வயது வேறு ஆகிக் கொண்டே போகிறது. இத்தனை காலம் சம்பாதித்தாற்போல் இனி முடியுமா?"

அப்பா சிரிப்பார். "எதுக்கு கவலைப்படற? என் ரிடயர்மெண்ட் பணம், பி.எப். கிராஜூவிட்டி மத்த சேமிப்பு எல்லாமாகச் சேர்த்து இன்னொரு அஞ்சாறு லட்சம் வரும். அதை வெச்சு யமுனாவுக்கும் ஒரு என்ஜினியர் மாப்பிள்ளையைப் பிடிச்சுடுவோம்."

"அப்புறம் உங்க செலவுக்கு என்னப்பா பண்ணுவீங்க?"

"இந்த வீட்டை வித்தா ஒரு பத்து பன்னண்டு லட்சம் கிடைக்காது? அதுல ஒரு அஞ்சாறு லட்சத்துக்கு சிட்டிக்கு வெளில சின்னதா ஒரு வீடோ, ஃபிளாட்டோ வாங்கிண்டு மிச்சப் பணத்தை, பாங்க்ல போட்டு, வர வட்டில சுக ஜீவனம்தான்."

அப்பா எல்லாமே திட்டம் போட்டு வைத்திருந்தார். இருபது வயசில் வேலைக்குச் சென்றாராம். இப்போது ஐம்பத்தி ஏழாகப் போகிறது. இத்தனை வருடத்தில் வீடு வாங்க, எங்களைப் படிக்க வைக்க, அது இது என்று எவ்வளவு லட்சங்கள் சம்பாதித்துச் செலவழித்திருப்பார். கடைசியில் அவருக்கு மிஞ்சப்போவது வீடு விற்ற காசுதானா? எனக்கு அவரைப் பார்க்கப் பரிதாபமாயிருந்தது.

அப்பா எனக்கு வரன் பார்க்க ஆரம்பித்தார். அவரது அலுவலக நண்பர் மூலம்தான். பிருத்வியின் ஜாதகம் கிடைத்தது. பிருத்வி யு.எஸ்.ஸில் லட்சங்கள்ல சம்பாதிக்கும் இளைஞன். அவன் குடும்பம் சென்னையில்தான் இருந்தது. ஒரு பெண் ஒரு பிள்ளையாம். பெண்ணுக்கு சமீபத்தில்தான்

ஒரு யு.எஸ். மாப்பிள்ளையோடு திருமணமாகி அவளும் அங்குதான் இருக்கிறாளாம். அவர்களுடைய சென்னை வீடு அசத்தலாக இருப்பதாக அப்பா சொன்னார். இந்த இடம் மட்டும் அமைந்துவிட்டால் நான் மிக நன்றாக இருப்பேன் என்று அப்பா கருதினார்.

ஈ-மெயில் மூலம் பிருத்வி தன் புகைப்படத்தை அனுப்பினான். என்னுடையதும் அவனுக்குப் போய்ச் சேர்ந்து கம்ப்யூட்டர் மூலம் நாங்கள் ஒருவருக்கொருவர் உரையாடிக் கொண்டோம். என்னைப் பிடித்திருப்பதாக பிருத்வி தன் வீட்டுக்குத் தெரிவித்தான். டிசம்பர் மாதம் இந்தியா வருவதாகவும் கூறினான். சொன்னபடி அவன் வந்த பிறகு அவன் வீடு சம்பிரதாயமாக என்னைப் பெண் பார்க்க வந்தது. பிருத்வி அம்மாவுக்கு அருகில் அமைதியாக அமர்ந்திருந்தான். சற்று ஸ்தூல சரீரத்தோடு உடலில் மினுக்மினுக்கென்று வைரங்கள் மின்ன அவன் அம்மா பயமுறுத்துகிறாற்போல் அழுத்தமாக அமர்ந்திருந்தாள்.

"ரொம்பக் கஷ்டப்பட்டு வளர்த்தோம் இவனை" அவன் அம்மா சொன்னபோது எனக்கு எரிச்சலேற்பட்டது. 'எங்களை வளர்க்க அப்பா கஷ்டப்படவில்லையா?'

"இவன்னா எங்களுக்கு உசிரு."

'அப்பாவுக்கு நாங்கள் உயிரில்லையா?'

"புத்தின்னா அப்டி ஒரு புத்தி இவனுக்கு!"

'நாங்கள் என்ன மக்குகளா?' என் எரிச்சல் கூடிக் கொண்டே போயிற்று.

"நாம ஏற்கனவே பேசினதெல்லாம் நினைவிருக்கா? எல்லாம் உங்களுக்கு ஒகே தானே?"

'ஏற்கனவே என்ன பேசினார்கள்?' நான் அப்பாவைப் பார்த்தேன்.

"அது..." அப்பா லேசாகத் தயங்கி நிறுத்தினார். "முப்பது பவுன் நகை போட்டுடலாம். ஆனா இந்த வைரத் தோடு,

மாப்பிள்ளைக்கு வைர மோதிரம் இதுகூட வாங்கிடலாம், அதில்ல பிரச்சனை. பெரிய பொண்ணுக்கு வைரம் எதுவும் போடல. இப்ப இவளுக்கு மட்டும் போட்டா நன்னார்க்காது.”

“அதெல்லாம் பாத்தா முடியாது சார். நான் எம்பொண்ணுக்கு, வைர நகையே ரெண்டு லட்சத்துக்கு பண்ணியிருக்கேன். எம்பிள்ளைக்கு வரவளும் அதே அந்தஸ்தோட வந்தாதானே நல்லது.”

எனக்கு அதிர்ச்சியாயிருந்தது. இதுவரை என் உடம்பில் நான் குந்துமணி தங்கம்கூட அணிந்ததில்லை. நகைகள் என்றாலே எனக்கு படு அலர்ஜி. காதில் சின்னதாக ஒரு வெள்ளி ரிங் மட்டும்தான் என் உடம்பில் நகை என்று இருக்கும். ஜீன்ஸும் டீ-ஷர்ட்டும் அணிந்து கொள்கிறவள் நகைமீது ஆசையுமில்லை. மதிப்புமில்லை. அப்படியிருக்க, முப்பது பவுன் நகை... வைரத்தோடு, வைர நெக்லஸ், மாப்பிள்ளைக்கு வைர மோதிரம், பிரேஸ்லெட்... இத்தனையும் அப்பா போட வேண்டுமா? குமட்டியது எனக்கு? நான் ஏதோ சொல்ல முயல, அப்பா என்னைப் பார்வையால் அடக்கினார்.

“சரி போட்டுடறேன்” என்றவர் மீண்டும் தயங்கினார்.

“அந்த ஏர் டிக்கெட் விஷயம்தான் கொஞ்சம் கஷ்டம்னு தோணறது.”

‘எந்த ஏர் டிக்கெட்?’ நான் மீண்டும் குழப்பத்தோடு அப்பாவைப் பார்த்தேன்.

“ஏர் டிக்கெட்டுக்கு ரெண்டு லட்சம் தர முடியுமான்னு தெரியல. அதை மட்டும் வேண்டாம்னுட்டா ரொம்ப உபகாரமா இருக்கும்.”

“என்ன சார் நீங்க. அமெரிக்கா மாப்ள வேணும், அவன் வந்து போகவும் உங்க பெண்ணை அங்க அனுப்பவும் டிக்கெட்டுக்கு காசு தர மாட்டேன்னா எப்டி? எங்களுக்கும் ஆயிரம் செலவிருக்கே, என்ன செய்யட்டும்? எப்படியானம் ஏற்பாடு பண்ணுங்கோ வேற வழி?”

“அதில்ல. அதை அப்பறமாத் தந்தா போறாதா? எனக்குக் கொஞ்சம் டைம் குடுத்தா ஒண்ணு ரெண்டு வருஷத்துல தந்துடறேன். இந்தச் செலவோட அதுக்கும் பணம் புரட்டறது ரொம்பக் கஷ்டம். பெரிய மனசு பண்ணினா நன்னார்க்கும்.”

“கல்யாணம்னு ஆய்ட்டா கால் காசு வாங்கறது கஷ்டம் சார். அந்தப் பேச்சே வேண்டாம். நல்ல மாப்ள வேணும்னா பாடுபட்டுதான் ஆகணும். எம் பொண்ணுக்கு நானும்தான் கொடுத்தேன். இதெல்லாம் சம்பிரதாயம்தானே. முடியும்னா சொல்லுங்கோ. இவன் போறதுக்குள்ள நிச்சயதார்த்தத்தை நடத்திடுவோம். நிச்சயதார்த்தத்தை நாங்க கிராண்டா பண்ணிடறோம். அதே மாதிரி கல்யாணத்தையும் நீங்க கிராண்டா பண்ணிடணும். இதுக்கப்பறம் ரெண்டு பேர் வீட்லயும் கல்யாணம் வரப்போறதில்லையே!”

அப்பா மென்று விழுங்கி சரி என்று தலையசைத்தபோது நான் அதிர்ச்சியின் உச்சத்திலிருந்தேன். அதிர்ச்சி, அந்த மாமி இத்தனையும் கேட்டதோ, அப்பா சம்மதித்ததோ அல்ல. இவ்வளவையும் ஒரு புன்னகையோடு பவ்யமாய் அமர்ந்து வேடிக்கை பார்த்துக் கொண்டிருந்த பிருத்வியைக் கண்டுதான். அமெரிக்காவில் கம்ப்யூட்டர் என்ஜினியராக இருந்தாலும் தான் அம்மா பிள்ளை என்பதை அழகாய் நிரூபித்துக் கொண்டிருந்தான்.

அப்பா எல்லாவற்றிற்கும் சம்மதித்த பின், அவர்கள் நிச்சயதார்த்தத்திற்கு நாள் குறித்துவிட்டுக் கிளம்பினார்கள். பிருத்வி அவளைப் பார்த்து புன்னகைத்தான். அவள் பதிலுக்குச் சிரிக்க முயன்றாள். முடியவில்லை. அவர்கள் போன பின்பும் அப்படியே அமர்ந்திருந்தாள்.

வழியனுப்பி விட்டு உள்ளே வந்த அப்பாவை ஏறிட்டுப் பார்த்தாள்.

“என்னப்பா இதெல்லாம்?”

“சமாளிப்போம். டோண்ட் வொர்ரி.”

“எதுக்கு சமாளிக்கணும்ப்பா? நீங்க என்னை வளர்க்கலையா படிக்க வெக்கலையா? எனக்காக செலவு பண்ணலையா? நான் இப்பொ சம்பாதிக்கலையா? இருந்தாலும் ஏம்ப்பா என்னை இப்டி மட்டம் தட்டணும்? எனக்கு ஷாக்கார்க்குப்பா. இந்த பேரமெல்லாம் உங்க தலைமுறையோட முடிஞ்சாச்சு. இப்பல்லாம் இல்லன்னு நினைச்சுட்டேன்.”

அப்பா பெருமூச்சு விட்டார்.

“இது முடியாது யமுனா. வரதட்சணைக்கு பதிலா பொருட்கள்னு மாறியிருக்கு இவா ஏர் டிக்கெட்டா கேக்கறா. விட்டுத் தள்ளு. நீ நன்னார்க்கணும்னுதான் ஒத்துண்டேன்.”

“எப்டிப்பா நான் நன்னார்ப்பேன்? உண்மையிலேயே நீங்க அப்டி நினைச்சிருந்தா இப்டி எல்லாத்துக்கும் தலையாட்டி என் மதிப்பைக் குறைச்சிருக்க மாட்டேள். அக்காக்கு அஞ்சு லட்சம் செலவழிச்சேள், இப்பொ இவா கேக்கறதைப் பார்த்தா பத்தாகும் போல்ருக்கே.”

“அதெல்லாம் நான் பாத்துக்கறேன்.”

“எப்டிப்பா முடியும்?”

“இந்த வீட்டை வித்து சின்ன பிளாட் வாங்கலாம்னு சொன்னேன் பார், அது முடியாது அவ்ளோதான். பரவால்ல விடு. உன் எதிர்காலம்தான் எங்களுக்கு முக்கியம். கடசி காலத்துல வாடகை வீட்ல இருக்கக்கூடாதுன்னு யார் சொன்னா?”

“இல்லப்பா எனக்கென்னமோ அப்டியாவது இந்த வரனைக் கட்டிண்டு போகணுமான்னு இருக்கு. எனக்குப் பிடிக்கல. இதை டிராப் பண்ணிட்டு வேற இடம் பாருங்கோ. உலகத்துல நல்லவா இல்லாமயா போய்டுவா?”

“அவசரப்படாதே யமுனா. கேக்கறதுனாலயே ஒருத்தரை மோசமானவான்னு முடிவு கட்டிட வேண்டாம். எங்கம்மா கூடத்தான் அந்தக் காலத்துல இவாத்துல அதைக் குடு இதைக்குடுன்னு கேட்டா. அதுக்காக இவளை நாங்க படுத்தவா

செஞ்சோம்? நாங்க சந்தோஷமா இல்லையா என்ன? இதெல்லாம் காலம் காலமா நடக்கற விஷயம்தானே?"

யமுனா அப்பாவை ஒருவித அதிர்ச்சியோடு பார்த்தாள். அப்பாவுக்கும் பிருத்விக்கும் ஒரு வித்யாசமும் இல்லை என்றே தோன்றியது. 'எல்லா ஆண்களுமே அப்படித்தானா? இது தாய்மைக்குக் கொடுக்கும் மரியாதையா? பயமா அல்லது தாயை முன்னிறுத்தி செளகர்யங்களைக் கேட்டு வாங்கிக் கொள்ளும் சாமர்த்தியமா?'

அவள் சோர்ந்து போனாள். அப்பாவையும் பார்க்கப் பிடிக்காமல் எழுந்து சென்றாள்.

நிச்சயதார்த்த ஏற்பாடுகள் ஆரம்பித்தன.

"லீவு போட முடியாதா உன்னால இன்னிக்கு? உன்னையும் கூட்டிண்டு வரச் சொல்லியிருக்காளே?" அம்மா கேட்டாள்.

"வேலை இருக்கு. நான் நேரா அங்க வந்துடறேன்" - சொல்லிவிட்டு அலுவலகம் கிளம்பினாள்.

'அப்பாவுமா...?' மனசுக்குள் திரும்பத் திரும்ப இதுவே குடைந்தது. 'நாற்பது ஐம்பதுகளில், வரதட்சணை கேட்பது என்பது ஒரு கட்டாயமாகவும், கெளரவமாகவும் கூட இருந்திருக்கலாம். இந்தக் கம்ப்யூட்டர் யுகத்திலுமா? அப்படியானால் மனிதர்கள் முன்னேறவேயில்லையா? அன்று தாயின் பின்னால் ஒளிந்து தான் வாங்கியதால்தான், இவன் செய்வதைத் தவறு என்று கண்டிக்கும் துணிவு அப்பாவுக்கு இல்லையா? நாளை இவனுக்குப் பெண் பிறந்தால் இவனும் யாராவது ஒரு இளைஞன் வரதட்சணை கேட்டால் தவறாக நினைக்க மாட்டானா? ஆக இது சங்கிலித் தொடராய் தொடர்ந்து கொண்டுதான் இருக்குமா? சங்கிலியை யார் அறுப்பது?'

நான் கண்மூடி யோசித்தேன். 'யார் அறுப்பது யார் அறுப்பது என்று கேட்டால்... நீதான் அறுப்பது, உன்னால் முடியாதா?' உள்ளே குரல் சிரிக்க நான் சடக்கென்று நிமிர்ந்தேன். 'அதானே!

என் மனசுக்கு தவறென்று படுவதை எதிர்ப்பதற்கு நான் துணிய வேண்டாமா?'

நான் ஒரு முடிவுக்கு வந்தேன். என் லெட்டர் பேடை எடுத்து எழுத ஆரம்பித்தேன். பிருத்விக்கே எழுதினேன்.

மிக மிக யோசித்த பின்தான் இக்கடிதத்தை எழுதுகிறேன். உங்கள் தாயார் கேட்ட அனைத்தையும் தருவதற்கு என் தந்தை சம்மதித்திருக்கலாம். ஆனால் இந்த பேரங்கள் என்னை அதிர்ச்சியடைய வைத்துவிட்டது. உங்களைப் போல நானும் ஒரு என்ஜினீயர். உங்களைப் போலவே நானும் புத்திசாலிதான். நான் முயற்சி செய்திருந்தால் என்னாலும் யு.எஸ். வந்து உங்களைவிடவே கூட அதிகமாகச் சம்பாதித்திருக்க இயலும், நம் இருவருக்குமிடையில் சரீர வேற்றுமை மட்டுமே உள்ளது. அந்த ஒரு சின்ன வேற்றுமை உங்களை உயர்வாகவும் என்னைத் தாழ்வாகவும் ஆக்கிவிட்டது என்று நினைக்கும்போது எனக்கு மிஞ்சுவது அதிர்ச்சியும் வேதனையும்தான்.

நீங்கள் பிருத்வி, பிருத்வி என்றால் பூமி. அதாவது மண் பஞ்ச பூதத்தில் ஒன்று. அதேபோல் நான் யமுனா. நதி தண்ணிர் ஐம்பூதங்களில் அதுவும் ஒன்றுதான். இதில் எது மட்டம் எது உயர்வு? நேற்றுவரை ஆணும் பெண்ணும் சமம் என்றுதான் நினைத்திருந்தேன். இன்று கல்யாணச் சந்தை உங்களுக்கொரு விலையும் எனக்கொரு விலையும் நிர்ணயித்துவிட்டதைக் காணும்போது அப்படியாவது கல்யாணம் அவசியம்தானா? என்று தோன்றுகிறது. புழு பூச்சிகள் முதற்கொண்டு ஆண் பெண் என இரு இனங்கள் உள்ளன. பெண்ணோடு கூடியுறவாட இவற்றில் எந்த ஆண் இனமும் எந்த பேரமும் பேசுவதில்லை. மனிதர்கள்தான்! நினைக்கவே குமட்டுகிறது.

கிராமங்களில்தான் பெண்களுக்குக் கொடுமைகள் நடக்கிறது, நகரங்களில் நாம் அவற்றை எல்லாம் விட்டுவிட்டு முன்னேறிவிட்டோம் என நினைத்தேன். என் நினைப்பு தவறென்று என் விஷயத்திலேயே புரிகிறது. மிகப்பெரிய படிப்பு படித்து மிக நாகரிகமான மேல்நாட்டில் சம்பாதித்துக் கொண்டிருந்தென்ன? ஒரு சராசரி ஆணாகத்தானே அன்றைக்கு உங்கள் அம்மா பேரம் பேசுவதை வேடிக்கை பார்த்துக் கொண்டிருந்தீர்கள்.

மனிதக்கறிதின்கிற காட்டுமிராண்டி. முள் கரண்டியும் ஸ்பூனும் உபயோகிக்கக் கற்பதற்கு பெயர் முன்னேற்ற மல்ல. மிஸ்டர் பிருத்வி, வயிற்றுக்குள் இருக்கும் சிசுவுக்குதான் அம்மாவின் தொப்புள் கொடி மூலம் உணவும் சுவாசமும் தேவைப்படும். நம் நாட்டில் இன்னமும் உங்களைப் போல பெரும்பாலான ஆட்கள் கல்யாண விஷயத்தில் கூட அம்மா மூலம்தான் சௌகர்யங்களைத் தேடிக் கொள்கிறார்கள். அப்படியென்றால் என்ன அர்த்தம்? இன்னமும் அவர்கள் தொப்புள் கொடியை அறுக்கவில்லை என்றுதானே? அப்படி ஒரு ரெண்டுங்கெட்டான் ஆணோடு எப்படிக் குடித்தனம் பண்ணமுடியும்? என்னால் நிச்சயம் முடியாது. எனவே இந்த நிச்சயதார்த்தத்தை நிறுத்திவிடவும். தொப்புள் கொடி அறுத்துவிட்டு, என்னை எனக்காக மட்டும் விரும்பி ஏற்கிற ஆண் உலகத்தில் இல்லாமல் போய்விட மாட்டான். அப்படி ஒரு ஆணுக்காக நான் காத்திருப்பேன். கடைசி நேரத்தில் கழுத்தறுத்து உங்களை அவமானப்படுத்திவிட்டதாகத் தோன்றும். ஒரு வியாபாரப் பொருள்போல் நினைத்து உங்களுக்கு ஒரு விலை நிர்ணயித்து உங்கள் அம்மா உங்களை வைத்துக் கொண்டே அன்று பேரம் பேசியபோதே அதை அவமானமாக நினைக்காத நீங்கள் இதையும் அவமானமாகக் கருத மாட்டீர்கள் என நினைக்கிறேன். குட்பை!

கடிதத்தைக் கவரில் போட்டு என் பியூனை அழைத்து விலாசம் கூறி பிருத்வியின் கையில் கொடுக்கச் சொல்லி அனுப்பிய பிறகு அப்பாடா என சாய்ந்து உட்கார்ந்தேன். பெரும்பாரமொன்று நீங்கினாற்போலிருந்தது.

சற்றுப் பொறுத்து அப்பாவுக்குப் போன் பண்ணி "நிச்சயதார்த்தம் நின்றுவிட்டது. யாரும் போக வேண்டாம்" என்று அவரையும் அதிர்ச்சியடைய வைத்தேன். அப்பாவின் அதிர்ச்சிகூட சந்தோஷமாகவே இருந்தது. அவரும் அப்படி ஒரு ஆண்தானே!

***

— 17 —

கெட்டாலும் மேன்மக்கள்

“டேய் ரவி அங்க பார் யாரு வராங்கன்னு” பக்கத்து இருக்கை ஜெயராமன் கூற, ரவி தலை நிமிர்ந்து அவன் காட்டிய திசையில் பார்த்தான். வடிவேலு! ஒரு காலத்தில் இதே சீட்டில் அமர்ந்து வேலை பார்த்தவன். அத்தனை பேரையும் ஆட்டி வைத்து அழ வைத்து ஓட ஓட விரட்டிய வில்லன். கலியுக அசுரன். அரசாங்க அலுவலகங்களில் இதுபோன்ற அசுரர்களுக்குக் குறைவில்லை என்றாலும் வடிவேலுவின் பாணி தனி.

வெண்கலக் குரலில் அவன் சிடுசிடுவென்ற முகத்தோடு கெட்ட வார்த்தை கலந்து பேச ஆரம்பித்தான் என்றால் எதிரில் நிற்பவர்கள் கலவரமாகி விடுவார்கள். முன் வழுக்கை, நரிப்பார்வை, இறுகின உதடுகள், கட்டை குட்டையாய் உடம்பு, சராசரி உயரம், தொப்பை, கணுக்கால் வரை ஒரு பேண்ட், விசித்திர நிறங்களில் காடியாக ஷர்ட் என்று பயத்தை ஏற்படுத்தும் அருவருப்பான தோற்றம். சிரிப்பென்றால் வீசை என்ன விலை என்று கேட்கும் முகம். கடுவன் பூனை என்ற பட்டப் பெயரும் உண்டு.

தன் சர்வீஸில் யாருக்கும் அவன் நல்லது செய்ததாகச் சரித்திரமில்லை. பிரச்சனையே இல்லாத கோப்புகள் கூட இவன் டேபிளுக்கு வந்துவிட்டால் தீர்ந்தது. ஏதோ பிரச்சனை இருப்பது போல் எதையாவது சந்தேகத்தைக் கிளப்பி, சுற்றவிட்டு, குழப்பி ஒரு வழியாக்கிவிட்டுத்தான் மறுவேலை பார்ப்பான். யாருக்காவது பத்து ரூபாய் கிடைக்கப் போகிறது என்றால் பத்து நாள்

பட்டினி கிடந்து புழுங்கிச்சாவான். மொத்தத்தில் இன்னும் வதம் செய்யப்படாத வாதாபி.

ரவி பற்களைக் கடித்துக் கொண்டு இருக்கையிலிருந்து எழுந்தான். "நான் போய் டீ சாப்ட்டுட்டு வரேன்" என்றபடி நடந்தான்.

"ஏய் அந்தாள் கேட்டா என்ன சொல்றது?"

"தெரியாதுன்னு சொல்லு, சர்வீஸ்ல இருக்கும்போது எத்தனை பேரை நாயாட்டம் காக்க வெச்சிருப்பான்!"

ரவி வடிவேலுவின் கண்ணில்படாமல் வெளியில் வந்து கேம்பஸிலிருந்த டீக்கடைக்குச் சென்று டீக்குச் சொல்லிவிட்டு சற்றுத் தள்ளியிருந்த பெஞ்சில் அமர்ந்தான்.

வடிவேலுவால் உள்ளுக்குள் ஒரு தீ கொழுந்துவிட்டெரிந்து கொண்டிருந்தது. நாலைந்து வருடத்திற்கு முன் ரிட்டையரான அப்பாவின் பென்ஷன் பேப்பர்களை அப்போது வடிவேலுதான் பார்த்துக் கொண்டிருந்தான். அப்பாவை அலையாய் அலைய வைத்தான். தெளிவாயிருந்த ஃபைலை தன் வக்கிர மூளை கொண்டு குழப்பி குடி கெடுக்க முயன்றான். மாசக் கணக்காய் எதையாவது காரணம் காட்டிக் கட்டி வைத்தான்.

அந்த அலுவலகத்தில் மிக உண்மையாய் நேர்மையாய் உழைத்து ஓய்வு பெற்ற அப்பா, அவன் டேபிளுக்கு முன் ஒரு புழுவைப்போல ஒடுங்கி நிற்பார். அவர் வயதுக்கும் மரியாதையில்லை. அனுபவத்திற்கும் மரியாதையில்லை. நேர்மையான குணத்துக்கும் வடிவேலுவின் அகராதியில் மரியாதை இல்லை.

அப்பா அவனுக்கு ஒரு கெடுதலும் செய்ததில்லை என்றாலும், எல்லோருக்கும் கெடுதல் செய்தே பழக்கப்பட்டவன் அப்பாவின் ஃபைலை மட்டும் சுலபத்தில் முடித்துவிடுவானா என்ன? டீக்கடையில் வைத்து அவனிடம் கவர் கொடுத்துக் காரியம் முடித்துக் கொள்ளவும் அப்பா தயாராக இல்லை. அவன் ஃபைலைச் சுற்றிவிடுவதே காசுக்காகத்தான். அப்படியிருக்க

காசு தராத அப்பாவின் ஃபைல் அவர் ரிடையராகி ஒன்றரை வருடத்திற்குப் பிறகும் சுற்றிக்கொண்டிருந்தது.

அது சுற்றிக்கொண்டிருந்த நேரத்தில் அம்மாவுக்கு விசித்திரமான நோய் வந்தது. மூளைப் பகுதியில் உடனடியாய் ஒரு அறுவை சிகிச்சை செய்தால் பிழைக்க வாய்ப்பிருக்கிறது என்றார்கள். இரண்டரை லட்சம் வரை பணம் தேவைப்படும் என்றார் டாக்டர். அப்பா, வடிவேலுவிடம் விஷயத்தைச் சொல்லிக் கெஞ்சினார். "நான் என்ன செய்யட்டும். என் ஒருத்தனால உங்க ஃபைல்ல இருக்கற சிக்கலைத் தீர்க்க முடியலையே." சிக்கலை வேண்டுமென்றே ஏற்படுத்தியவன் தான்தான் என்பதை மறந்துவிட்டு ஈவிரக்கமின்றி பேசினான்.

அப்பாவின் சர்வீஸில் ஒரு குழப்பமுமில்லை என்பது சக ஊழியர்களுக்கு நன்கு தெரிந்தும்கூட யாரும் இதை பெரிய விஷயமாகக் கருதவில்லை. இது சகஜம்தானே என்பதுபோல் தன் வேலையைப் பார்த்துக் கொண்டு போனார்கள். எந்த ஒரு நிகழ்வுமே தனக்கு நடக்காதவரை அவை வேடிக்கைப் பொருள்தான்.

வடிவேலுவிடம் இனி கெஞ்சிப் பயனில்லை என்ற நிலையில் வேறு வழியின்றி அப்பா தனக்கு மிகவும் தெரிந்த ஒரு ஐ.ஏ.எஸ். அதிகாரியின் உதவியை நாடினார். அவர் நிர்வாக அதிகாரிக்குக் கொடுத்த ப்ரஷரில் கோப்பு அவசர அவசரமாகப் பரிசீலிக்கப்பட்டது. வடிவேலு தேவையில்லாமல் ஃபைலைச் சுற்றவிட்டிருப்பது தெரிந்ததும் நிர்வாக அதிகாரி அவனை எச்சரித்துவிட்டு அப்பாவுக்கு உடனடியாக பென்ஷன் கிடைக்கும் வகையில் எழுதியனுப்பினார்.

அதற்கடுத்த மாதம் அப்பாவுக்குப் பணம் வந்தபோது, அம்மா செத்துப்போயிருந்தாள். ரவி குரூப் ஃபோரில் தேர்ச்சி பெற்று அப்பா வேலை செய்த துறையிலேயே அவனுக்கும் வேலை கிடைத்தது. அன்றிலிருந்து வடிவேலு ஜென்மப் பகையானான். தெரிந்தோ தெரியாமலோ அம்மாவின் சாவுக்கு வடிவேலு காரணமாகிவிட்டதால் அவன் முகத்தைக்கூடப் பார்க்கப் பிடிக்காது.

இன்று அதே வடிவேலு ஓய்வுபெற்று அவனது பென்ஷன் பேப்பர்களைப் பார்க்கும் இருக்கையில் ரவி. பழிக்குப் பழிவாங்க நல்ல சமயம். அவனை அழ வைத்துவிட்டுத்தான் மறுவேலை என்று ரவி உறுதி கொண்டான். அவன் செய்த பாவத்திற்கெல்லாம் தண்டனை கொடுக்கத்தான் கடவுள் அந்த சீட்டில் தன்னை உட்கார்த்தி வைத்திருக்கிறானோ என்றுகூடத் தோன்றியது.

"வணக்கம் தம்பி."

பின்னால் திரும்பினால் வடிவேலு நின்றிருந்தான். சிரித்தே இராத முகத்தில் அசட்டுச் சிரிப்பு படர்ந்திருந்தது. தன்னலத்திற்காக சிரிக்கும் சிரிப்பு. அதைக் கண்டபோதே பற்றிக் கொண்டு வந்தது ரவிக்கு.

"என்ன..?" சிரிக்காமல் சிடுசிடுப்போடு கேட்டான்.

"என் பென்ஷன் பேப்பர்ஸ் என்னாச்சு தம்பி?"

"ஏகப்பட்ட கொர்ரீஸ்! எல்லாத்துக்கும் பதில் வெக்க வேண்டாம்?"

"சீக்கிரம் வெச்சுடுங்க தம்பி. கடைசி பொண்ணுக்கு கல்யாணம் வெக்கறதா இருக்கேன்."

"மெதுவாத்தாங்க ஆகும்."

"இப்டிச் சொன்னா எப்டிப்பா?"

"இப்டித்தானே நீங்களும் எல்லார்கிட்டயும் சொல்லுவீங்க. எத்தனை பேரை நாயாப் பேயா அலைய வெச்சிருப்பீங்க. ஒரு நாள் உங்களுக்கும் பென்ஷன் வாங்கற காலம் வரும்னு எப்பவாவது நினைச்சுப் பார்த்திருப்பீங்களா! நீங்க எல்லாரையும் ஓட ஓட விரட்டுவிங்க, இப்பொ உங்களுக்கு மட்டும் நாங்க வெத்தல பாக்குல வெச்சு உடனே ஆர்டர்ஸ் நீட்டிடணுமாக்கும்! எவ்ளோ ஆசை சார் உங்களுக்கு. நாலு பேர்கிட்ட நீங்க எப்டி இருக்கீங்களோ, எதைக் காட்டறீங்களோ அதுதானே நாலு மடங்கா உங்களுக்குத் திரும்பி வரும். யோசிச்சுப் பாருங்க சார், சர்வீஸ்ல யாருக்காவது ஒரு நல்லதாவது செஞ்சிருப்பீங்க நீங்க?"

வடிவேலுவின் முகம் மாறியது. "தப்புதான் தம்பி. அந்த உத்யோகம் நிரந்தரம்னு நினைச்சுட்டேன். ஓய்வைப் பத்தி என்னிக்கும் நான் யோசிச்சதில்ல. அதுக்காக இப்ப என் பேப்பரை டிலே பண்ணிராதீங்க தம்பி. வேணும்னா பணம்கூட ஏதாவது தந்துடறேன்."

"ல்ஞ்சமா...?"

"எல்லாரும் வாங்கறது சகஜம்தானே?"

"நான் கேக்கற லஞ்சம் தருவீங்களா?"

எவ்ளோ என்பதுபோல் பார்த்தான் வடிவேலு.

"எனக்கு எங்கம்மா வேணும். முடியுமா?"

வடிவேலு திகைத்து நிற்க, ரவி வெறுப்பும் துக்கமுமாக நகர்ந்தான். அன்று மாலை வீட்டுக்கு வந்ததும் அப்பாவிடம் அன்று நடந்ததைக் கூறினான்.

"நாக்கைப் பிடுங்கற மாதிரி நன்னா கேட்டுட்டேன். அவன் மூஞ்சி போன போக்கைப் பாக்கனுமே! கடுவன் பூனைன்னு பேர் வாங்கினவன், தனக்குக் காரியம் ஆகணும்னு வரும்போது என்னமா இளிச்சுண்டு வரான்ற! அப்டியே பத்திண்டு வந்தது எனக்கு. பதிலுக்கு நானும் சிரிப்பேன்னு நினைச்சுட்டான் போலருக்கு. இவங்கிட்ட போய் யாராவது சிரிப்பை வேஸ்ட் பண்ணுவாங்களா? நானும் கடுகடுன்னு முகத்தை வெச்சுண்டு, விட்டேன் பார் டோஸ். ஆடிப்போய்ட்டான். லஞ்சம் வேணா தரேன்னான், ராஸ்கல். என்ன திமிர்! எங்கம்மா வேணும் எனக்கு, தருவயான்னு கேட்டேன். அவன் முகத்தைக்கூடப் பார்க்கப் பிடிக்காம நகர்ந்துட்டேன். ராட்சஸன்! சுட்டுத் தள்ளணும் போல இருந்துது."

ரவி முகம் சிவக்கப் படபடவென்று பேசினான். அப்பா ஏதோ சொல்ல வாய் திறப்பதற்குள் வாசலில் அவன் நண்பனின் குரல் கேட்க, அவசரமாய் வாசற் பக்கம் போனவன் நண்பனோடு அப்படியே எங்கோ போய்விட்டு இரவு வெகுநேரம்

கழித்துத்தான் வந்தான். அப்பா தூங்கியிருப்பார் என்று நினைத்துச் சாப்பிட்டுவிட்டுத் தானும் படுத்தான். நள்ளிரவை நெருங்கியபோது ஏதோ உள்ளுணர்வில் சட்டென்று கண்விழித்தவன் வியப்போடு எழுந்து அமர்ந்தான். அவனையே பார்த்தபடி அப்பா யோசனையோடு அவனருகில் அமர்ந் திருந்தார்.

“என்னப்பா...? தூங்கல நீ?”

“தூக்கம் வரலையே.”

“உடம்புக்கொண்ணுமில்லையே?” அவன் கவலையோடு அவர் நெற்றியில் கை வைத்துப் பார்த்தான்.

“அதெல்லாம் ஒண்ணுல்ல.”

“ஏதோ சொல்ல நினைக்கறாப்பல இருக்கு!”

“ம்... வடிவேலுகிட்ட நீ நடந்துண்டது சரின்னு தோண்றதா உனக்கு?”

“வேற எப்டி அவங்கிட்ட நடந்துக்க முடியும்? நல்லவனார்ந்தா நல்லபடியா நடந்துக்கலாம்!”

அப்பா கவலையோடு அவனைப் பார்த்தார்.

“என்னப்பா... என்னாச்சு உனக்கு? வடிவேலுமேல இரக்கமா?”

“வடிவேலு ரிட்டயராகி நாலு மாசம் ஆகியிருக்குமா?”

“எதுக்குக் கேக்கற? இருக்கும்.”

“இந்த நாலு மாசமா நீ வடிவேலு ஆகிண்டுவரயோன்னு கவலையார்க்குடா ரவி.”

அவன் புருவம் சுருங்க அவரைப் பார்த்தான்.

“வேணாம்டா ரவி. அவனைப் பழிவாங்கற யுத்தத்துல நம்மகிட்ட இருக்கற சிரிப்பைத் தொலைச்சுடக்கூடாது. எவ்ளோ அழகா சிரிச்சுண்டே இருப்ப நீ! இப்ப அது சுத்தமா காணமேடா! எவ்ளோ பெரிய விஷயம் சிரிப்புங்கறது! அதை வடிவேலுக்காகவா

தொலைப்ப? இப்பவும் அவன் ஜெயிச்சு நீ தோத்துட்டா மாதிரி தோண்றதுடா எனக்கு. கடுவன் பூனையை வெளில அனுப்பிட்டு பழையபடி இருடா கண்ணா. அவன் உன்னை மாதிரி ஆகணுமே தவிர நீ அவனாட்டம் காட்டுமிராண்டியா ஆய்டக்கூடாது. நம்ம நல்ல குணங்களை இழக்கறதுக்கு பேர் வளர்ச்சி இல்ல. உங்கம்மா செத்ததுக்கு காரணம் அவனில்ல. நம்ம நேரம். தீதும் நன்றும் பிறர் தர வாரா தெரியாதா உனக்கு?"

ரவி சட்டென்று அப்பாவின் கையைப் பிடித்துக் கொண்டான். சிரிப்பும் அழுகையும் கலந்தவனாய் அவர் தோளில் முகம் புதைத்தான்.

***

— 18 —

வர்ணங்கள்

வெய்யில் இறங்கியதும் அவன் சுறுசுறுப்பானான். வர்ணச் சாக்குக்கட்டிகள் கொண்ட டப்பாவுடன் தன் சக்கரப்பலகையில் அமர்ந்து கைகளால் தரையில் உந்தி, பலகையைத் தள்ளியபடி கிளம்பினான். நகரத்தின் நடைபாதைகள்தான் அவனுக்குக் கோயில்கள். தன் வர்ணச்சாக்குக் கட்டிகளாலும், கரித்துண்டுகளாலும் தினம் ஒரு தெய்வத் திருவுருவத்தை அச்சு அசலாக ஓவியப் பிரதிஷ்டை செய்வதுதான் அவன் தொழில்.

நடைபாதை கடைகள் ஏதுமில்லாத சற்று அகண்ட நடைபாதைகளாகத் தேடியலைந்து ஏதாவது ஒரு திருவுருவத்தை வரைவான். சாலையில் போவோரும் வருவோரும் ரசித்துப் பார்த்துவிட்டு அவன் வைத்திருக்கும் அலுமினியத் தட்டில் காசு போட்டுவிட்டுச் செல்வார்கள். சில நேரம் காசுகள் ஓவியங்கள்மீதும் விழும். அந்தக் காசில்தான் தினமும் அவனது கால் வயிறு நிறையும்.

அவன் பேசி யாரும் கேட்டதில்லை. சிலர் அவனை ஊமை என்பார்கள். அவன் கால்கள் சூம்பி செயலிழந்திருந்ததால் பெரும்பாலும் அவனை 'சப்பாணி' என்றுதான் அழைப்பார்கள். காரணப் பெயராலேயே விளிக்கப்பட்டதால் அவனது இயற்பெயர் என்ன என்பது இறைவனுக்கே வெளிச்சம். அதுமட்டுமல்ல, அவன் யார், எங்கு பிறந்தான், என்ன ஜாதி, எந்த மதம், எந்த ஊர் என்று எந்த விஷயமும் அங்கு யாருக்கும் தெரியாது. அவனைக் காண்கிறவர் கண்களுக்கு அவன் ஒரு அனாதை.

மாலை வேளையில் ஏதாவது ஒரு நடைபாதையைத் தேடிப்பிடித்து தன்னிடமுள்ள கந்தல் துணிகளால் சுத்தம் செய்வான். கரித்துண்டால் பெரிய அளவில் கட்டம் கட்டுவான். பிறகு சக்கரப் பலகையை உருட்டியபடி வரைய ஆரம்பிப்பான். சற்றுநேரம் முன்புவரை வெறும் நடைபாதையாய் இருந்த இடம் சில மணித்துளிகளில் கர்ப்பக்கிரகமாகிவிடும். பார்க்கிறவர்கள் பக்திப்பரவசமாகி கண்மூடி நிற்குமளவுக்கு அங்கொரு தெய்வம் அவன் விரல்களின் வழியே உயிர் பெறும். அவன் சித்திரம் வரையும் அழகைக் காணக் கண் கோடி வேண்டும். அவன் விரல்களின் வேகமும், அதில் பிறக்கும் வளைவுகளின் நளினமும் வியக்க வைக்கும். அவன் சித்திரம் படித்தவனா, அல்லது இது அவனுக்குள் சுயம்புவாய் வளர்ந்த வித்தையா என்பதும் யாருக்கும் தெரியாது. ஆனாலும் பார்க்கிறவர்கள் எவரும் அவனை நல்ல ஓவியனென்று ஒப்புக் கொள்வார்கள். ஓவியர்களே கண்டு ரசித்து வியக்கும் அளவுக்கு அவன் மிக நல்ல ஓவியன்.

என்ன திறமை இருந்தென்ன? அவன் ஜனித்த நேரம் சரியில்லை என்றுதான் கூற வேண்டும். நவீன ஓவியம் என்று கூறிக்கொண்டு குறுக்கும் நெடுக்கும் நாலு கோடு இழுக்கிறவர்களெல்லாம் உச்சப்புகழுடன் லட்ச லட்சமாய் சம்பாதிக்கும் போது, இந்த சுயம்பு ஓவியன் மட்டும் சில்லறைக் காசுக்கு கருவறை ஓவியங்கள் வரைகிறான் என்றால் அதை அவன் ஜாதகக் குறை என்று சொல்லாமல் என்னவென்பது!

அவன் சிறிய கட்டைக் குஞ்சத்தால் பிளாட்பாரத்தை சுத்தம் செய்தான். புழுதி மண்ணையும் தூசியையும் கூட்டித் தள்ளியதும், கரித்துண்டால் செவ்வகத்தில் பெரிய கட்டம் கட்டினான். சக்கரப் பலகையை முன்னும் பின்னும் உருட்டும் போதெல்லாம் அவன் புஜங்கள் புடைத்தன.

“ஏ சப்பாணி...” என்னய்யா இன்னிக்கு இந்த இடத்தப் பிடிச்சுட்ட? சரிதாம்போ... உனக்கின்னிக்கு நேரம் சரியில்லன்னு நெனக்கறேன்” என்று எதிர்ச்சாரி டீக்கடைக்காரர் கத்தினார்.

சப்பாணியின் காதில் அது விழுந்ததா விழவில்லையா எனத் தெரியவில்லை. அவன் மும்முரமாய் ஏதோ சாமியின் அவுட்லைன் வரைந்து கொண்டிருந்தான் சாக்கட்டியால்.

டீக்கடைக்காரர் அவனருகில் சென்றார்.

“ஏ சப்பாணி... இது அந்த அப்துல் ஹமீதோட ஏரியாப்பா. இங்க எவன் எந்தக்கடை போட்டாலும் அந்தாளுக்கு காசு வெட்டணும். உனக்கு விழப்போறது பிச்சக் காசுகள். அதுல என்னாத்த நீ கொடுப்ப, பேசாம வேற எடம் பார்த்துப் போய்டு, உன் நல்லதுக்குத்தான் சொல்றேன்.”

டீக்கடைக்காரர் சொன்னது அவனுக்குப் புரிந்ததா புரியவில்லையா எனத் தெரியவில்லை. அவன் அவரைப் பார்த்து மெலிதாய் புன்னகைத்துவிட்டு தன் வேலையில் கவனமானான்.

“அட செவுடா... காது வேற கேக்காதா உனக்கு? உங்கிட்ட போய் சொல்ல வந்தேன் பாரு” டீக்கடைக்காரர் முணுமுணுத்துக் கொண்டே நகர்ந்தார்.

அரைமணியில் ஸ்ரீராமரின் திருவுருவம் புன்னகையும், கருணையும், வில்லும், அம்பறாத்துணியுமாய் வர்ணமயமாக அவன் விரல் வழியே உயிர் பெற்றது.

‘அடேயப்பா என்ன தெறமைடா இந்த சப்பாணி கிட்ட நிமிசத்துல என்னமா போட்டுட்டான் பாரு’

அக்கம்பக்கத்து கடைக்காரர்கள் சிலாகித்தபடி அருகில் வந்து பார்த்து ரசித்துவிட்டுச் சென்றனர். பாதசாரிகள் பலரும் அவனைச் சுற்றி நின்று வேடிக்கை பார்த்தனர், சிலர் நாலணாவும் எட்டணாவும் போட்டுவிட்டு நகர, சிலர் எதுவும் போடாமலே நகர்ந்தனர்.

ஒரு ஸ்கூட்டர்காரர் ஸ்கூட்டரை நிறுத்தி, அதில் அமர்ந்தபடியே ராமனை தரிசித்துவிட்டு மனமுவந்து பத்து ரூபாய்த் தாளைத் தன் பர்ஸ்பிரித்து எடுத்து காற்றில் பறக்காமலிருக்க நான்காய் மடித்து ராமன்மீது போட்டுவிட்டுச் சென்றார். சப்பாணி கை

கூப்பி நன்றி சொன்னான். பிறகு டீக்கடைக்காரரிடம் திரும்பி டீயும் பன்னும் கேட்டான் அபிநயத்தில்.

அவர் பையனிடம் இரண்டும் கொடுத்தனுப்ப, அவன் அதற்கு காசு கொடுத்தான். பிறகு 'ச்சூ ச்சூ' என்று தெரு நாயை அருகில் அழைத்து ஒரு விள்ளல் பன்னை விண்டு டீயில் தோய்த்து அதற்கும், அரை பன்னைத் தானும் தின்று முடித்துவிட்டு மிகுதி ஓவியத்தைப் பூர்த்தி செய்த இரண்டாம் நிமிடம் நாலைந்து பேர் புடை சூழ ஹமீது அந்தப் பக்கம் வந்தான். டீக்கடைக்காரர் டீ ஆற்றுவதை நிறுத்திவிட்டு கவலையோடு பார்த்தார்.

"யார்ரா இவன்?" ஹமீது தன் அடியாளிடம் கட்டைக் குரலில் கேட்டான்.

"நம்ம ஏரியாவுக்கு புதுசு போலத் தெரியுது தலைவா. இருங்க விசாரிச்சுடறேன். ரூல் தெரியாம வந்து கட்டம் கட்டியிருப்பான்னு தோணுது."

உதவியாள் சப்பாணியிடம் வந்தான்.

"யோவ்... யாருய்யா நீ? யாரைக் கேட்டு இங்கு கட்டம் கட்டின?"

சப்பாணி திரும்பவில்லை.

என்ன அழுத்தம்! உதவியாள் முகம் சிவக்க, ஹமீதையும், சப்பாணியையும் பார்த்துவிட்டு, "நாலு போட்டா சரியாய்டுவான்" என்றான். பற்களைக் கடித்தபடி அவனை நோக்கி ஓரடி வைக்க, ஹமீது அவனை நிறுத்தினான்.

"விட்ரா" என்றான் மெலிந்த குரலில், அவன் கண்கள் ஓவியத்தின்மீது நிலைத்தது. மனம் ஏதோ யோசனையில் அமிழ்ந்தது. சற்றுநேரம்தான். பிறகு தன் பாக்கெட்டில் கைவிட்டு கையில் தட்டுப்பட்ட நூறு ரூபாய்த் தாளை எடுத்தான். சப்பாணியின் தோளைத் தட்டி, அவன் திரும்பியதும் ரூபாயை அவன் கையில் கொடுத்தான். டீக்கடைக்காரரும் உதவியாளும் வியந்தார்கள். மாமூல் வசூலிக்க வந்தவன், மனம் மாறி, தன்

கைவிட்டுக் காசு கொடுக்கிறான் என்றால் ஆச்சர்யப்படாமல் என்ன செய்ய?

“என்ன தலைவா கவுத்துட்டயே!”

“வியாபாரின்னா ஒகே. இவன் பிச்சைக்காரண்டா. பொழச்சுப் போவட்டும் விடு.”

“அதுக்காக நீயே நூறைத் தூக்கிக் கொடுக்கறயே. அதான் இடிக்குது. உம்மனசுல வேற ஏதோகீது தலைவா சர்தானா?”

ஹமீது லேசாய் சேரித்து விட்டு நடந்தான். “கரெக்ட்டுதாண்டா. அவன் போட்ருக்கான் பாரு படம், அதான் காரணம்.”

“படமா? அதுல என்ன?”

“அது ராமர் படம்தானே?”

உதவியாள், ஓவியத்தைப் பார்த்துவிட்டு “ஆமாம்! அதுக்கென்ன?” என்றான்.

“அயோத்தி பக்கம் எங்க வாப்பா என்ன செய்யறார்ங்கற?”

“என்ன?”

“அங்க வர இந்துக்களுக்கு கைடா இருக்கறது, சின்னச் சின்ன உதவிகள் செய்யறது... அவங்களுக்கு தங்க இடம் பார்த்துக் கொடுக்கறது... இப்டி நிறைய வேலை செய்து, அதுல கிடைக்கற சில்லறைக் காசுலதான் அவர் ஜீவனம் ஓடுது. நாந்தான் அந்தக் காசு போதாம என் சிநேகிதனோட இங்க ஓடியாந்துட்டேன். படிப்புகிடிப்பு எதுவும் இல்லாததால் இப்டி ஏமாளிங்களை மிரட்டி மாமூல் வாங்கி வண்டி ஓட்டிட்ருக்கேன். நாந்தான் மோசமே தவிர எங்க வாப்பா ரொம்ப நல்லவர். இஸ்லாத்துல பொறந்துட்டாலும் ராமராலதான் நான் பிழைக்கறேன்னு சொல்லுவார் அடிக்கடி. அந்த ஞாபகம் வந்துச்சு. அதான் எங்கப்பனா நினைச்சு அவனுக்கு காசு கொடுத்துட்டு வந்தேன்.”

கல்லுக்குள் இதயம் இருந்தது.

சப்பாணி தன் கையிலிருந்த நூறு ரூபாயையும், ஹமீதையும் ஓவிய ராமனையும் மாறி மாறிப் பார்த்தான். அவன் இதழோரம் புன்னகையொன்று படர்ந்தது.

ஹமீதின் தலை மறைந்ததும், டீக்கடைக்காரர் ஓடி வந்தார்.

“அட சப்பாணி! நல்லநேரம்தாய்யா உனக்கு. அந்த கருங்கல்லுகிட்டயே காசு பாத்துட்டயே! உன்னால நாங்களும் இன்னிக்கு தப்பிச்சோம் போ. எங்ககிட்டயும் மாமூல் கேக்கல அவன். அந்தவரை உன் ராமனுக்கு சூடம் காட்டணும்யா.”

ஓவியத்தைப் பார்த்து கன்னத்தில் போட்டபடி திரும்பி நடந்தார். கடைக்குப் போய் நாலு பட்டர் பிஸ்கட்டுகளும், மற்றொரு கோப்பை டீயும் கொண்டுவந்து சப்பாணியின் முன் வைத்தார்.

“சாப்டு.”

அவன் ஆவலுடன் ஒரு பிஸ்கட் எடுத்தான்.

“உனக்கு எந்த ஊருய்யா?”

“.....”

“நீ ஊமையா, இல்ல வேற பாஷையா? தமிழ் தெரியாதா? அதான் பேந்தப் பேந்த முழிக்கறயா?”

“.....”

டீக்கடைக்காரர் சாக்கட்டி ஒன்றை எடுத்தார். சற்றுத் தள்ளிச் சென்று “தமிழ் தெரியுமா? தெரியாதா?” என்று எழுதிக் கேட்டார்.

அவன் புன்னகைத்தான். மற்றொரு சாக்கட்டி எடுத்தான். மடமடவென்று நாலைந்து மொழிகளில் ஏதோ எழுதினான். அதில் தமிழும் ஒன்று. “கலைஞனுக்கு மொழி முக்கியமல்ல” என்று எழுதியிருந்தான்.

“ஊமையா?” அவர் ஜாடையில் கேட்க அவன் அதற்கும் பதில் எழுதினான்.

“பேசுவது நிறுத்தி வெகு நாளாகிறது. ஓவியம்தான் எனது மொழி.”

“பேர் என்ன?”

“மறந்துவிட்டேன்” என எழுதினான்.

“எந்த ஊரு?”

“இப்போதைக்கு இதுதான்.”

“என்ன ஜாதி... என்ன மதம்?”

சப்பானி புன்னகைத்தான். “இதை அறிவதில் என்ன ஆனந்தம் ஏற்பட்டுவிடும்?”

கடையில் கஸ்டமர்கள் சேர அப்போதைக்கு கேள்வி நிறுத்தி அவர் கடைக்குச் சென்றார். ஏனோ சப்பாணிமீது அலாதிப் பரிவு ஏற்பட்டது. அவனைப் பற்றி அறியும் ஆவலும் ஏற்பட்டது. முக்கியமாய் அவன் ஏன் பேசுவதை நிறுத்திவிட்டான் என்று அறியும் ஆவல் அதிகரித்தது. டீ ஆற்றிக் கொண்டிருந்தாலும் எதிர்சாரியிலும் அவரது விழிகள் நொடிக்கொரு தரம் சென்றது. சப்பாணியின் ஓவியத்திற்கு நிறைய காசுகள் விழுந்திருந்தன.

சப்பாணி வியந்தான். ‘என்றைக்கும் இல்லாமல் இன்றைக்கென்ன இவ்வளவு வருமானம்? இதை வைத்துக் கொண்டு நான் என்ன செய்ய? எனக்குத் தேவை தினம் பத்தோ பதினைந்தோ! அதுவே இதுவரை முழுதாய்க் கிடைத்ததில்லை. காசுகளை எண்ணக்கூடத் தோன்றாமல் அமர்ந்திருந்தான் அவன். இதில் பதினைந்து ரூபாய்மட்டும் எடுத்துக் கொண்டு மிச்சத்தை ராணுவ வீரர் நலநிதிக்கு அனுப்பிவிட வேண்டும்’ என நினைத்துக் கொண்டான்.

சின்ன வயதிலிருந்து ராணுவ வீரனாக இயலவில்லையே என்ற ஏக்கம் அவனுக்கு நிறையவே உண்டு. ஊனம் குறையல்ல என்றாலும் இந்த விஷயத்தில் அது அவனுக்குப் பெரும் குறையாகவே இருந்துவிட்டது. சாதி, இனம், மொழி,

மதம் அனைத்தும் கடந்து தேச பக்தி ஒன்றே பிரதானமாய் பணிபுரியும் வாய்ப்பு அங்கு மட்டுமே உண்டு.

உள்ளுக்குள் தன்னை ஒரு ராணுவ வீரனாகவே அவன் எண்ணிக் கொண்டான். தன் இனம், மொழி, மதம் எல்லாம் மறந்தான். ஓவியம் வரைவது பிழைப்புக்காயிற்று. கிடைக்கிற காசில் அரை வயிறுக்கு உணவு கிடைத்துவிடும். அதிகம் காசு கிடைத்தால் இன்னொரு ஏழைக்கும் உணவு கொடுத்து பகிர்ந்துண்பான். நிலையான ஊரில்லை, விலாசமில்லை. வாழ்க்கை எங்கே துவங்கியதென்று தெரியாது. எங்கே முடியப் போகிறதென்றும் தெரியாது.

அவன் ஒரு சின்னத்துணியில் காசுகளைப் பொறுக்கிச் சேர்த்தான். எடுக்கும்போதே மனம் அதை எண்ணிக் கொண்டது. மொத்தம் நூற்றி நாற்பத்தி ஏழு ரூபாயும் இருபத்திஐந்து காசு. இதில் பதினைந்து போதும், அவனது ஒரு நாள் உணவுக்கும் செலவுக்கும்.

அவன் அந்தத் துணியை முடிச்சிட்டான். அப்போதுதான் அந்தக் கேவலம் நடந்தது.

டீக்கடையில் டீ குடித்தபடி இவனைப் பார்த்துக் கொண்டிருந்த ஒரு ஈன புத்திக்காரன், சாலை கடந்து இவனருகில் வந்தவன் கண்ணிமைக்கும் நேரத்தில் அந்தக் காசுத்துணியைப் பறித்துக் கொண்டு ஓடினான். அவன் பிடுங்கின அதிர்ச்சியில் நிலை தவறி சக்கரப் பலகையோடு நடைபாதையிலிருந்து சாலைக்கு உருண்டவனைப் பின்னால் வந்த ஆட்டோ ஒன்று மோதித் தள்ளிவிட்டு நிற்காமல் பறந்தது.

அவன் ஒரு புறமும், சக்கரப்பலகை ஒருபுறமுமாய் பறந்து சென்றனர். அவன் மல்லாந்து மண்டை டங்கென்று தரையில் மோத, தன் ஓவிய ராமனுக்கருகிலேயே விழுந்த வினாடியில் அவனையுமறியாமல் அவன் தொண்டையிலிருந்து மிக மிக சன்னமாய் அந்த சப்தம் எழும்பி காற்றில் கரைந்தது.

“ரே அல்லா...”

அவன் ராமனை தீனமாய் பார்த்தபடி உயிர்விட்டான். வர்ணக் கட்டிகளும், பொடியும் பிளாட்பாரமெங்கும் சிதறியிருந்தது. சற்று தள்ளி குப்பைத் தொட்டியை நோண்டிக் கொண்டிருந்த தெரு நாய் அவன் கையால் ஒரு துண்டு பன் உண்ட நன்றியில் வால் ஆட்டியபடி அவனருகில் ஓடி வந்து அவன் முகத்தை முகர்ந்து பார்த்தபடி நின்றது. விபத்தைக் கண்ணால் கண்டதும், அங்கிருந்த ஒன்றிரண்டு மனிதர்கள் அய்யோ பாவமே என வருந்தினாலும் எதற்கு வம்பு என்று நழுவி மறைந்தார்கள். டீக்கடைக்காரர் திகைத்து அமர்ந்துவிட்டார்.

ஸ்ரீராமன் மட்டும் புன்னகை மாறாமல் நின்றிருந்தான்.

'என்னை எந்தப் பெயரிட்டு அழைத்தாலும் மகிழ்வேன் நான். ஏனெனில் எனக்குப் பெயரிடுவது நீங்கள்தாமே! வர்ணங்கள் வேகமாய் சுழன்றால் தெரிவது ஒரே ஒரு நிறமல்லவா, அறிவாயா மானுடா நீ?'

ஸ்ரீராமன் புன்னகைத்தான். அந்த புன்னகைக்கு கோடானு கோடி அர்த்தங்கள். அந்த சூட்சுமங்கள் புரிகிறவரை பிழைப்புக்காக மனிதன் அந்த இறைமைக்குப் பெயரிட்டுக் கொண்டுதான் இருப்பான். அவனுக்குள்ளே அவனையும் அறியாமல் சில பாசிகள் பச்சை நிறமாய் படிந்துதான் இருக்கும்.

***

— 19 —

பிள்ளை மனம்

“நிஜம்மாவா சொல்றேள்?” லட்சுமி மாமி நம்ப முடியாத வியப்போடு கேட்க, மிஸஸ் மாதங்கி சிரித்தாள்.

“சத்தியம் பண்ணணுமா சொல்லுங்கோ பண்றேன். இல்ல இந்த லெட்டரைப் படிச்சுப் பாருங்கோ நீங்களே” என்றபடி அவளிடம் நீட்டினாள். “ஈ-மெயில்ல நேத்திக்கு வந்திருக்கு.”

“இங்கிலீஷ்லன்னா எழுதியிருக்கு.”

“நிஜமாதான் சொல்றேன். உங்க பிள்ளையும் மாட்டுப்பெண்ணும் அமெரிக்காலேர்ந்து வராளாம். உங்களை இங்கேர்ந்து கூட்டிண்டு போகப்போறதா எழுதியிருக்கா. இன்னும் ஒரே வாரம்தான் உங்க மூட்டையக் கட்டிண்டு புறப்படத் தயாராகுங்க. என்னமோ இப்பவாவது உங்க பிள்ளைக்கு இந்தியா திரும்பி வரணும், உங்களைக் கொண்டு வெச்சுக்கணும்னு தோணித்தே. அந்த மட்டும் சந்தோஷம்” மிஸஸ் மாதங்கி கம்ப்யூட்டரிலிருந்து பிரிண்ட் எடுக்கப்பட்ட அவள் பிள்ளை அனுப்பிய ஈ-மெயில் கடிதத்தை லட்சுமி மாமியிடமே தந்துவிட்டு தன் வேலைகளை கவனிக்கப் போனாள்.

லட்சுமி மாமி பிள்ளையாகவே நினைத்து அந்தக் கடிதத்தை தடவிக் கொடுத்து நெஞ்சோடு அணைத்துக் கொண்டு பரவசப்பட்டாள்.

எட்டு வருடமிருக்குமா சந்துரு அமெரிக்கா போய். அதற்கு மேலும்கூட இருக்கலாம்.

படிப்பதற்காக அமெரிக்கா போனவன், அங்கேயே வேலை கிடைத்து, கிரீன்கார்டு கிடைத்து, அங்கேயே ஒரு மலையாளிப் பெண்ணை மணந்து கொண்டான். கல்யாணத்திற்கு முன் ஒருமுறை வந்து அம்மாவிடம் ஆசிவாங்கிக் கொண்டான். தஞ்சாவூரின் பரம்பரை வீட்டில் அம்மா தனியாக இருந்தாள்.

அவன் படிப்புச் செலவுக்கும், அமெரிக்கா செல்வதற்கான செலவுக்குமாக வீட்டை விற்றுவிட்டு, அதே வீட்டில் ஒரு அறையில் சொற்ப வாடகைக்கு தனிக்குடித்தனம் செய்துகொண்டிருந்தாள். காவேரி ஸ்நானம், தெய்வ தரிசனம், மடி ஆசாரம் என்று தன் வழியில் அமைதியாக சந்தோஷமாகவே அவள் இருந்தாலும், ஒரே பிள்ளை எங்கோ தூர தேசத்திலிருந்தது, அவள் மனதின் ஒரு ஓரம் வருத்தத்தையும் ஏற்படுத்தியிருந்தது. இருந்தாலும் பிள்ளையின் சௌக்கியம் முக்கியம் என்பதால் தன் வருத்தத்தை பெரிதுபடுத்திக் கொள்ளவில்லை.

திருமணத்திற்கு ஆசி வாங்க வந்த சந்துருவை அக்கம் பக்கம் பிலுபிலுவென்று பிடித்துக் கொண்டது. “என்னடா சந்துரு இது. லட்சுமிக்கு கருவேப்பிலைக் கொத்தாட்டம் நீ ஒரே ஒரு பிள்ளை. அவள் பார்க்க, அட்சதை போட இந்த ஊர்ல ஜாம்ஜாம்னு உன் கல்யாணம் நடக்க வேண்டாமா? இப்டிக் கண்காணாத ஊர்ல கல்யாணம் பண்ணிக்கப் போறேன்றயே நன்னாவா இருக்கு?”

“ப்ளிஸ் எனக்கு மட்டும் ஆசையில்லையா என்ன? என் நிலமை அப்படி. நானும் அந்தப் பெண்ணும் நாலு வருஷமா பழகறோம். அவ அப்பா, அம்மா எல்லாரும் அங்கயே இருக்கறவா. அங்க கல்யாணம் நடத்தறதுதான் அவாளுக்கு வசதி. அம்மாக்கோசரம் இங்க வந்தா ஏகப்பட்ட செலவாகுமே. அம்மாவைக் கூட்டிண்டு போகணும்னாலும் கஷ்டம். பாஸ்போர்ட் விசான்னு ஏக கெடுபிடிகள், தனியா வந்து போகவும் அம்மாக்குத் தெரியாது. அந்தக்குளிர் வேற இவளால தாங்க முடியாது. அதான். ஆனாலும் என் கல்யாண வீ.ஸீ.டியை அனுப்பி வெக்கறேன். மூர்த்தி மாமாவாத்து டெக்ல போட்டு ஆனந்தமா

பார்த்து அட்சதை போடட்டுமே! அம்மாவோட ஆசீர்வாதம் எங்க இருந்தாலும் கிடைச்சுட்டு போறது. என்னம்மா சொல்ற?"

பிள்ளை கொஞ்சலாகக் கேட்டு நிறுத்த லட்சுமி மாமி தன் உரிமையை, ஏமாற்றத்தை எச்சிலோடு சேர்த்து விழுங்கியபடி சிரித்தாள்.

"நீங்க நன்னார்க்கணும்டா சந்துரு. என் ஆசி எப்பவும் உண்டு உங்களுக்கு" அப்போதே ஆசீர்வதித்துவிட்டாள்.

"அப்பறம் நீ இப்டி இங்க தன்னந்தனியா இருக்கறது கஷ்டமா இருக்கு. உனக்கு ஒண்ணுன்னா இங்க யார் பாத்துப்பா? அதனால நான் ஒரு முடிவுக்கு வந்திருக்கேன்."

"என்ன...?"

"எனக்குத் தெரிஞ்சவாளுக்குத் தெரிஞ்சவா இதே தஞ்சாவூர்ல ஒரு ஹோம் நடத்திண்ருக்கா வயசான வாளுக்குன்னு. அங்க மாசா மாசம் பணம் கொடுத்துட்டா போதும், உன்னை கண்ல வெச்சுண்டு பாத்துப்பா. ஊரைவிட்டுப் போனும்னாதான் கஷ்டம். இதே ஊர்தானே, இங்க இருக்காப்பலயே நீ அங்கேயும் இருக்கலாம். காவேரி ஸ்நானம் பண்ணலாம், கோவிலுக்குப் போலாம். பூஜை, புனஸ்காரம் எதுவும் குறையாது. மடியா சமைச்சுக்கணுமா அதுக்கும் ஏற்பாடு பண்ணித்தருவா. இல்லையா? மடியாவே ஒரு மாமி எல்லார்க்கும் சமைக்கறாளாம். அதையும் எல்லாரோடயும் உக்காந்து பேசி சிரிச்சுண்டு சாப்ட்டுக்கலாம். மொத்தத்துல, இதைவிட அங்க நன்னாவே இருக்கலாம். உன்னைக் கவனிச்சுக்கவும் ஆள் இருப்பா, நானும் நிம்மதியா இருப்பேன். எல்லா ஏற்பாடும் பண்ணி உனக்காகப் பணமும் கட்டியாச்சு. நாளைக்கு நாம கிளம்பணும். உன்னை அங்க விட்டுட்டு, நான் அமெரிக்கா திரும்பணும்."

லட்சுமி மாமிக்கு புரிந்துவிட்டது. பிள்ளை அவள் சம்மதத்தை கேட்கவில்லை, உத்தரவிடுகிறான் என்று. அதைமீற அவளுக்கு ஏது சக்தி?

எல்லோரிடமும் சொல்லிக்கொண்டு மறுநாள் அவனோடு கிளம்பினாள். ஒரு பெட்டியிலும் இரண்டு பைகளிலும் அவள் சாமான்கள் அடங்கிவிட்டது. பரம்பரையாய் ஆண்டுவந்த பெரிய பெரிய பாத்திரங்கள், தண்டு விளக்குகள், பித்தளை அண்டா குண்டான்கள் என்று எல்லாவற்றையும் வந்த விலைக்கு விற்று பணத்தை அவள் கையிலேயே கொடுத்து செலவுக்கு வைத்துக் கொள்ளச் சொன்னான். பாத்திரங்களை விற்காதே என்று உள்ளம் அழுதாலும், மௌனம் அதை அழுத்தி மூடியது. விற்ற காசு கையில் கனத்தது. மாமனார், மாமியார், தாத்தா, பாட்டி என்று அனைவரையும் விற்றுவிட்டாற்போல் வலித்தது.

அவன் சொன்னாற்போல் முதியோர் இல்லத்தில் ஒரு குறையுமில்லைதான். சுத்தமாக சுகாதாரமாக காற்றோட்டமாகவே இருந்தது. பூஜை புனஸ்காரம் எதற்கும் குறைவில்லை. இருப்பினும் உள்ளூற ஒரு தனிமை உணர்வு ஏற்பட்டிருந்ததை அழிக்க இயலவில்லை.

இதோ திரும்பிப் பார்ப்பதற்குள் எட்டு வருடம் ஓடிவிட்டது. கல்யாணமாகி ஐந்து வருடங்கள் குழந்தை வேண்டாமென்று இருந்தவர்களுக்கு போன வருடம்தான் ஒரு பெண் குழந்தை பிறந்ததாக செய்தி வந்தது. அந்தக் குழந்தையைப் பார்க்க முடியாமலே போய்விடுமோ என்று லட்சுமி மாமி வருத்தப்பட்டதற்கு மாறாக, அவர்கள் இந்தியா வரப்போகும் செய்தி அவளைப் பரவசமடையச் செய்தது. அதுவும் தன்னை அவர்களோடே கொண்டு போய் வைத்துக்கொள்ளப் போவதாகத் தெரிந்ததும் மனம் குழந்தையாகிக் குதூகலித்தது.

ஒருவாரம் கணப்பொழுதில் மறைய, ஒரு சனிக்கிழமை பிள்ளை ஒரு டூரிஸ்ட் காரில் வந்து அவளை அழைத்துச் சென்றான். லட்சுமி மாமி ஒவ்வொருவரிடமும் தனித்தனியே சொல்லிக் கொண்டு முகமெல்லாம் பூரித்துப்போய் பிள்ளையோடு கிளம்பினாள்.

மாட்டுப்பெண் அழகாகவே இருந்தாள். பேச்சில் மலையாள வாடை வீசியது. சுத்தமாக தமிழ் வரவில்லை. தப்புத்தப்பாய் பேசினாள். குழந்தையை வாரி அணைத்துக் கொண்டாள்.

வந்த ஒரு வாரம் இனிமையாகச் சென்றது. எட்டாம் நாள் பிள்ளை அவளருகில் வந்து அமர்ந்தான்.

"உங்ககிட்ட ஒரு உதவி கேக்கலாமாம்மா?" பீடிகையோடு ஆரம்பித்தான்.

"என்னடா... நான் என்ன உதவி செய்ய, எங்கிட்ட என்ன இருக்கு?"

"பணமில்லம்மா. வேற ஒண்ணு."

"சொல்லேன்."

"சொன்னா அதிர்ச்சியடையக்கூடாது."

"என்னடா பயமுறுத்தற...?"

"என்னோட ஒரு கிட்னி சரியா ஃபங்ஷன் ஆகலம்மா... இப்பத்தான் ஆரம்பம். ட்ரிட்மெண்ட் எடுத்துண்ருக்கேன். மாத்து கிட்னி பொருத்திடறது நல்லதுன்றா. எனக்கு பொருந்தறா மாதிரி கிட்னி வேணும். உனக்கும் எனக்கும் ஒரே பிளட் குரூப்தான். ஹோம்ல உன்னைச் சேர்க்கும்போது உன் பிளட் குரூப் எல்லாம் டெஸ்ட் பண்ணினதால உன் பிளட் குரூப் எனக்குத் தெரியும். உன் ஒரு கிட்னியை நீ தானமாத் தந்தா நான் பிழைக்க சான்ஸ் இருக்கும்மா தருவயா..?"

அம்மா அதிர்ச்சியில் உறைந்து அமர்ந்திருந்தாள். பிள்ளையின் உயிருக்கு பெரிய ஆபத்து ஏற்பட்டிருக்கிறது என்ற விஷயம் அவளை உலுக்கியது. தான் நன்றாக இருக்க, பிள்ளை கஷ்டப்படுவதா...? அவனுக்கு ஒன்று என்றால் இந்த உயிர் உடலில் தங்குமா?

"சந்துரு... ஒண்ணு என்னடா... ரெண்டும் வேணாலும் எடுத்துக்கோடா. நீ நன்னார்க்கணும். அதான் எனக்கு வேணும். நாளைக் கடத்த வேண்டாம்டா கண்ணா. உடனே ஆபரேஷனுக்கு ஏற்பாடு பண்ணு. உனக்கில்லாம எனக்கெதுக்குடா உசிர்? எடுத்துக்கோ. எல்லாம் உனக்குத்தரேன். நீ நன்னார்க்கணும்.

பகவானே என் குழந்தை நன்னார்க்கணும். இதுக்கு ஒரு கஷ்டமும் வரப்படாது. காப்பாத்திடு."

கண்ணீர் வழிய அவள் தனக்குத் தெரிந்த ஸ்லோகங்களையெல்லாம் பிள்ளைக்காகச் சொல்ல ஆரம்பித்தாள்.

அனைத்து சம்பிரதாயங்களும் மடமடவென்று நடந்தன. அடுத்த மாதத்தில் ஒரு நாள் ஆபரேஷன் நல்லபடியாக நடந்தது. கிட்னி ஒரு பிரச்சனையுமின்றி பொருந்தி நல்லபடியாக இயங்க ஆரம்பித்தது. அவன் உயிருக்கு வந்த ஆபத்து வெயில்பட்ட பனியாய்க் காணாமல் போயிற்று.

"உங்க பிள்ளை நல்லபடியார்க்கார்" டாக்டர் சொன்ன போது மறுபடியும் ஒருமுறை அவனைப் பெற்றுவிட்ட சந்தோஷம் படர்ந்தது. பிள்ளைக்காக இரண்டுமுறை வயிறு திறந்தவள் அநேகமாக இவள் ஒருத்திதான்.

மெல்ல அவன் தேறி வந்தான். தாயின் அன்பு கலந்த சமையல் உண்டு அவன் உடல் மெருகேறியது. அவளது அக்கறையும் கவனிப்பும் அவன் மனோபலத்தைக் கூட்டியது.

சரியாய் ஆறு மாதம் கழித்து ஒருநாள் பிள்ளை அவளிடம் வந்தான்.

சுந்தர காண்டம் படித்துக் கொண்டிருந்த தாய் கனிவும் புன்னகையுமாக நிமிர்ந்து பார்த்தாள்.

"என்னடா கண்ணா?"

"ஒரு முக்கியமான விஷயம்மா."

"சொல்லு."

"இந்த மாசத்தோட என் லீவு முடியறது."

அம்மா முகம் சுருக்கிப் பார்த்தாள். "லீவா... லீவுலயா வந்திருக்க நீ?"

"பின்னே? அங்கல்லாம் ஆபரேஷன் பண்றதுக்கெல்லாம் எக்கச்சக்க செலவாகும். நிறைய பார்மாலிட்டிஸ் தவிர உன்னை

இங்கேர்ந்து கூட்டிண்டு போனா அதுக்கு வேற எக்கச்சக்கமா செலவாகும். அதனாலதான் இங்கயே ஆபரேஷன் ஃபிக்ஸ் பண்ணிண்டேன். தவிர இங்க பண்ணினா கண்டிப்பா சக்ஸஸ் ஆகும்னு ஒரு சென்ட்டிமென்ட். கம்பெனி ஆறு மாச லீவும், ஆபரேஷன் செலவுக்கு பணமும் கொடுத்து அனுப்பி வெச்சுது. மெடிக்கல் ரிப்போர்ட்ஸ் எல்லாம் ஏற்கனவே மெயில் பண்ணியிருந்ததால உடனடியா டேட் பிக்ஸ் பண்ண முடிஞ்சுது. என்னமோ போ, நா பயந்ததுக்கு மாறா எல்லாம் நல்லபடியா முடிஞ்சுடுத்து. இனி நான் இங்க இருக்க முடியாது, விசா முடியறது. நாங்க திரும்பிப்போய்த்தான் ஆகணும்."

அம்மா அமைதியாக அமர்ந்திருந்தாள். அவன் நிரந்தரமாகவே இந்தியா வந்துவிட்டான் என்று நினைத்திருந்தாள் அவள். கடைசிவரை அவனோடும் பேரக் குழந்தையோடும் இருந்துவிடலாம் என்று சந்தோஷப்பட்டுக் கொண்டிருந்தாள். 'கடைசியில் ஆறு மாத லீவில்தான் வந்தானா?'

"என்னம்மா யோசிக்கற?"

"ம்... ஒண்ணுமில்லப்பா. தாராளமா கிளம்பிப் போகலாம் நீ."

"நாளை கழிச்சு உன்னை ஹோம்ல கொண்டுவிடறதா மிஸஸ் மாதங்கிக்கு போன் பண்ணிச் சொல்லிட்டேன்." சந்துரு எழுந்தான். அம்மா வெகுநேரம் மௌனத்தில் கரைந்து போனாள். விழிகள் மட்டும் சுந்தரகாண்டத்தில் நிலைத்திருந்தது.

இரண்டாம் நாள் ஆட்டோ ஒன்று வந்து நின்றது. புறப்படுவதற்கு முன் சந்துரு மனைவி குழந்தையோடு அவள் காலில் விழுந்து நமஸ்கரித்தான்.

"ஆசீர்வாதம் பண்ணும்மா."

அம்மா கை நடுங்க அவனைத் தொட்டுத் தூக்கினாள்.

"எங்க இருந்தாலும் நீங்கள்ளாம் நன்னார்க்கணும்டா என் ஆசி எப்பவும் உண்டு. இனி ஒரு கஷ்டமும் உனக்கு வராது. என்னைத் தாண்டிண்டுதான் உன்னை எதுவும் நெருங்க முடியும்.

உனக்காக நான் பிரார்த்தனை பண்ணிண்டே இருப்பேன். நான் ஜெபிக்கற மந்திரங்கள்ளாம் உங்களைக் கவசமா காக்கும். நல்லபடியா போய்ட்டுவாங்கோ."

அம்மா தன் மூட்டைகளைக் கையிலெடுத்துக் கொண்டாள்.

ஹோமில் அவளை விட்டுவிட்டுக் கிளம்பினான் சந்துரு.

"என்ன லட்சுமி மறுபடியும் வந்துட்ட, ஏன்? என்ன விஷயம்?"

லட்சுமி மாமி யாருக்கும் பதில் சொல்லவில்லை. தூரத்தில் புள்ளியாகிக் கொண்டிருக்கும் ஆட்டோவையே தவிப்போடு பார்த்தாள்.

***

20

பொய்க்கால் குதிரைகள்

ராஜி அப்பாவின் முகத்தைப் பார்த்தாள். போகும் பொழுது இருந்த பிரகாசம், திரும்பி வந்தவரிடம் குறைந்திருந்தது.

“என்னாச்சுப்பா?”

“நீ சொல்லி, நானும் போனேன் பார் என்ன செருப்பால் அடிச்சுக்கணும்.”

“என்னப்பா நடந்தது? விஸ்வா வீட்ல இருந்தாரா?”

“தோ பார் ராஜி, நான் காதலுக்கு எதிரியில்ல. அதனாலதான் விஸ்வாவை உனக்கு பிடிச்சிருக்குன்னு நீ சொன்னதும், நானும் பெருந்தன்மையா ஒத்துக்கிட்டு சம்பந்தம் பேசவும் போனேன். ஆனா நம்மகிட்ட இருக்கற பெருந்தன்மை விஸ்வாவோட அப்பா அம்மாவுக்கும் இருக்கணும் இல்ல?”

“ஏம்ப்பா? அவங்க என்ன சொன்னாங்க?”

“கிண்டல் பண்ணினாங்க.”

“என்னன்னு?”

“எங்க பிள்ளைக்குதான் புத்தியில்லன்னு நினைச்சோம். உங்களுக்கும் கூடவா அது இல்லாம போச்சுன்னு கேட்டு சிரிச்சாங்க.”

“எதனால அப்படிக் கேட்டாங்களாம்?”

“கால் சரியில்லாத உங்க பொண்ணுக்கு காதல் ஒண்ணுதான் கேடாமா? அவ சொன்னதும் நீங்களும் சம்பந்தம் பேச

வந்துட்டீங்களாக்கும். காலு மட்டும் சரியார்ந்தா பொண்ணு காதலுக்கு பச்சக்கொடி காட்டிடுவீங்களா? காதல்னு சொன்னதுமே அவ காலை உடச்சு கட்டிப்போட்ருப்பீங்களா இல்லையா? அப்படின்னு அவங்க கேட்டப்போ உசிர் போய்டுச்சு."

"என்னால நம்ப முடியலப்பா" ராஜி வியப்பும் வேதனையுமாக அப்பாவைப் பார்த்தாள்.

"விஸ்வா வீட்ல இருந்தாரா இல்லையா அவங்க இப்படிப் பேசும்போது?"

"இல்லாம என்ன? அவனும் பேசாமத்தான் நின்னுட்ருந்தான். எனக்கு அவன் மூஞ்சியப் பாக்கக்கூடப் பிடிக்கல. இருந்தாலும் உனக்காக நான் முடிஞ்சவரை அவங்களோட பேசிப் பார்த்தேன். என் சொத்து முழுக்க உன்னோட அவங்க வீட்டுக்கு சீதனமா கொடுத்தனுப்புறதா சொன்னேன்."

"அதுக்கென்ன சொன்னாங்க?"

"உடனே சைலன்ட்டாய்ட்டாங்க. ஒருத்தர் முகத்தை ஒருத்தர் பார்த்துக்கிட்டாங்க."

"உங்க சொத்து விவரத்தை சொல்லுங்க பார்ப்போம்."

"மதுரையில ஆற்றுப்படுகையோரம் ரெண்டு ஏக்கர்க்கு தென்னந்தோப்பும் அஞ்சு சென்ட்டு பூமியும், பரம்பரை வீடும் இருக்கு. இங்க பட்டணத்துலகூட ரெண்டு வீடு இருக்கு. ஒரு வீட்ல நாங்க குடியிருக்கோம். இன்னொரு வீட்ல எட்டுக் குடித்தனம் இருக்கு. குடக்கூலி மட்டும் மாசம் பதினஞ்சாயிரம் வருது. ராஜி எனக்கு ஒரே பொண்ணு. அவ சந்தோஷம்தான் எனக்கு முக்கியம்."

"எல்லாம் சரிதான். நீங்க எத்தினி குடுத்தாலும் உங்க பொண்ணு ஊனம் மாறிடப்போறதில்ல. இருந்தாலும் போனாப் போகட்டும்னு எங்க வீட்டுப் பையன் சந்தோஷத்துக்காக ஒத்துக்கறோம். ஆனா ஒரு கண்டிஷன்."

"சொல்லுங்க."

“கல்யாணத்துக்கு முன்னாடியே எல்லாச் சொத்தையும் விஸ்வா பேருக்கு மாத்தி பத்திரம் பதிவுசெய்து தந்துடனும். சரின்னா மேற்கொண்டு பேசுவோம் நாம.”

“கல்யாணத்துக்கு முந்தியா?”

“பின்ன... அதுக்கப்பறம் உங்க மனசு மாறிட்டா? உங்க பொண்ணு இதுக்கு ஒத்துக்காட்டி...?”

“எனக்கு ரெண்டு நாள் டைம் குடுத்திங்கன்னா நல்லார்க்கும்.”

“ரெண்டு நாளென்ன? ரெண்டு மாசம்கூட யோசிங்க. எங்க வீட்டுப்பையன் ஒண்ணும் ஊசிப்போயிறமாட்டான்.”

பையனின் அத்தை சொல்ல, மற்றவர்கள் நமுட்டு சிரிப்பு சிரிக்க அவர் இறுகிய முகத்தோடு எழுந்தார்.

“இன்னமும் அந்தப் பையனை நீ விரும்பறயாம்மா?”

ராஜி கீழ் உதட்டை அழுந்தக் கடித்துக் கொண்டாள்.

“நான் விஸ்வாவைப் பாக்கணும்ப்பா. அவரோட பேசிட்டு வரேன்.”

“அவங்க வீட்டுக்கா போகப்போற?”

“இல்ல. இப்பொ அவர் எங்க இருப்பார்னு தெரியும் எனக்கு.”

அவள் தன் கேசத்தை லேசாக வாரி சரிசெய்துகொண்டு துப்பட்டாவை மேலே போட்டுக்கொண்டு கிளம்பினாள்.

பெரிய ஊனமில்லை. இடது கால் பாதம் சற்றே மெலிந்துபோயிருக்கும். சாதாரணமாகப் பார்த்தால் எதுவும் தெரியாது. நடக்கும்போது இடப்புறமாய் சற்றே சாய்ந்து சாய்ந்து நடப்பாள். இதைப் போய் ஒரு பெரிய குறை என்று சொல்கிறவர்கள்மீது அவருக்கு கோபம் கோபமாக வந்தது. ‘மனிதர்கள் ஏன் இப்படி புற அழகையும் நிறைவையும் மட்டும் பார்க்கிறார்களோ தெரியவில்லை. குணத்திலும், ஞானத்திலும் ஊனம் இல்லாமல் இருந்தால் போதும் என்று ஏன் எவரும் நினைப்பதில்லை? உடலுக்குள் இருக்கும் ஜீவ உறுப்புகள்

பழுதின்றி இருந்தால் போதும் என்று ஏன் எவரும் கருதுவதில்லை.' அவர் பெருமூச்சுவிட்டார்.

ராஜி அந்தப் பெட்டிக்கடைக்கருகில் வந்து நின்றாள். அவள் நினைத்தது போல் விஸ்வா அங்குதான் இருந்தான். அவளைப் பார்த்ததும் உட்கார்ந்திருந்த இடத்திலிருந்து எழுந்து வந்தான்.

"என்ன ராஜி இவ்ளோ தூரம்?"

"உங்க வீட்ல எல்லாரும் எங்கப்பாவைக் கிண்டலடிச்சுப் பேசும்போது பார்த்துக்கிட்டா இருந்த விஸ்வா?"

"அவங்க கிடக்காங்க விடு ராஜி."

"எப்படி விடமுடியும் விஸ்வா? என் காதலை மதிச்சு எனக்காக உங்க வீட்டுக்கு வந்த அப்பாவை உன் வீடு ஒழுங்கா நடத்த வேண்டாமா? மரியாதை குடுக்காட்டிக்கூடப் போகுது. அட்லீஸ்ட் கிண்டலாப் பேசாமயாவது இருந்திருக்கலாம் இல்ல? அவங்க பேசினது கூட பெரிய விஷயமா தெரியல விஸ்வா, அதைப் பார்த்துக்கிட்டு நீ மௌனமா நின்னதுதான் அப்பாவை அதிகமாக் காயப்படுத்தியிருக்கு. தப்பு யார்கிட்ட இருந்தாலும் அதைக் கண்டிச்சுத் தடுக்கறதுதான் நல்ல குணம். அந்த குணம் உங்கிட்டே ஏன் இல்லாமப் போச்சு? அவ்ளோ பயமா உங்கம்மா அப்பாகிட்ட? அப்படி பயம்னா, ஏன் விஸ்வா என்மேல ஆசைப்பட்ட? கால் சரியில்லன்னு தெரிஞ்சும் ஏன் என்னைச் சுத்தி சுத்தி வந்து என் மனசுல சலனத்தை ஏற்படுத்தின?"

விஸ்வா மௌனமாக இருந்தான்.

"சொத்து முழுக்க நம்ம கல்யாணத்துக்கு முந்தி உம்பேர்ல யாத்தி எழுதணும்னு உங்க வீட்ல கண்டிஷன் போடறது சரின்னு தோணுதா விஸ்வா உனக்கு?"

"அவங்க அப்டி ஒரு கண்டிஷன் போடுவாங்கன்னு நானும் எதிர்பார்க்கல ராஜி. என்னை நம்பு."

"அப்புறம் ஏன் விஸ்வா அவங்களைக் கண்டிக்காம வேடிக்கை பார்த்துட்ருந்த?"

"உங்கப்பா கிளம்பி வந்ததும் நான் அவங்ககிட்ட சத்தம் போட்டேன் ராஜி."

"சந்தோஷம். அதுக்கு அவங்க என்ன சொன்னாங்க?"

"காதல் கண்ணை மறைக்குதோ? எங்களைவிட அந்தக் கால் சரியில்லாத காதலி உசத்தியாப் போய்ட்டாளோ, இப்பவே இவ்ளோ வக்காலத்து வாங்கறவன் நாளைக்கு அவ புடவைக் கொசுவத்துக்குள்ளயே காணாம போயிருவபோல்ருக்கே! அப்படி இப்படின்னு கண்டபடி திட்டினாங்க ராஜி."

"சரி... இந்த விஷயத்துல உங்க தீர்ப்பென்ன விஸ்வா? எங்கப்பா சொத்தெல்லாம் எழுதி வெக்கணுங்கறதா வேணாங்கறதா?"

"இதோ பார் ராஜி, நான் அப்படி எதுவும் நினைக்கல. ஆனா அவங்களை எதிர்த்துக்கிட்டு என்னால எதுவும் செய்ய முடியாது. அப்படி நான் ஏதாவது செய்தா அது என் தங்கச்சிங்க கல்யாணத்தை பாதிக்கும். தயவுசெய்து என்னைப் புரிஞ்சுக்கப்பார்."

"என் சொத்து எப்படியிருந்தாலும் எங்கப்பாக்குப் பிறகு நமக்குதான் விஸ்வா. அதை ஏன் உங்க வீட்ல யாரும் புரிஞ்சுக்க மாட்டேங்கறாங்க?"

"அவங்க புரிஞ்சுக்காட்டி நான் என்ன செய்ய ராஜி, நீ ஏன் என்னைப் புரிஞ்சுக்கமாட்டேங்கற?"

"ஒண்ணு மட்டும் நல்லா புரிஞ்சுக்கிட்டேன் விஸ்வா."

"என்ன?"

"நீ ஒரு முதுகெலும்பில்லாத ஆம்பளைன்னு" ராஜி வெறுப்போடு சொல்ல, விஸ்வா விழி சிவக்க அவளைப் பார்த்தான்.

"வார்த்தையக் கொட்டிடாத ராஜி, உன் பணத்திமிரை வேற எவங்கிட்டயாவது காட்டு. எங்கிட்ட வேணாம். நான் நல்லவனா இருக்கக் கொண்டுதான் உன் காலைப் பார்க்காம காதலிச்சேன்."

“ஆனா இப்ப காசைப் பாக்கறவங்க பக்கம்தானே நிக்கற விஸ்வா!”

“அதுக்கென்ன செய்ய? உனக்காகப் பத்து மாசம் வயத்துல சுமந்த உறவை அறுத்தெறிஞ்சுட்டா வரமுடியும்?”

“நானே வந்து உங்க வீட்ல பேசிப் பாக்கவா?”

“அவங்க கிண்டலடிச்சா தாங்க முடியும்னா போய்ப் பேசு.”

“இப்பவே போறேன் விஸ்வா நீ இங்கயே இரு வர வேணாம்.”

ராஜி அவன் வீடு நோக்கி நடந்தாள். அவளைக் கண்டதும் அந்த குடும்பம் ஒரு கூடிணம் திகைத்தது. பின் முகம் சுளித்தது. கொஞ்சம்கூட பயமோ கூச்சமோ இல்லாமல் இப்படியா ஒரு பெண் திருமணத்திற்கு முன் தன் புகுந்த வீட்டிற்கு வருவாள் என்று நினைத்தபடி இறுகிய முகத்தோடு அவளை வரவேற்றது.

“சொத்தெல்லாம் உடனடியா மாத்தி எழுதணும்னிங்களாம்?” ராஜி நேரடியாக விஷயத்திற்கு வந்தாள்.

“என்ன தப்பு அதுல?”

“கல்யாணத்தை வியாபாரமாக்கலாமா?”

“உன்னை மாதிரி காலு சரியில்லாதவகிட்ட ஆக்கலாம். எம்பிள்ளைய பார்த்த இல்ல? அப்பழுக்கு கிடையாது. அசல் ராஜான்னா ராஜா. ஒரு சின்னக் குறை சொல்ல முடியுமா அவன் உடம்புல? ஒரு குறையுமில்லாதவன் குறையுள்ளவளைக் கட்டறதுன்னா சும்மாவா? இவனைத் தவிர இந்த நல்ல மனசு வேறவெனுக்காச்சும் உங்கிட்ட இருந்துதா?”

“ஒரு நிமிஷம்...!” ராஜி இடையில் புகுந்தாள்.

“என்ன சொன்னீங்க? உங்க பிள்ளை அசல் ராஜான்னா...? உண்மைதான். ராஜாதான். ஆனா வேலையில்லாத ராஜா, ப்ளஸ்டூ நாலு தரம் ஃபெயிலான ராஜா.”

“உத்யோகம் புருஷ லட்சணம்னுவாங்க. அந்த லட்சணம் இல்லாதவர் உங்க பிள்ளை. என்னைவிட அதிகம் ஊனமானவர்.

இருந்தாலும் அதைப் பெரிய விஷயமா எடுத்துக்காம, படிப்பும் வேலையும் இல்லாட்டியும், படிக்காமயே பெரிய ஆளாக்கிக்காட்ட ஒரு உந்து சக்தியா என்னால இருக்க முடியும்னு நம்பி, அப்பா எவ்ளவோ சொல்லியும் கேக்காம இவரைத்தான் கட்டுவேன்னு பிடிவாதம் பிடிச்சேன் பாருங்க, எனக்கு வேணும்."

"எப்படியாவது எங்கப்பா காசுல அவருக்கு ஒரு பிஸினஸ் ஆரம்பிச்சுக் கொடுத்து அவரைச் சரிப்படுத்தி பெரிய ஆளாக்கிடலாம்னு நினைச்சேன். இப்ப என் நினைப்பை மாத்திக்கிட்டேன். எனக்காவது கால் எலும்புதான் சரியில்ல, உங்க எல்லார்க்கும் முதுகெலும்பே சரியில்லன்னு தோணுது. இல்லாட்டி அடுத்தவன் முதுகுல சௌகர்யமா சவாரி பண்ணணும்னா ஆசைப்படுவீங்க? நீங்க என்ன என்னை வேணாம்னு சொல்றது? நான் சொல்றேன் உங்க பிள்ளை எனக்கு வேணாம்."

ராஜி கம்பீரமாய் திரும்பி நடந்தாள்.

***

21

மேடை முகங்கள்

ஆடிட்டோரியம் நிரம்பியிருந்தது. வி.ஐ.பிக்கள் அனைவரும் வந்துவிட்டிருந்தனர். இன்னும் சற்றுநேரத்தில் விழா ஆரம்பித்துவிடும். பெண்கள் கல்லூரி ஒன்றின் வெள்ளி விழா மற்றும் மகளிர் தின விழாதான் அன்று நடைபெற இருந்தது. அரசியலில் இருக்கும் பிரபல பெண்மணிகள் இருவர், புகழ்பெற்ற இளம் சினிமா கதாநாயகிகள் இருவர், தவிர, பிரபல பெண் எழுத்தாளர்கள் இருவர், போலீஸ் அதிகாரிகள் இருவர் என வி.ஐ.பிக்கள் அனைவரும் மிகவும் பிரபலமானவர்கள்.

நந்தினிக்கு சக்தியின் பெயர் கொண்ட அந்தப் பெண் எழுத்தாளரின் எழுத்துக்கள் மிகவும் பிடிக்கும். மிகவும் பிரபலமான பெண்மணியும் கூட அவர். அவர் கலந்து கொள்ளாத விழாக்களோ, டி.வி. நிகழ்ச்சிகளோ கிடையாது எனலாம். ஒரு நாளைக்கு ஒருமுறையாவது தொலைக்காட்சியிலோ, பத்திரிகைகளிலோ அவர் முகத்தைக் காணாமல் இருக்க முடியாது. அந்த அளவுக்கு பிரபலமான எழுத்தாளர். பரம்பரைப் பணக்காரியும் கூட என்பதால் கார், பங்களா என வசதியாக இருப்பவர்.

அவருடைய கதைகளில் புரட்சி வாடை அதிகமாக வீசும், காதல், குடும்பச்சிக்கல் என்று எழுதுவதிலும் வல்லவர். டி.வியில் அந்த எழுத்தாளப் பெண்மணி பேசினால் நந்தினி மிகுந்த ஆர்வத்தோடு கேட்பாள். அன்பு பற்றியும், மனிதநேயம் பற்றியும் அவர் உணர்ச்சிவயப்பட்டுப் பேசுவதைக் கேட்கும்போது

அவர்மீது மரியாதை பல மடங்கு அதிகரிக்கும். எப்படியாவது அந்த எழுத்தாளப் பெண்மணியை சந்தித்துப் பேசி அவரோடு நட்பு ஏற்படுத்திக்கொள்ள வேண்டும் என்ற ஆவல் அவளுக்குள் வெகுநாளாக இருந்தது.

அவள் மனங்கவர்ந்த அந்தப் பெண்மணி இன்று அவளுடைய கல்லூரிக்கே வந்திருப்பது தெரிந்ததும் நந்தினிக்கு சந்தோஷம் தாங்க முடியவில்லை. எப்படியாவது இரண்டொரு வார்த்தை பேசிவிட்டு அவருடைய ஆட்டோகிராப் வாங்கிவிட வேண்டும் என்று நினைத்து அந்தப் பொன்னான சந்தர்ப்பத்திற்காகக் காத்திருந்தாள்.

மேடையில் கலை நிகழ்ச்சிகள் நடந்து கொண்டிருந்தது. அதன் இடையிலேயே மேடையில் வி.ஐ.பி. நாற்காலிகள் வரிசையாகப் போடப்பட்டன. வி.ஐ.பிக்கள் மேடைக்கு வருமாறு நிகழ்ச்சித் தொகுப்பாளர் இனிய குரலில் வேண்டுகோள் விடுக்க, வி.ஐ.பிக்கள் ஒவ்வொருவராக படு ஸ்டைலாக மேடை ஏற, பார்வையாளர்களுக்குக் கும்பிடுபோட்டுவிட்டு கால்மேல் கால்போட்டு அமர்ந்தார்கள். தகதகவென்று உயர்தர பட்டுப்புடவைகள் உடுத்தி, நவீன தங்க ஆபரணங்களும் கல் வைத்த அட்டிகைகளும் மின்னிய அவர்களின் தோற்றத்தில் மேடையே ஜெகஜோதியாய் மாறியிருந்தது. அனைவரது பார்வையும் அவர்கள் மீதுதான். எழுத்தாளர்கள் இருவரும் நடிகைகளோடு விழுந்து விழுந்து சிரித்துப் பேசி தங்கள் அன்யோன்யத்தைப் பறைசாற்றிக் கொண்டிருந்தனர். அவர்கள் தங்களுக்குள் பேசிக் கொண்டதைக் கூட்டம் ஹாவென்று வெறித்து நோக்கிக் கொண்டிருந்தது.

சற்று நேரத்தில் பரிசளிப்பு விழா நடந்தது. அதைத் தொடர்ந்து வி.ஐ.பிக்கள் ஒவ்வொருவராகப் பேச ஆரம்பித்தனர்.

தன் ஆதர்ச எழுத்தாளர் பேச ஆரம்பித்ததும் நந்தினியின் முகம் மலர்ந்தது. காதுகளைக் கூர்மையாக்கிக் கொண்டு நிமிர்ந்து உட்கார்ந்தாள்.

தன் அனுபவங்களும், தான் கேட்டதும், தான் படித்ததும், பார்த்ததும் சேர்த்து எவ்விதத் தடங்கலுமின்றி அந்தப் பெண்மணி கணிரென்ற குரலில் பேசியபொழுது அவை அமைதியாய் ரசித்துக் கேட்டது. வாழ்க்கை பற்றிய அவரது உற்று நோக்கலும், தெளிவும், தீர்மானமும் கண்டு வியந்தது. முக்கியமாக அன்பு பற்றியும், மனிதாபிமானம் பற்றியும், பிறர்க்கு உதவுவது பற்றியும் அவர் பேசிய விஷயங்கள் பாராட்டும்படியாக இருந்தன.

அன்பும் மனிதாபிமானமும் நிறைந்தவராக இருந்தால் மட்டுமே இப்படிப் பேச முடியும் என்று தோன்றியது. பல சூழ்நிலைகளில் பல்வேறு வகைப்பட்டவர்களுக்கும் தான் செய்த உதவிகளை அவர் சுவைபடக் கூறியபோது கூட்டம் வாய்பிளந்து, கதை கேட்கும் சுவாரசியத்தோடு கேட்டது.

அவர் பேசி முடித்ததும் கைதட்டல் ஒலி அரங்கை நிறைத்தது. விழா முடிவதற்கு முன்பாகவே வி.ஐ.பிக்கள் கிளம்பிவிட்டனர். மாணவிகள் கூட்டம் கூட்டமாகச் சென்று அவர்களை மொய்த்துக் கொண்டு கையெழுத்து வேட்டை நடத்தினர். நந்தினியும் தன் மனம் கவர்ந்த எழுத்தாளரை நோக்கி ஓடினாள். புன்னகையும் பெருமிதமுமாக வி.ஐ.பிக்கள் சலிக்காமல் கையெழுத்துப் போட்டுக் கொடுத்தனர்.

“மேடம் நான் உங்களோட பரம ரசிகை. உங்க எழுத்துன்னா உயிர்” நந்தினி குழைந்த குரலில் சொன்னாள்.

“அப்படியாம்மா, ரொம்ப சந்தோஷம். நிறைய படிம்மா, உங்களை மாதிரி படிக்கிறவங்கதான் எங்களுக்கு வேணும்.”

“நானும்கூட கதை கவிதையெல்லாம் எழுதுவேன் மேடம். பிரசுரம்கூட ஆகியிருக்கு. ஆனாலும் உங்களை மாதிரியெல்லாம் எழுத முடியாது.”

“அப்படியெல்லாம் இல்லம்மா. எங்களைவிட நீங்கள்ளாம் நல்லா எழுதுவீங்க. முயற்சி பண்ணினா பெரிய ஆளா வந்து, இதை மாதிரி நீங்களும் ஆட்டோகிராஃப் போட்டுக்குடுப்பீங்க ஐ விஷ் யூ ஆல் சக்ஸஸ்.”

எழுத்தாளர் இப்படிச் சொல்லியபடி கையொப்பமிட்டுக் கொடுத்ததும் நந்தினிக்கு ஆகாசத்தில் பறப்பது போலிருந்தது. எவ்வளவு பரந்த மனசு. மகிழ்ந்து போனாள் அவள்! தானும் இந்தப் பெண்மணியைப் போல் வாழ்வில் உயர வேண்டும் என்று உறுதி கொண்டாள்.

“மேடம் உங்க டெலிபோன் நம்பரும் வேணும்.”

“தரேன். ஆனா பாதிநாள் நான் ஊர்ல இருக்கமாட்டேம்மா.”

“சும்மாதான் மேடம்.”

டெலிபோன் நம்பரோடு ஆட்டோகிராஃப் புத்தகம் கைக்கு வந்ததும் என்னமோ எவரெஸ்ட் ஏறிவிட்டாற்போலிருந்தது. அத்தனை பேரிடமும் அதைக் காட்டி மகிழ்ந்தாள். அன்றிரவு அதைவிட மகிழ்ச்சியான விஷயம் அவளுக்குத் தெரிய வந்தது. ஒரு வார இதழுக்கு அவள் அனுப்பியிருந்த சிறுகதை மூன்றாவது பரிசு வாங்கியிருந்தது. பரிசளிப்பு விழா அடுத்த வாரம் நடக்க இருப்பதாக அந்த வார இதழ் வாழ்த்துக்களோடு கடிதம் அனுப்பியிருந்தது. பரிசளிக்கப் போவது அவளுடைய மனம் கவர்ந்த எழுத்தாளர்தான். நந்தினி ஆகாசத்தில் மிதந்தாள். பரிசளிப்புக்கு என்ன உடையணிவது, எப்படி அலங்கரித்துக் கொள்வது தன் மனங்கவர்ந்த எழுத்தாளப் பெண்மணியிடம் என்னென்ன பேச வேண்டும் என்றெல்லாம் இப்போதே மனதுக்குள் யோசிக்க ஆரம்பித்தாள்.

பரிசளிப்பு விழாவுக்கு அழகாக அலங்கரித்துக் கொண்டு சென்றாள். மூன்றாவது பரிசாக ஆயிரம் ரூபாய் காசோலையை எழுத்தாளப் பெண் புன்னகையோடு நீட்டிவிட்டு நகர்ந்தாள். தன்னை அவளுக்கு அடையாளம் தெரியவில்லையா அல்லது தெரிந்தும் தெரியாதது போல் போய்விட்டாளா என்று புரியாமல் குழம்பினாள் நந்தினி. இருப்பினும் வருத்தத்தை கைவிட்டு, தானே வலியச் சென்று கல்லூரி விழாவை நினைவுபடுத்தி தான் ஆட்டோகிராஃப் வாங்கியதையும் கூறினாள்.

“அப்படியா? ஞாபகமில்லையே அன்னிக்கு எவ்ளோ பேருக்கு கையெழுத்து போட்டேன்னு எனக்கே தெரியாது.”

“பரிசுபெற்ற என் சிறுகதையை நீங்க படிச்சீங்களா மேடம்? எப்படியிருக்கு?”

“சாரிம்மா. என் எழுத்து வேலையே நிறைய இருக்கு. யாரோட கதையும் படிக்க எனக்கு நேரமே இல்ல. படிக்கறதும் இல்ல. சரி அப்பறம் பேசலாம்மா...” சட்டென்று பேச்சை முறித்துக் கொண்டு இதற்குமேல் பேசினால் தன் கௌரவத்திற்கு இழுக்கு என்பது போல் அவசர அவசரமாக தன் இருக்கைக்குச் சென்று அமர்ந்து மற்ற வி.ஐ.பிக்களோடு சிரித்து சிரித்துப் பேச ஆரம்பித்தாள்.

நந்தினியின் மனம் இந்த அலட்சியத்தை எதிர்பார்க்கவில்லை. அவள் மனம்விட்டுப் பாராட்டுவாள், இன்னும் நிறைய எழுது என்று கூறி உற்சாகப்படுத்துவாள் என்று நினைத்தவளுக்கு ஏமாற்றம். அந்த ஏமாற்றத்தோடு தன் இருக்கைக்குச் சென்று அமர்ந்தாள்.

மூன்றாவது பரிசு என்பதால் யாரும் அவளைக் கண்டுகொள்ளவில்லை. முதல் பரிசு பெற்றவரைத்தான் அனைவரும் பாராட்டிப் பேசினார்கள். நல்லகாலம் அம்மா வரவில்லை. வந்திருந்தால் வருத்தப்பட்டிருப்பாள். நந்தினி தனியாகத்தான் வந்திருந்தாள். கண்டிப்பாக விழாவிற்கு வருவதாகக் கூறியிருந்த தோழிகள்கூட ஏனோ வரவில்லை. நந்தினி மணி பார்த்தாள். இரவு எட்டு மணி. வி.ஐ.பிக்கள் பேசிக் கொண்டே இருந்தார்கள்.

நந்தினியின் மனம் கவர்ந்த எழுத்தாளர் புன்னகையோடு மனுஷத்தன்மை பற்றி பேசினாள். புதிதாய் நிறைய எழுத்தாளர்கள் வரவேண்டும் என்று பொதுவில் சொன்னாள். கூடவே, தங்கள் காலக்கட்டத்திற்குப் பிறகு நன்கு எழுதக்கூடிய பெண் எழுத்தாளர்களே உருவாகவில்லை, நல்ல எழுத்துக்கள் தங்களோடு முடிந்துவிட்டதோ என்ற ஐயம் ஏற்படுகிறது என்று அந்த எழுத்தாளப் பெண்மணி பேசிய போது நந்தினியின் முகம் மாறியது. இது தற்பெருமையா, அல்லது அறியாமையா? எவருடைய எழுத்தையுமே படிக்க நேரம் இருப்பதில்லை

என்று ஒரு வாரம் முன்பு தன்னிடம் சொன்ன வாய், அதற்கு நேர்மாறாக எதுவுமே நல்ல எழுத்துக்களாக இல்லை என்று பேசியது வியப்பை ஏற்படுத்தியது.

'பிறர் எழுத்துக்களை படிக்காமலேயே நன்றாக இல்லை என்று எப்படிக் கூற முடியும்? இது அகம்பாவத்தின் வெளிப்பாடன்றி வேறு என்ன? பரிசு பெற்ற சிறுகதைகளைக்கூட படித்துப் பார்க்க விருப்பமில்லாத ஒருத்தி பிறரை விமர்சிப்பது எந்த வகையில் நியாயம்? பூனை கண்ணை மூடிக் கொண்டால் உலகம் இருண்டு விடுமா என்ன?'

'இன்றைக்கு எவ்வளவு பேர் வித்யாசமாக சிந்திக்கிறார்கள், எழுதுகிறார்கள் என்பது உண்மையிலேயே இந்தப் பெண்மணிக்குத் தெரியாதா? அல்லது ஒப்புக்கொள்ளத் தயக்கமா? சுயதம்பட்டம்தான் இவளது உண்மையான குணமா? தான் இப்படிப் பேசுவது எத்தனை பேர் மனதை புண்படுத்தும், முகம் சுளிக்க வைக்கும் என்று யோசித்திருந்தால் இப்படிப் பேசுவாளா? புதியவர்களைப் பாராட்டாவிட்டால் போகிறது, புண்படுத்தாமலாவது இருக்கத் தெரிய வேண்டாமா?' நந்தினி மிகவும் வருத்தப்பட்டாள்.

ஒன்பதரை மணிக்கு விழா முடிந்தது. இவ்வளவு நேரத்திற்குமேல் தனியே அவ்வளவுதூரம் போக முடியுமா? கவலையோடு வெளியில் வந்தவளை விழா அமைப்பாளர் ஒருவர் "எப்படியம்மா போவாய்?" என்று அக்கறையோடு கேட்டார்.

"தெரியல சார். எங்க ஏரியா போறவங்க யாராவது இருக்காங்களான்னு பாக்கணும்."

"எழுத்தாளர் சக்தி உங்க ஏரியா வழியாத்தானே போவாங்க. அவங்களோட போய்ட வேண்டியதானே. அதோ பார் கார்ல ஏறப்போறாங்க. போய்க் கேளு" கைகாட்டிவிட்டு அவர் போய்விட்டார்.

கேட்டுத்தான் பார்ப்போமே, நந்தினி வேகமாய் அவளருகில் சென்றாள்.

“நீங்க போற வழிலதான் என் வீடு மேடம் வழில என்னை இறக்கிவிட முடியுமா?”

எழுத்தாளப் பெண்மணி இறுகின முகத்தோடு கேட்டுவிட்டு பட்டென்று பதில் சொன்னாள்,

“சாரிம்மா. நான் வேற ஒரு இடத்துக்கு போய்ட்டு போகணும். நீ வேற யாரையாவது பாரு. டிரைவர் வண்டியை எடுப்பா” என்றபடி காரில் ஏறினாள். “வண்டி எடுத்துக்கிட்டு வந்தா இது ஒரு பிரச்சனை, லிஃப்ட்டு கிஃப்ட்டுன்னு! சீக்கிரம் கிளம்பு இன்னும் யாராவது வரதுக்குள்ள! டயர்டா இருக்கு. வீட்ல போய் விழுந்தாதான் சரியாகும்.”

அவள் முணுமுணுத்தது நந்தினிக்கு தெளிவாகவே கேட்டது. இவளையா இவள் எழுத்துக்களுக்கா தான் இத்தனை காலம் மரியாதை கொடுத்தோம் என்று நினைத்தபோது தன்மீதே எரிச்சல் ஏற்பட்டது. அவள் எழுத்துக்களுக்கும் குணத்துக்கும் துளிக்கூட சம்பந்தம் இல்லை என்பதும் புரிந்தது.

வேறு சிலரோடு எப்படியோ பத்திரமாக அவள் வீட்டுக்கு வந்தபோது, டி.வியில் புன்னகையோடு அந்த எழுத்தாளப் பெண்மணி, தான் நல்ல எழுத்தாளராக இருப்பதைக் காட்டிலும் முதலில் நல்ல மனுசியாக இருக்க விரும்புவதாகக் கூறிக்கொண்டிருந்தாள். நந்தினி வெறுப்போடு டி.வியை அணைத்தாள். சில பேருக்கு, வீடியோ கேமராவும் மைக்கும் எதிரில் இருந்தால் மட்டும்தான் மனிதநேயமும் புன்னகையும் பொங்கிவரும் போலும். திரைக்குப் பின்னால் ஒரு முகம், முன்னால் ஒரு முகம் என்று எத்தனை முகங்கள். இந்த மாதிரி வேஷதாரிகளை மேடையில் அமர்த்தத்தானே உலகமும் விரும்புகிறது! ‘நாம் மிகவும் ரசிப்பவர்களை இறுதிவரை சந்திக்காமலே இருப்பதுதான் நல்லது. அவருடைய நிஜமுகமும் நமக்குத் தெரியாமலே இருந்துவிடும்’ என்று சிநேகிதி ஒருத்தி எப்போதோ சொன்னது இப்போது நினைவுக்கு வந்தது.

நந்தினி பரிசுப் பணத்தை ஸ்வாமி மாடத்தில் வைத்த கையோடு, தான் சேமித்து வைத்திருந்த அந்த எழுத்தாளரின் புத்தகங்களை எடுத்துச் சென்று தெருக்கோடியிலிருந்த பிளாஸ்டிக் குப்பைத் தொட்டியில் வீசிவிட்டு வந்தாள். குப்பைகள் போனதும் வீடு சுத்தமாகிவிட்டாற்போலிருந்தது.

***

— 22 —

நர்மதா குட்டி

நூறு கிராம் சாக்கலேட், இரண்டு முழம் பூ, நர்மதா குட்டி கேட்ட கலர் பென்சில் பாக்ஸ், சகிதம் வீட்டுக்கு வந்த போது, அம்மாவும் பெண்ணும் விளக்கேற்றிவிட்டு விஷ்ணு சகஸ்ரநாமம் சொல்லிக் கொண்டிருந்தார்கள்.

கௌசல்யா சொல்லச் சொல்ல, நர்மதாக் குட்டி தன் மழலைக் குரலில் ஜலதரங்கம் மாதிரி அதைத் திருப்பிச் சொன்னது. வாசற்படியிலேயே சப்தமின்றி நின்றவாறு அவர்கள் முடிக்கும்வரை அதை ரசித்துக் கேட்டேன்.

“அய்ய்...! அப்பா வந்தாச்சு...” நர்மதா குட்டி என்னைப் பார்த்துவிட்டு ஓடிவந்தது. சாக்லெட்டையும் கலர் பென்சிலையும் கொடுத்துவிட்டு அதன் முகத்தை ஆசையுடன் பார்த்தேன். நர்மதா குட்டியின் முகம் வானவில்லை விழுங்கினாற்போல் வர்ணஜாலம் காட்டிற்று. உடனடியாய் டிராயிங் நோட்டை எடுத்து கலர் பென்சில்களால் படம்போட ஆரம்பித்தது.

“சாக்லெட் சாப்டுடா செல்லம்.”

“ம்ஹ்ம் அப்பறம்.” நர்மதா குட்டி சாக்லெட் பாக்கெட்டை சீண்டவேயில்லை.

“என்ன இன்னிக்கு சீக்கிரமா வந்துட்டீங்க?” கௌசல்யா காப்பியை நீட்டியபடி கேட்டாள்.

"சாமிக்கு போடு" பூப் பொட்டலத்தை அவளிடம் நீட்டிவிட்டு காப்பியை வாங்கி ஆற்றினேன்.

"ஒரு நிமிஷம்" பாண்ட் பாக்கெட்டிலிருந்து ஒரு கவரையும் எடுத்து அவளிடம் கொடுத்தேன்.

"சாமிகிட்ட இதையும் வை."

"என்னங்க இது?"

"இன்செண்டிவ் பணம். மூவாயிரம் இருக்கு."

"அட... குடுத்துட்டாங்களா?"

கௌசல்யா சந்தோஷமாகக் கவரை வாங்கி சாமிக்கு முன் வைத்து பூ போட்டு நமஸ்கரித்தாள்.

"பணத்தை என்ன செய்யலாம்?" நான் காப்பியை ருசித்தபடி கேட்டேன்.

"என்னைக் கேட்டா...?"

"நீ ஏதாவது பட்ஜெட் போட்டு வெச்சிருப்பயே."

"என் பட்ஜெட்டுக்கு இந்த பணம் பத்தாதே."

"உன் பட்ஜெட்டை சொல்லு முதல்ல."

"நர்மதா குட்டிக்கு நல்லதா மெத்தையும் தலகாணியும் வாங்கணும். நம்ம மெத்தை கல்லு மாதிரியாய்டுச்சே அப்பறம் அவ பிறந்தநாளுக்கு நல்ல கவுனும், பொம்மையும் வாங்கணும். தங்கத்துல இந்த பிஞ்சுக் காலுக்கு கொலுசு, கழுத்துக்கு சின்ன செயின் இதுக்கெல்லாம் பத்துமா உங்க பணம்?"

"கண்டிப்பா பத்தாது. வேணும்னா மெத்தையும் கவுனும் வாங்கு, மிச்சத்தை அடுத்த பிறந்தநாளைக்குப் பார்த்துப்போம்."

"அப்பா படம் போட்டுத்தாப்பா." நர்மதா குட்டி டிராயிங் நோட்டை நீட்டியது.

"என்ன படம்டா வேணும்."

"நேத்திக்கு சொன்னயே அந்தக் கதை."

"என்ன கதை?"

"யானை காலை முதலை பிடிச்சுதே அது. போடுப்பா."

"அய்யோ அவ்ளோ பெரிய படம்லாம் எனக்கு போட வராதே செல்லம்."

"போட்டுத்தாப்பா."

குழந்தை கெஞ்ச நான் யானை காலை முதலை கவ்வுவது போல் படம் வரைய முயற்சி செய்தேன்.

"என்னங்க இது, உங்க யானை இப்படி இருக்கு. கன்னுக்குட்டிக்கு தும்பிக்கை முளைச்சாப்போல." கௌசல்யா கேலி செய்தாள்.

"சும்மா இரு சரியாத்தான் வரைஞ்சிருக்கேன்."

"நர்மதா கண்ணு பெரிசா இருந்தா யானையை முதலை எப்படி விழுங்கும்? அதான் ஒல்லியா போட்ருக்கார் உங்கப்பா, முதலை விழுங்கறதுக்கு வசதியா."

"முதலை விழுங்காதும்மா."

"ஏண்டா கண்ணா?"

"கிருஷ்ணர் சாமி சக்கரத்தை விட்டு முதலையைக் கொன்னு யானையை காப்பாத்திடுவார் இல்ல! அப்பா நீ யானையைப் பெரிசா போடுப்பா..."

"எனக்கு வரலடா கண்ணா."

"குடு நானே போட்டுக்கறேன்." நர்மதா குட்டி நோட்டைப் பிடுங்கிக் கொண்டு யானையை புஷ்டியாக்கும் முயற்சியில் ஈடுபட்டது.

"வெரிகுட் அழகார்க்கு."

“முதலை சரியார்க்காப்பா.”

“சரியார்க்கு.”

“என்னை ஃபாரஸ்ட்டுக்கு கூட்டிட்டு போறயாப்பா.”

“எதுக்குடா கண்ணா?”

“முதலை பாக்கணும்ப்பா.”

“சரி போலாம்.”

“எப்போ...?”

“லீவு விடட்டும்.”

“நாலு நாள் ஸ்கூல் லீவுப்பா. பொங்கல் ஹாலிடேஸ். என்னைக் கூட்டிட்டு போப்பா. போன வாரம் சரவணன் வீட்ல போய்ட்டு வந்தாங்களாம். ஜாலியா இருந்துச்சாம். போட்ல போனானாம். நாமளும் போலாம்ப்பா. நீ என்னை எங்கயும் கூட்டிட்டே போறதில்ல. ஏமாத்திட்டே இருக்க.”

“சரி போகலாம்” நான் குழந்தையை அப்போதைக்கு சமாளித்துவிட்டு சாப்பிட அமர்ந்தேன்.

“பணம்தான் இருக்கே, குழந்தை ரொம்ப நாளா ஆசைப்படறாங்க. போய்ட்டுதான் வருவோமே.”

“நாமள்ளாம் மிடில் கிளாஸ் கௌசல்யா. சுற்றுலாவுக்கு செலவு பண்ண முடியாத வர்க்கம்.”

“எப்பப்பாரு சிங்கம், புலி, காடு, மலை, கரடி, புலி, யானைன்னு அவளுக்கு கதை கதையா சொல்லிவெச்சிருக்கீங்க. கதையில வர காட்டையும் மிருகங்களையும் அவ பாக்கணும்னு ஆசைப்படறது நியாயம்தானே. நாம என்ன வருஷா வருஷமா போகப்போறோம். நர்மதா குட்டிக்காக ஒரே ஒருமுறை போய்ட்டுதான் வருவோமே. நம்ம கஷ்டம் எப்பவும்தான் இருக்கு. ரிலாக்ஸ்டா எங்கயாவது போய் ரெண்டு நாள் சுத்திப்பாத்துட்டுதான் வருவோமே. என்ன சொல்றீங்க?”

கௌசல்யா முகத்திலும் ஒரு குழந்தை தெரிய, சரி என்றேன். இரண்டு குழந்தைகளின் முகமும் தாமரையாக மலர, ஒன்றை ஒன்று அணைத்துக்கொண்டு மகிழ்ச்சியை வெளிப்படுத்தியது.

இரவு முழுக்க நர்மதா குட்டி தூங்கவில்லை. கேள்விகளால் என் தூக்கத்தையும் விரட்டியடித்தது.

"ஃபாரஸ்ட் எவ்ளோ பெரிசாப்பா இருக்கும்?"

"ரொம்பப் பெரிசா."

"நம்ம ரோடளவுக்கு இருக்குமா?"

"நான் சிரித்தேன். நீதான் பாக்கப் போறயே எவ்ளோ பெரிசுன்னு."

"ஏய் தூங்குடி, நாளைக்குப் பொங்கல், சீக்கிரம் எழுந்தாத்தான் பொங்கல் வெச்சு சாமி கும்பிட்டுட்டு கிளம்ப சரியார்க்கும்."

"அப்பா ரிவர்ல முதலை இருக்கும் இல்ல?"

"இருக்கும். நீ தூங்குடின்னா" கௌசல்யா சலித்துக்கொள்ள, நர்மதா குட்டி என் பக்கம் திரும்பிக் கொண்டது. என்னைக் கட்டிக்கொண்டு என் காதருகில் இதழ் குவித்து கிசுகிசுத்தது.

"முதலைக்கு சக்கரப் பொங்கல் பிடிக்குமாப்பா. கொண்டு போலாமா?"

எனக்கு சிரிப்பு வந்தது.

"யானைக்கு?"

"அதுக்கு கரும்பு பிடிக்கும்னு டீச்சர் சொன்னாங்கப்பா, எடுத்துட்டு போலாமா?"

"ஒண்ணு செய்யலாம். காட்டுலயே போய் பொங்கப்பானை வெச்சு யானை முதலையோட பொங்கல் கொண்டாடுவோமா?"

"கொண்டாடலாம்ப்பா. முதலை கண்டிப்பா தண்ணிலேர்ந்து வெளிய வரும்ல? எனக்கு அதுகிட்ட ஒண்ணு சொல்லணும்."

"என்ன?"

“இனிமே எந்த யானை காலையும் பிடிச்சு இழுக்காதன்னு சொல்லணும். பாவம்தானே யானை?”

“ஏன்? அது கிருஷ்ணான்னு கூப்ட்டா சாமி வந்து முதலையக் கொன்னு காப்பாத்திட்டுப்போகுது...”

“முதலையும் பாவம்தானேப்பா. அது மட்டும் எதுக்கு சாவணும்? அதான் யானையை இழுத்து, நீ எதுக்கு சாகற இனிமே சாமிக்கு கோவம் வராப்போல எதுவும் செய்யாதேன்னு சொல்லிடப் போறேன்.”

“சொல்லிடலாம். நீ தூங்குடா செல்லம்” நான் நெகிழ்வோடு அதன் தலையைத் தடவிவிட அது தூங்கிப் போக, நான் தூங்கவில்லை. ‘குழந்தையாகவே இருந்திருக்கலாம் எல்லா மனிதர்களுமே’ என்று தோன்றியது. ‘கள்ளங்கபடமின்றி அனைத்து உயிர்களின்மீதும் எத்தனை நேசம்!’

மறுநாள் பத்துமணிக்கெல்லாம் பொங்கல் பொங்கிப் படைத்து வணங்கிவிட்டு பலகாரங்களை டப்பாக்களில் எடுத்துக்கொண்டு கிளம்பினோம். ஒரு மணிநேர பஸ் பிரயாணத்தில் ஜன்னலுக்கு வெளியே ஓடிய மரங்களையும் பசுமையையும் விழியகலப் பார்த்து ரசித்துக்கொண்டு வந்தது நர்மதா குட்டி. பண்டிகை விடுமுறை என்பதால் நிறைய பேர் சுற்றுலா உற்சாகத்தோடு பாட்டுப் பாடிக்கொண்டு பயணத்தை ருசிகரமாக்கிக் கொண்டிருந்தனர். நர்மதா குட்டியும் கைதட்டி அந்த உற்சாகத்தில் கலந்துகொண்டது.

பஸ் அந்த சுற்றுலா ஸ்தலத்திற்கு வெளியில் எங்களை இறக்கிவிட்டது. டிக்கெட் எடுத்துக்கொண்டு கூட்டமாக உள்ளே சென்றோம். நர்மதா குட்டி எங்கள் இருவருக்கும் நடுவில் இருவரது கையையும் பிடித்தபடி துள்ளித்துள்ளி நடந்தது.

“ரிவர் எங்கப்பா இருக்கு?”

“இன்னும் உள்ள போகணும்மா.”

“அய்... எவ்ளோ அழகழகான பறவைகள் பாருப்பா.”

“அங்க பாரு மயில் தோகை விரிக்குது.”

“மழை வருமாப்பா?”

நான் வானத்தைப் பார்த்தேன். மேகங்கள் ஆங்காங்கு இருந்தன. ஆயினும் மழை வரும்போல் தோன்றவில்லை. மேகத்தைக் கண்டு மயில் தோகை விரிக்கிறதா அல்லது தன் இணையைக் கவர விரித்திருக்கிறதா தெரியவில்லை.

யோசித்தவாறு இரண்டடி சென்றிருக்க மாட்டோம். முன்னே சென்று கொண்டிருந்த ஒரு குடும்பம் பெரிதாய் அலறியது. அவர்கள் சுட்டிக்காட்டிய திசையில் திரும்பிப் பார்த்த நான் அதிர்ந்து போனேன். மிகப்பெரிய பாறை ஒன்றின் பின்னாலிருந்து பெரிய குன்று ஒன்று அசைந்து நகர்ந்தது. அது ஒரு பெரிய காட்டு யானை என்று விளங்கிய வினாடியில் மொத்தக் கூட்டமும் பெரிய அலறலோடு நாலாபுறமும் சிதறிக் கலைந்தோடியது. பதட்டத்தில் நான் நர்மதா குட்டியை இழுத்துக்கொண்டு ஒருபுறமாக ஓட, கௌசல்யா வேறொரு புறம் ஓடினாள். உயிரைக் காப்பாற்றிக்கொள்ளும் அவசரத்தில் ஒவ்வொருவரும் இருந்தோம். யானை ஆத்திரத்தோடு முன்னேறி வந்த நிலையில், நர்மதா குட்டி சட்டென்று என் கையை விட்டுவிட்டு ‘அம்மா அம்மா’ என்று கத்திக் கொண்டே கௌசல்யாவை நோக்கி ஓட, நான் “கௌசல்யா குழந்தை வரா பார் பிடிச்சுக்க அவளை” என்று குரல் கொடுத்தபடி ஓரமாக ஒதுங்கி ஒரு பாறைக்கு பின்னால் குதித்து மறைந்துகொண்டு திரும்பிப் பார்த்தபோதுதான் அந்த கோரம் நடந்தது.

நான் திரும்பிப் பார்த்தபோது யானை தன் தும்பிக்கை நீட்டி நர்மதா குட்டியை சுழற்றித் தூக்கியது. கௌசல்யா வீறிட்டு அலற, நான் அய்யோ என்றலறியபடி மேலேறி வருவதற்குள் நர்மதா குட்டியை அது வீசியெறிந்துவிட்டு ஓடியது. கௌசல்யா மயங்கிச் சரிய, நான் நர்மதா குட்டியை நோக்கி ஓடினேன். அந்த கோரத்தைக் காணமுடியாமல் நடுங்கியபடி முகத்தைப் பொத்திக்கொண்டு அமானுஷ்யமாய் ஊளையிட்டேன். ‘என் நர்மதாகுட்டி... கடவுளே இதற்கா... இதற்கா இங்கே அழைத்து வந்தேன். என் கையாலேயே எமனுக்கு தாரை வார்க்கவா கூட்டி

வந்தேன். என் சின்ன உயிரை, எமன் எப்போது எருதிலிருந்து யானைக்கு மாற்றினான்? எதற்கு என் குழந்தையைக் குறி வைத்துக் கொண்டு போனான்.'

எனக்குள் ஒரு அடர்ந்த இருள் படர்ந்தது.

பொங்கலன்று சூரியனைத் தொழுது தன் பிஞ்சுக்கரத்தால் அவனுக்கு பொங்கலிட்டு நமஸ்கரித்த குழந்தை காணும் பொங்கலன்று காணாமல் போய்விடுவாள் என்று யார் நினைத்தார்கள்.

வீடு மரண அமைதியிலாழ்ந்திருக்க என் கையில் குழந்தை கடைசியாய் வரைந்த ஓவியங்கள் முதலையின் வாயில் அகப்பட்ட யானை!

'முதலையைப் பார்த்தா சொல்லணும்ப்பா இனிமே யானையைக் கடிக்காதே, நீயும் சாகாதேன்னு!'

நான் வாயைப் பொத்திக் கொண்டேன். அடி வயிறு கலங்கியது.

"அடப்பாவி கிருஷ்ணா என் குழந்தையைத் தூக்கி எறியத்தானா முதலை வாய்லேர்ந்து அந்த யானையைக் காப்பாத்தின...?"

நான் சத்தம் போட்டு அழுதபடி சிலையாய் நின்றிருந்த கிருஷ்ணனை உலுக்கினேன். அவன் பதிலின்றி என் கைகளில் குலுங்கிக்கொண்டிருந்தான்.

***

23

பணப் பார்வை

அனந்தராமன் கரம் நடுங்க அதை வாங்கிக் கண்களில் ஒற்றிக் கொண்டான். மூன்று வருட காலம் எதைத் தேடித் தேடி ஊரெல்லாம் செருப்புக்கள் தேய அலைந்தானோ அது ஒரு வழியாய் அவனுக்குக் கிடைத்துவிட்டது. அனந்தராமன் இழுத்து மூச்சுவிட்டான். எவ்வளவு பெரிய ஆசுவாசம்! எத்தனை கஷ்டங்கள்! இந்த மூன்று வருடத்தில் அண்ணாவும் அம்மாவும் எவ்வளவு குத்திக் குதறியிருப்பார்கள்.

“கணக்குப் போட்டுப் பார்த்தா இதுவரை எவ்ளோ லட்சம் இவன் படிப்புக்குக் கொட்டியிருப்போம்! ஊர் முழுக்க என்ஜினீயரிங்லதான் போய் விழறது. தடுக்கி விழுந்தா நாலு என்ஜினீயர். அதனால வேலை கிடைக்கறது கஷ்டம்னு தலைபாடா அடிச்சுண்டேன். கேட்டேளா? நல்ல மார்க் வாங்கிட்டான், என்ஜினீயரிங்தான் படிக்க வெக்கணும்னு ஒத்தைக்கால்ல நின்னார் அப்பா. இருக்கற கடனெல்லாம் வாங்கி இவம்படிப்புக்குக் கொட்டியழுதார். அத்தனையும் முழுங்கி ஒரு என்ஜினீயர் பட்டத்தை வாங்கி இப்ப அதை பூஜை பண்ணிண்ருக்கான். படிச்ச படிப்புக்கும் வேலை கிடைக்கல, மத்த வேலைக்குப் போனாலும் மரியாதை இல்லன்னு, இப்பப் பார்... ஊரைச்சுத்திட்டு வந்து வெட்டிச் சோறு தின்னுண்ருக்கான்.”

அண்ணா வலிப்பு வந்தாற்போல் கையை உதறி உதறி நாக்கைச் சுழற்றியடித்தான். நாவினால் சுட்ட காயங்கள் இப்படி

ஆயிரக்கணக்கிலுண்டு. அண்ணா சொன்னது நிஜம்தான். நிறைய என்ஜினீயர்கள் வேலையில்லாமல் இருந்தார்கள். இருந்தாலும் அண்ணா பேசும்போது செத்துவிடலாம் போலத்தான் இருக்கும். பணம் செலவழித்தது முழுக்க அப்பாதான் என்றாலும் அண்ணா என்னமோ தான் செலவு செய்தாற்போலப் பேசுவான். அப்பா தன்னை வெறும் பி.காம். மட்டுமே படிக்க வைத்ததை சொல்லிக் காட்டுவான். அந்த பி.காமுக்கே அவன் அதிர்ஷ்டம், அப்போது வங்கி வேலை கிடைத்து இப்போது கை நிறைய சம்பளம் வாங்கிக் கொண்டிருந்தாலும் அப்பா தனக்குப் பணம் செலவழிக்கவில்லை என்பதை சொல்லிக்காட்டாவிட்டால் அவனுக்குத் தூக்கம் வராது.

அனந்து அப்பாயிண்ட்மெண்ட் ஆர்டரை வரசித்தி விநாயகனுக்கு முன் வைத்து வணங்கி நன்றி சொன்னான். அப்பாவிடம்தான் முதலில் சொல்ல வேண்டும். இதேபோல் அவர் காலடியில் இதை வைத்து அவரிடம் ஆசி பெறவேண்டும்.

இந்த மூன்று வருடத்தில் அப்பாதான் அவனுக்கு முழு சப்போர்ட் அண்ணன் திட்டும்போதெல்லாம் அவன் மல்லீஸ்வரன் கோயிலுக்குப் போய் அமர்ந்துவிடுவான். முதல்முறை அப்படி அமர்ந்திருந்த போது பரிவுடன் ஒரு கரம் அவன் முதுகில் தட்டியது.

அப்பாதான் பின்னால் நின்றிருந்தார்.

“என்னடா அனந்து அண்ணா திட்டினதுக்கா இந்த அசோகவனத்துக்கு வந்துட்ட?” அப்பா புன்னகையோடு அவனருகில் அமர்ந்தார்.

அவன் சிரிக்க முயன்றான்.

“அண்ணா திட்டறது சாதாரண கஷ்டம்டா அனந்து. இதுக்கே சோர்ந்து போய்ட்டா எப்படி? இது சமுத்திரத்துல சின்ன அலை. இன்னும் எவ்ளோ இருக்கு. ஆளையே முழுகடிக்கற அளவுக்கு வரும். காலை நனைக்கற அலைக்கே இப்படின்னா அதுக்கெல்லாம் என்ன செய்வ? கமான் அனந்து. தட்டிவிட்டுட்டு வேலையப் பார்ப்பயா?”

“படிப்பை முடிச்சதுமே உடனே வேலை கிடைக்கணும்னா எப்படி? எல்லார்க்குமா உடனே வேலை கிடைச்சுடறது? அண்ணாக்கும் அம்மாக்கும் இது ஏன் புரிய மாட்டேங்கறது? முந்தாநேத்து அம்மாட்ட கொஞ்சம் பணம் கேட்டேன்.”

“உன் சில்றச் செலவுக்காகவாவது இப்போதைக்கு ஏதாவது சில்ற வேல செய்யப்படாதான்னு கேக்கறான் அண்ணா. எவ்ளோ கஷ்டமார்க்கும் எனக்கு!”

“புரியறதுடா. இங்க பார் அனந்து, படிப்பு முடிஞ்சு நல்ல வேலை கிடைக்கறவரை ஒரு இளைஞனுக்கு சோதனையான காலம்தான். கால்பந்து மாதிரிதான் அவன் நிலை. ஆளாளுக்கு எட்டி உதைப்பா, எந்த உதைலயாவது கோல் பாய்ண்ட்டுக்குள்ள விழுந்துடமாட்டயான்னு ஒரு நப்பாசை. அதுக்கெல்லாம் வருத்தப்படக்கூடாது. இனிமே எதுக்கும் அம்மாட்டயோ அண்ணாட்டயோ நீ காசு கேக்க வேண்டாம் சரியா? மாசா மாசம் உன் அப்ளிகேஷன், இன்டர்வியூ செலவுக்குன்னு நான் ஐநூறு ரூபா தரேன். முதல்லயே நீ எங்கிட்ட கேட்ருக்கலாம். என் ஞாபகம் ஏன் வரல உனக்கு?”

“இதுவரை அம்மாட்டதான் பணம் கேட்ருக்கேன்.”

“இனிமே நான் தரேன். இதோ பார் அனந்து, வேலைக்கு முயற்சி பண்ணு. அது கிடைக்கறப்பொ கிடைச்சுட்டுப் போறது. எல்லாத்துக்கும் ஒரு நேரம் இருக்கு. நமக்கு எப்பொ எது கிடைக்கணும்னு இருக்கோ அப்பொ அது கிடைச்சுடும். யாராலயும் தடுக்கமுடியாது. அது நல்லதார்ந்தாலும் சரி கெட்டதார்ந்தாலும் சரி. அதனால வேலை கிடைக்கறவரை தாடி வளர்த்துண்டு சோகமா அலையணும்ன்னு அவசியமில்ல. சந்தோஷமா இரு. சுறுசுறுப்பா இரு. யார் இளக்காரமாப் பேசினாலும் சட்டை பண்ணாதே. சினிமா பார்க்கணுமா, பாரு. ப்ரண்ட்ஸோட ஜாலியா எங்கயாவது போகணுமா, போய்ட்டு வா. வேலையில்லாதவன் சந்தோஷமா இருக்கப்படாதுன்னு எந்தச் சட்டத்துலயும் சொல்லல. ஸோ பி ஹாப்பி மேன்!” அப்பா அவன் முதுகில் தட்டிவிட்டு தன் பர்ஸ் பிரித்து ஐந்து நூறு ரூபாய் நோட்டுகளை எடுத்துக் கொடுத்தார்.

"ஏம்ப்பா உன் சம்பளம் முழுக்க அம்மா வாங்கின்ருவாளே, இதுக்கு என்ன கணக்கு சொல்லுவ?"

அப்பா புன்னகைத்தார். "அதைப்பத்தி என்ன? நான் பாத்துக்கறேன். நீ சந்தோஷமா இரு சரியா?" அப்பா மட்டும் அன்பைக் காட்டியிராவிட்டால் கடினமான இந்த மூன்று வருடத்தையும் அவன் கடந்திருக்க முடியாது.

அவனுக்கு ஐநூறு ரூபாய் தருவதற்காக அவர் ஒரு வக்கீலிடம் பார்ட்டைம் வேலை பார்த்த விஷயம்கூட இரண்டு மாதம் முன்புதான் அவனுக்குத் தெரியவந்தது. அடுத்த மாதம் அப்பா ஐநூறு ரூபாயை நீட்டிய போது அழுதுவிட்டான் அவன். அதை வாங்கிக் கொள்ள அவன் கரம் நீள மறுத்தது.

"என்னடா...?"

"எனக்காக எதுக்குப்பா?" பேச்சுகூட வரவில்லை.

அப்பா சிரித்தார். "இதுக்குத்தானா அழற? அட அசடே. எம்பிள்ளைக்கு நான் கொடுக்காம யார் கொடுப்பா? ஒரு பிடிமானம் கிடைக்கறவரை உனக்கு நாள்தோறும் கொடுத்துத்தாண்டா கண்ணா ஆகணும். அது என் கடமை."

அப்பா சமாதானப்படுத்தினாலும் அவன் மனம் ஆறவில்லை. எப்பேர்ப்பட்ட அப்பா! இவ்வளவு நல்ல அப்பா யாருக்குக் கிடைப்பார்கள்?

"உனக்காகவாவது எனக்கொரு வேலை கிடைக்கணும்ப்பா. கை நிறைய சம்பாதிக்கணும் நான். அத்தனையும் உன் கைல கொடுத்து நமஸ்காரம் பண்ணனும்."

"ம்ஹூம்! முன்னாடி நான் செய்யறேன், பின்னாடி நீ செய்யின்னு பேரம் பேசி வாழறதுக்காக நான் குழந்தைகளைப் பெறலடா அனந்து. என் சந்தோஷத்துக்காகப் பெத்துண்டேன். பெற்ற சந்தோஷத்துக்காக உங்களுக்கு நல்ல வாழ்க்கை தரணும்னு படிக்க வெச்சேன். மத்தபடி நீங்க கை நிறைய சம்பாதிச்சுண்டு வந்து என் மடி நிறைய கொட்டணும்னு எல்லாம் எந்த எதிர்பார்ப்பும்

எனக்குக் கிடையாது. நீங்க ரெண்டு பேரும் சந்தோஷமார்க்கணும். அதுபோதும் எனக்கு. பெத்தவாளைப் பார்த்துண்டே ஆகணும், அது உங்க கடமைன்னெல்லாம் நான் பயமுறுத்தமாட்டேன். என் காலத்துக்கப்பறம் உங்களால எனக்கு தெவசம் போட முடியாட்டிகூட விட்டுடலாம். பித்ரு சாபம் அது இதுன்னெல்லாம் வந்துடுமேன்னு யாராவது பயமுறுத்தினாலும் பயப்பட வேண்டாம். வாழும்போது அன்பா இருக்கற தகப்பன் செத்து பித்ருவானப்பறமும் அன்பாதான் இருப்பான். சபிக்கமாட்டான்."

"இப்பொ எதுக்கு சாவைப்பத்தி?"

"ஏன் நமக்கெல்லாம் சாவே வராதா?"

"வரும்போது வந்துட்டுப் போகட்டுமே."

"அப்படி ஒருவேளை வந்துட்டா அவா சொல்றா இவா சொல்றான்னு பயந்துண்டு சாஸ்திரம் சம்பிரதாயம்னு பணத்தை ஆயிரக்கணக்குல வாரி இறைக்க வேண்டாம்னுதான் சொல்றேன். என் படத்துக்கு அன்போட அரை முழம் பூ போட்டு என்னை நினைச்சுண்ருந்தாலே போதும். தினம் தெவசம் போட்டாப்போலதான்."

"போறுமேப்பா... இன்னிக்கு என்னாச்சு உனக்கு?"

"நெருப்புன்னா வாய் வெந்துடாதுடா."

"சரி போதும் விடு. பெத்தவாளுக்கு தெவசம் போட்டுத்தான் பிள்ளைகள் ஆண்டியாய்டப் போறாளாக்கும்."

"மாட்டா. ஆனா ஒருத்தன் ஒரு அப்பனுக்கு தெவசம் போட்டா போறுமா? பட்டினத்தார் படிச்சதில்ல நீ?"

அப்பன் எத்தனை எத்தனையோ
அன்னை எத்தனை எத்தனையோ.

"ஒரோரு ஜென்மால ஒரோரு அப்பன். இதுவரை எத்தனை ஜென்மாவோ எத்தனை அப்பா அம்மாவோ? எல்லார்க்கும்

போடவா முடியும்? குழந்தைகள் என்மூலம் பிறக்கின்றனவே தவிர என்னால் அல்ல. பிறகெதற்கு பயமுறுத்தல்களும், பேரங்களும்? ஆனா அன்புக்கு மட்டும் எல்லையே கிடையாதுடா அனந்தா! நாம முயற்சி செய்தா நம்ம காலுக்கு கீழ இருக்கற புழு பூச்சிலேர்ந்து அண்ட ஆகாசம்வரை எல்லாத்தையும் நேசிக்கலாம். அந்த மாதிரி ஒரு அன்புதான் உங்ககிட்டேர்ந்து எனக்கு வேணுமே தவிர அப்பாங்கற மரியாதைக்காகவோ பயத்துனாலயோ செய்யப்படற கர்மாக்கள் அல்ல. உங்கிட்ட இதெல்லாம் ஒரு நாள் சொல்லணும்னு ரொம்ப நாளா நினைச்சுண்டுருந்தேன் சொல்லிட்டேன். மத்தபடி சாவுங்கறது பதற்றப்பட வேண்டிய விஷயமில்ல. அதுவும் பேசப்பட வேண்டிய விஷயம்தான். உண்மையான விடுதலை மனுஷனுக்கு மரணம்தானே? விடுதலைக்கு யாரானம் பயப்படுவாளோ?"

அப்பா சிரித்தார். அவன் யோசிக்க ஆரம்பித்தான். யோசிக்க யோசிக்கத்தான் அவர் எதை விரும்புகிறார், என்பது புரிந்தது. எல்லையில்லாத ஒரு அன்பு அவனுக்குள் விரிந்தது. இந்த ஜென்மா அவர் மூலம் கிடைத்ததற்காக அவன் கடவுளுக்கு நன்றி சொன்னான்.

வேலைக்கான உத்தரவைக் கண்டால் அவர் மகிழ்ந்து போவார். அவன் வேகமாய் நடந்தான். சேட் கடையில் கொஞ்சம் இனிப்பு வாங்கிக் கொண்டான். வீட்டில் எல்லோரும் நிச்சயம் முகம் மலர்வார்கள். ஆனால் அப்பாவின் மலர்ச்சி எதையும் எதிர்பாராத மலர்ச்சியாயிருக்கும். மற்றவர்களின் சந்தோஷம் உள் நோக்கம் கொண்டது. அவனுக்கு அவ்வித சந்தோஷம் தேவையில்லை. அப்பா மட்டும் போதும்.

மன்னி வாசல் பிறையில் விளக்கு வைத்துக் கொண்டிருந்தாள். அம்மாவும் அண்ணாவும் சீரியஸாக எதையோ உள்ளே அமர்ந்து பேசிக் கொண்டிருந்தவர்கள் அவன் தலையைக் கண்டதும் பேச்சை நிறுத்தினார்கள்.

"அப்பா வரல இன்னும்?"

“எதுக்கு அவரைத் தேடற?”

“காரியமாத்தான்.”

“வெளில போயிருக்கார் என்ன விஷயம்? நான் உன் அம்மாதான் எங்கிட்ட சொல்லலாமோல்லியோ?”

“எனக்கு வேலை கிடைச்சாச்சு ஃபாரின் கம்பெனி. மாசம் இருபதாயிரம் சம்பளம்.”

“என்ன?” அம்மாவின் முகத்தில் சூரியன் குடியேறினான். நம்ப முடியாமல் அவனைப் பார்த்தாள்.

“நான் சொல்லலம்மா, நிச்சயம் இவனுக்கு நல்ல வேலை கிடைக்கும்னு” அண்ணா சொன்ன போது பளாரென்று அவனை அறைய வேண்டும் போல் துறுதுறுத்தது. இருப்பினும் அப்பாவின் குணத்தை தனக்குள் ஏற்றிக் கொண்டு அண்ணாவைப் பார்த்து புன்னகைத்தான். அம்மா சதைகள் ஆட உள்ளே போய் சுடச்சுட அவனுக்கு டிபன் கொண்டுவந்து கொடுத்து “நன்னா சாப்டுடா கண்ணா” என்றாள். மன்னியின் பார்வையில் புது மரியாதை தெரிந்தது. அண்ணா ப்ரிஜ்ஜிலிருந்து தண்ணீர் பாட்டில் எடுத்து வந்து குடிப்பதற்கு வைத்தான்.

“சித்தப்பா சாப்ட்டுட்டு வரேளா? கணக்கு சொல்லித்தரணும். நிறைய ஹோம் ஒர்க் இருக்கு. ரெண்டு நோட்புக்கு அட்டையும் போடணும்” அண்ணா பிள்ளை சித்தார்த் சொல்ல, அம்மா அவனை அவசரமாய் இழுத்தாள்.

“இனிமே சித்தப்பாவை சிரமப்படுத்தப்படாது தெரிஞ்சுதா, எல்லாத்தையும் இனி தாத்தா கிட்ட கேளு. அவர்தான் ரிட்டயராயாச்சே இனிமே சும்மாத்தான் இருப்பார்.”

அனந்தராமன் அதிர்ந்தான். அப்பா அன்றுதான் ஓய்வு பெற்றிருக்கிறார் என்ற விஷயமே அப்போதுதான் தெரிந்தது அவனுக்கு.

சாப்பிடப் பிடிக்காமல் எழுந்து வாசலுக்கு வந்தான் அவன். அப்பா பை நிறைய ஏதேதோ வாங்கிக் கொண்டு தெருமுனையில்

வந்து கொண்டிருந்தார். அம்மாவும் அண்ணாவும் எட்டி உதைத்து விளையாட புதுசாய் ஒரு கால்பந்து! அவனுக்கு மனசு வலித்தது. வாழ்க்கையைப் பணத்தால் வாழ்பவர்களுக்கு சும்மா இருப்பவர்கள் எல்லோரும் கால்பந்துதான். அப்பாவுக்குள் இருப்பது எப்பேற்றப்பட்ட ஆத்மா என்பதை எப்போதுதான் அறிவார்கள் அவர்கள்? அறிவார்களா... அல்லது கடைசிவரை அறியாமையிலேயே உழல்வார்களா?

அவன் கண்ணீர்ப் படலத்தில் அப்பா மங்கலாய்த் தெரிந்தார்.

***

— 24 —

ஏணிகளும், பாம்புகளும்

"இன்னும் மூன்று வாரம் நான் இந்தியாவில்தான் இருப்பேன். உனக்கு சம்மதம் என்றால் இந்த மூன்று வாரத்திற்குள் நம் திருமணம் நடைபெறும். நான் என் விடுப்பை நீட்டித்துவிட்டு உன்னையும் என்னுடன் அழைத்துச் செல்லும் ஏற்பாடுகளை கவனிப்பேன். இன்னும் இரண்டு நாளில் உன் முடிவைச் சொன்னால் உபயோகமாக இருக்கும்." ஷிவ் என்று அன்புடன் அழைக்கப்பட்ட சிவராம், எங்கள் வீட்டு, தங்கள் வீட்டு பெரியவர்கள் முன்னிலையில் கேஷுவலாக என்னிடம் பேசிய வார்த்தைகள் இவை. நான் அம்மாவை ஓரக் கண்ணால் கவனித்தேன். அவள் முகத்தில் சூர்யப் பிரகாசம். கடவுளே இந்தப் பெண் சம்மதிக்க வேண்டுமே என்ற கவலையும் அந்தப் பிரகாசத்தில் இழையாய் கலந்திருந்தது. எனக்கு அவளை நினைத்துப் பரிதாபம்தான் ஏற்பட்டது. பிள்ளை வீட்டுக்காரர்கள் புறப்பட்டுப் போனதும் அவள் என்னிடம் பாய்ந்தாள்.

"என்ன பொண்ணுடி நீ? அவாவா பாரின் மாப்ளவேணும்னு கோயில் கோயிலா சுத்தி வேண்டிண்டு தவம் இருக்கா. நீயானா லட்டு மாதிரி தானா தேடிண்டு அப்படி ஒரு வரன் வந்தும், சரின்னு தேங்கா உடைச்சாப்ல உடனே சொல்லாம யோசிச்சு சொல்றேங்கறயே. மூளை மழுங்கிப் போய்டுத்தா உனக்கு? தேடினாலும் கிடைக்குமா இப்படி ஒரு இடம். யோசிச்சு சொல்ல இதுல என்ன இருக்கு? அந்தப் பிள்ளை என்ன நெனைச்சுப்பான்? நீ அப்படிச் சொன்னதும் அவம்மா மூஞ்சிய

சுளிச்சுண்டா தெரியுமோ? உன்னைக் கர்வம் பிடிச்சவன்னு வீட்டுக்குப் போய் கமென்ட் அடிச்சு, அந்தப் பிள்ளை மனசைக் கலைச்சுட்டா யாருக்கு நஷ்டம்?"

நான் அம்மாவை எரிச்சலுடன் பார்த்தேன்.

"ஏம்மா அமெரிக்காலேர்ந்து ஒருத்தன் பொண்ணு பார்த்து ஓகே சொல்லிட்டா உடனே சிலிர்த்துப் போய் பூம்பூம்மாடு மாதிரி தலையாட்டிடணுமா? என்ன பேசற நீ? என்னைப் பத்தி யார் என்ன நினைச்சுண்டா எனக்கென்ன? அவம்மா வேணாம்னா அவன் மனசு மாறிடும்னா அப்புறம் என்ன ஆம்பளை அவன்? அப்படி மாறித்துன்னா ரொம்ப சந்தோஷம் ஆளை விடு. இந்த மாதிரி அம்மாஞ்சியெல்லாம் ஆம்படையானா வரணும்னு நான் ஒண்ணும் கோயில் கோயிலா ஏறி தவம் கிடக்கல."

நான் கத்த, அம்மா அயர்ந்து போனாள். எங்கே நான் இந்த வரனை வேண்டாம் என்று உதறிவிடுவேனோ என்ற பயம் அவள் கண்களில் படர்ந்தது.

"இதோ பார் வினு, உன் நல்லதுக்குத்தான் சொல்றேன். நல்ல இடம். பையன் நன்னார்க்கான். நல்ல படிப்பு, நல்ல சம்பளம் முக்கியமா டிமாண்ட் எதுவும் பண்ணல அவா. பையனோட ஒரே ஆசை, பெண் தனக்குப் பொருத்தமான அழகியா, படிச்சவளா, புத்திசாலியா இருக்கணுங்கறதுதான். அவாளும் எத்தனையோ இடம் பார்த்திருக்கா. பணமிருந்தா ஸ்மார்ட்னஸ் இல்ல, படிப்பிருந்தா அழகில்ல, ரெண்டும் இருந்தா ஜோடிப் பொருத்தமில்லன்னு ஒரு பொண்ணும் பிடிக்கலயாம் அந்தப் பிள்ளைக்கு. அவம்மாவோ இந்த லீவுக்குள்ள அவனுக்குக் கல்யாணத்தைப் பண்ணிடணும்னு பிடிவாதமா இருக்காளாம்."

"அப்பதான் நம்ம ரேணுகா உன்னைப்பத்தி பையன்கிட்ட சொல்லியிருக்கா. அவளோட கல்யாண கேஸட்டையும் போட்டு உன்னை அவனுக்குக் காட்டியிருக்கா. பாத்த பார்வைல உன்னைப் பிடிச்சுடுத்தாம். உன் படிப்பு, புத்திசாலித்தனம், நீ செய்யற வேலைகள் எல்லாத்தையும் ரேணு வாயால

கேட்டுட்டு பையன் உடனே அவா வீட்ல சொல்லி ஜாதகம்கூட பார்க்கணும்னு இல்ல, உங்களுக்கு சம்மதம்னா கல்யாணத்தை வெச்சுக்கலாம்னு கேட்டான். அதுக்காக நாங்க உடனே வாயைப் பிளந்துடல. அப்பாவும் அவா குடும்பத்தைப் பத்தி தீர விசாரிச்சு, திருப்தியானப்பறம்தான் பொண் பார்க்க வரச்சொன்னா. ரேணு மூலமா வந்ததால நல்ல வரன்னு நம்பிக்கை. நீயும்தானே பார்த்துப் பேசின எல்லாரையும், பையனைப் பார்த்தா மோசமாவா தெரியறது உனக்கு?"

அம்மா குழைந்து பேசி என்னை இளக்க முயன்றதும் எனக்கு சிரிப்புதான் வந்தது. இவர்கள் சித்தாந்தமே எனக்குப் புரியவில்லை. நல்ல அந்தஸ்திலிருக்கும் ஒரு ஆண்மகன் விரும்பி வந்து பெண் கேட்டுவிட்டால் அதைப் பெரிய அதிர்ஷ்டமாக நினைக்கும் போக்கு இங்கே நிறையப் பேர்களுக்கு இருக்கிறது. இதைக் குற்றமென்று சொல்லவில்லை. தன் பெண்ணின் மீதுள்ள பாசம்தான் இந்தக் கண்மூடித்தனமான கொள்கைக்கு காரணம் என்று நினைத்து மன்னித்துவிடலாம். இங்கே நிறையப் பேருக்கு நிறைய விஷயங்கள் பீற்றிக் கொள்ள வேண்டும்.

"பொண்ணுக்கு கல்யாணமாய்டுத்தா?"

"ஆய்டுத்தே. அமெரிக்கால இருக்கா. மாப்பிள்ளைக்கு அங்க பெரிய உத்யோகம். காரும் பங்களாவும் குழந்தை குட்டிகளுமா சந்தோஷமா இருக்கா. இந்த செருப்புலேர்ந்து அடுப்புவரை அவா கொண்டுவந்து தந்ததுதான். தெரியுமோ? என் பேரக்குழந்தைகளுக்கு என்ன புத்திசாலித்தனம் தெரியுமோ? இங்கிலீஷ் பொளந்து கட்றதுகள்!" இப்படிப் பீற்றிக் கொள்வதில் அலாதி சுகம். அம்மாவும் இதற்கு விதிவிலக்கல்ல. இதற்கெல்லாம் நான் விழுந்து விடமாட்டேன் என்றாலும் இதை ஒரு காரணமாகச் சொல்லித் தட்டிக்கழிக்க, நிச்சயம் அம்மா விடமாட்டாள். இந்த வரனை எப்படியாவது முடித்துவிட வேண்டும் என்பதில் அவள் குறியாக இருந்தாள். இது எனக்கு நல்லதா, கெட்டதா? புரியவில்லை. குழப்பம் என்னைச் சூழ்ந்தது.

“வினு உனக்கு ஃபோன்” அம்மா அழைக்க எழுந்தேன். ரிஸிவரை வாங்கி “ஹலோ” என்றேன்.

“வினு நான் ஷிவா பேசறேன்.”

நான் வியப்போடு “என்ன விஷயம்?” என்றேன்.

“முடிஞ்சா வாயேன் வினு. நான் உட்லேண்ட்ஸ் ரெஸ்ட்டாரண்ட்ல வெயிட் பண்றேன். உன்னோட கொஞ்சம் பேசணுமே.”

“எது பத்தி?”

“சும்மா. நம்மளைப் பத்தி. நாம தெரிஞ்சுக்கலாம்னுதான்.”

இந்த சந்திப்பு எனக்கும் தேவையாகவே இருக்க, நான் ஒப்புக் கொண்டேன். அம்மாவிடம் வேறு ஏதோ காரணம் சொல்லிவிட்டுக் கிளம்பினேன்.

ஷிவாவிடம் என்னவெல்லாம் பேச வேண்டும் என்று பட்டியல் போட்டபடி டூ வீலரை ஓட்டினேன்.

“உட்கார் வினு” ஷிவா என் கை குலுக்கி வரவேற்றான். பிஸ்ஸாவுக்கும் காப்பிக்கும் சொல்லிவிட்டுத் திரும்பினான்.

“உன்னைப் பத்தி ரேணுகா ஆன்ட்டி நிறைய சொன்னா.”

“என்ன சொன்னாங்க?”

“நீ ரொம்ப ரொம்ப ப்ரில்லியண்ட்னா. நிறைய சோஷியல் சர்வீஸ்லாம் பண்றயாம். சாதாரணப் பொண்ணு கிடையாதாம். உனக்குன்னு நிறைய லட்சியம் இருக்காம். அதையெல்லாம் உன் வாயாலயே கேக்கணும்னுதான் கூப்ட்டேன். சொல்லேன் என்னல்லாம் பண்ற நீ? உன் எதிர்கால லட்சியங்கள் என்ன?”

“அப்படியெல்லாம் ஓவரா சொல்ற அளவுக்கு எதுவுமில்ல. என்னோட ஆசைன்னு சொல்றதுனா, பெண்களுக்கும் குழந்தைகளுக்கும் விழிப்புணர்ச்சி, கவுன்சிலிங், சுத்தம் சுகாதாரத்தை கடைபிடிக்க வெக்கறது, கேன்சர் ஆஸ்பத்திரிக்கு போய் அங்க இருக்கறவங்களுக்கு நம்பிக்கையும் சந்தோஷமும்,

உற்சாகமும் ஏற்படுத்தறது, முதியோர் இல்லத்துக்கு போய் ராமாயணம் பாகவதம் படிக்கறதுன்னு என் நேரம் போயிண்ருக்கு."

"வேலைக்கும் போற இல்ல?"

"யெஸ். என்னோட இந்த ஆக்டிவிட்டிஸ்க்கு பணம் வேண்டியிருக்கு. அதுக்காகத்தான் வேலை."

"சந்தோஷம். ஆனா இனிமே இந்த ஆக்டிவிட்டிஸ்க்கு அவசியமிருக்காது."

அவள் ஏன் என்பது போல் பார்த்தாள்.

"யு.எஸ். வந்துட்டா உனக்கு இதுக்கெல்லாம் நேரமிருக்காது. அப்படியே இருந்தாலும் இதெல்லாம் தேவையுமில்ல. எனக்குப் பணத்துக்குப் பஞ்சமில்ல. மனைவி வேலைக்கு போறதுல எனக்கு விருப்பமில்ல. என் ஸ்டேட்டஸை கீப் அப் பண்ணினா போதும் அவ."

"புரியலை."

"கல்யாணத்துக்கப்பறம் தானா புரியும். உன் கால்ல தூசிகூடப் படாது. அவ்ளோ வசதியா இருக்கப்போற. வேளைக்கொரு உடை, விலை உயர்ந்த கார், ஷாப்பிங், பார்ட்டீஸ், எக்ஸட்ரா எக்ஸட்ரா... மொத்தத்துல என் பெருமைமிகு அழகிய, புத்திசாலி மனைவின்னு நான் கர்வத்தோட எல்லார்ட்டயும் அறிமுகப்படுத்திப்பேன்."

"அதாவது உங்க ஸ்டேட்டஸ் சிம்பலா இருக்கணும். விதவிதமா உடுத்திண்டு, உங்களுக்கு சரியான ஜோடின்னு ஊர் மெச்சணும்."

"கரெக்ட்."

"அதுக்கு நீங்க நல்ல ஷோ கேஸ் பொம்மையா பார்த்துக் கல்யாணம் பண்ணிக்கலாமே நான் எதுக்கு?" அவள் கேட்க,

அவன் முகம் சிறுத்தது.

"நான் ஒண்ணும் தப்பா சொல்லலையே வினயா, உன்னைப் பூ மாதிரி வெச்சுப்பேன்னுதானே சொன்னேன்."

“எப்படி... ஃப்ளவர் வாஸ்ல வெச்சு அழகு பார்ப்பீங்களா?”

“வினயா. வாட் டூ யூ மீன் என்னை டீஸ் பண்றயா நீ? இப்படி சொல்ற ஒரு புருஷன் தனக்குக் கிடைக்கமாட்டானான்னு ஒவ்வொரு பெண்ணும் கனவு காணுவா தெரியுமா?”

“சாரி ஷிவா. நான் கனவு காண்ற ரகமில்ல. வெளிநாட்டுல வேலை பார்க்கற ரொமான்டிக் ஹீரோவைக் கை பிடிச்சு, அவன் தோள்ள தொற்றிக் கொண்டு அப்ராட் போய் ஹைகிளாஸ் ஹவுஸ் ஒய்ஃபா வாழனுங்கற கனவோ, லட்சியமோ, ஆசையோ எனக்குக் கிடையவும் கிடையாது. புலிக்கு வாலா இருக்கிறதைவிட எலிக்குத் தலையா இருக்கறது பெருமைக்குரியதுன்னு நெனைக்கறேன். இந்தியாலயே நான் சந்தோஷமா இருப்பேன். சாதிப்பேன். இங்கயே எனக்கு ஏராளமான வேலையும் இருக்கு. உங்களுக்கு மனைவியா கம்பெனி கொடுக்க, சாரி என்னால் முடியாது. வரட்டுமா?”

அவள் எழுந்தாள்.

“உன்னை விட்டா ஊர்ல பொண்ணே இல்லன்னு நெனச்சயா?” அவன் சீறினான்.

“நான் அப்படிச் சொன்னேனா? ஃபாரின் மாப்ள கிடைச்சா பரமபதத்துல ஏணில ஏறி வைகுந்தத்தை எட்டிப்பிடிச்சுட்டா மாதிரியும் அந்த இடம் தட்டிப் போய்ட்டா பாம்பு தலேல வழுக்கி விழுந்து பாதாளம் போய்ட்டா மாதிரியும் நினைக்கற பெண்கள் எத்தனையோ பேர் உண்டு.”

“நான் அதைப் பெரிய அதிர்ஷ்டமா நெனக்கலன்னுதான் சொல்ல வந்தேன். நானும் எதுக்காவது வெளிநாட்டுக்குப் போவேன், என் திறமையை நிரூபிக்க என் சொந்த கால்ல, நானா போவேன். உங்க தோள் எனக்கு வேண்டாமே ப்ளீஸ்.”

அவள் கை கூப்பிவிட்டு, லேசாகிப்போன மனசுடன் வெளியேறினாள்.

***

— 25 —

ஆண் மனம்

பிற்பகல் மூன்று மணிக்கு தொலைபேசி மணி அடித்தபோது விஸ்வநாதன் மட்டும்தான் வீட்டிலிருந்தான். எதிர்முனையில் பேசிய குரலைக் கேட்டதும், அவன் முகம் மலர்ந்தது.

“சொல்லு நந்தினி நாந்தான்” இவன் குரலை அவளும் அடையாளம் கண்டு கொண்டாள்.

“உங்களைப் பார்க்கணுமே.”

“பார்க்கலாமே.”

“இப்பொ வரீங்களா?”

“எங்கே?”

“தி.நகர் பஸ் ஸ்டாண்ட்ல இருக்கேன் நான். அரைமணில வரீங்களா?”

“வரேன். ஆனா உன் குரல் ஏன் டென்ஷனா இருக்கு?”

“அதெல்லாம் ஒண்ணுல்ல வந்துடறீங்களா?” அவள் ரிஸிவரை வைக்க, அவன் உற்சாகமாகக் கிளம்பினான்.

நாளை மறுநாள் காலை அவனுக்கும் அவளுக்கும் நிச்சயதார்த்தம். அம்மாவும், அப்பாவும் அவனுக்காகப் பார்த்திருக்கும் பெண்தான் அவள். பெயருக்கேற்றாற்போல் பளிச்சென்று அழகாயிருந்தாள். முகத்தில் வெகுளித்தனமாய் எப்போதும் ஒரு சிரிப்பு. அந்த சிரிப்பில்தான் விஸ்வநாதன்

விழுந்தான். பிடித்திருக்கிறது என்று சொல்வதற்கு முன் அவளோடு பேசுவதற்கு அனுமதி கேட்டான். ஒரு அறையில் இருவரும் தனித்துப் பேசினார்கள். பத்து நிமிடங்களில் மூன்று நிமிடங்கள் மெல்லிய கூச்சத்தில் கழிய, ஏழு நிமிடங்களில் அவர்கள் ஒருவரை ஒருவர் அறிய முயன்றார்கள்.

"உங்களுக்கு டிரான்ஸ்பர் கிடைச்சுடுமா?"

"உடனே கிடைக்கலாம், லேட்டாகவும் கிடைக்கலாம், வருஷக்கணக்காகலாம், அல்லது கிடைக்காமயும் போகலாம்."

"இப்படிக் குழப்பினா?"

"டிரான்ஸ்பர் என் கைல இல்லன்னு அர்த்தம். அப்படிக் கிடைக்காத பட்சம் மதுரைக்கு வந்து என்னோட தனிக்குடித்தனம் பண்ணவேண்டியிருக்கும். முடியுமா?"

"வித் ப்ளஷர்."

"நெனச்சப்பொ அம்மா அப்பாவைப் பார்க்கமுடியாது."

"அதனால என்ன? வேணும்னா அவங்க வந்து என்னைப் பார்த்துக்கட்டும்."

"ஸோ என்னை உனக்குப் பிடிச்சிருக்குன்ற."

"ம்."

"ஷ்யூர்?"

"ஷ்யூர்."

"கன்ஃபர்மட்?"

"க்ரோர்பதி சேர்ல உக்காந்திருக்கேன். என்ன?"

அவள் அழகாகச் சிரித்தாள்.

அவர்கள் வெளியில் வந்தனர். நிச்சயதார்த்தத்திற்கு நாள் குறிக்கப்பட்ட இடைப்பட்ட ஒன்றரை மாதத்தில் ஏழெட்டுமுறை அவன் மதுரையிலிருந்து அவள் வீட்டுக்குப் போன் பண்ணி

அவளோடு பேசினான். வளவளவென்று நிறையப் பேசினாள் அவள். இடையிடையே தன் ஃபேவரைட் சிரிப்புடன்.

"நான் ஏதாவது உனக்கு வாங்கித்தரணும்னு ஆசைப்படறேன். உனக்கென்ன வேணும்?"

"பணத்தை பத்திரமா சேர்த்து வெச்சுக்கோங்க. கல்யாணத்துக்கப்பறம் நிறையக் கேட்பேன். இப்போதைக்கு உங்கம்மா பட்டுப் புடவையும் செட்டு நகையும் வாங்கியாச்சு. அதுபோதும்."

"நீ போயிருந்தயா கடைக்கு?"

"ம். பின்ன நான் போகாம? உங்கம்மா நான் செலக்ட் பண்ணினதையெல்லாம் எவ்ளோ ஆசை ஆசையா வாங்கித் தந்தாங்க தெரியுமா? உங்க வீட்ல பொண்ணில்லாத குறைக்கு இனிமே நாந்தானாம்."

"கல்யாணத்துக்கப்பறமும் இப்படியே இருந்தா சரி."

"என்ன?"

"ம்... ஒண்ணுல்ல எங்கயோ மிருதங்க சப்தம் கேக்கறாப்பல இல்ல? வெச்சுடவா பில் எகிர்றது."

ஆயிற்று இன்னும் ஒரு நாள்தான் இடையில். நிச்சயதார்த்தம் முடிந்துவிடும். அதன்பிறகு ஒரே மாசம்தான். கல்யாணமும் முடிந்துவிடும். அதன்பிறகு இஷ்டம் போல பேசலாம், சுற்றலாம்.

அவன் சந்தோஷ நினைவுகளுடன் தி.நகர் பஸ் ஸ்டாண்டுக்கு வந்தான்.

"அந்த ஹோட்டல் போயிடலாமா அரை மணியா இங்க நின்னு நின்னு அலுத்துப் போச்சு."

அவன் அருகிலிருந்த ஏ.ஸி. ரெஸ்ட்டாரண்ட்டுக்கு அவளை அழைத்துச் சென்றான்.

"என்ன சாப்பிடற?"

"காப்பி மட்டும் போதும்."

"என்னாச்சு நிச்சயதார்த்த டென்ஷனா? பயம்மார்க்கா?"

"அதில்ல..."

"அப்பொ பயமே இல்லையா. எங்கம்மா அப்பாட்ட?"

"உங்களுக்கு எல்லாமே ஜாலிதான். இப்பொ நான் சொல்லப்போற விஷயத்தையும் அப்படியே எடுத்துக்கிட்டா நல்லார்க்கும்."

"என்ன விஷயம். நிச்சயதார்த்தத்துல நீ பாட்டுப் பாடப்போறயா?"

"ப்ளீஸ்."

அவள் சலிப்புடன் சொல்ல அவன் முகம் சுருக்கிப் பார்த்தான் அவளை.

"என்ன விஷயம்?"

"எனக்கிந்தக் கல்யாணத்துல இஷ்டமில்ல."

அவன் நம்பமுடியாமல் அவளைப் பார்த்தான். "ஏன் என்னைப் பிடிக்கலையா உனக்கு?"

"உங்களைப் பிடிக்கலன்னு சொல்லவே மாட்டேன்."

"அப்பறம் ஏன்?"

"வேற வழியில்ல. பயம், பயத்துலதான் எல்லாத்துக்கும் தலையாட்டினேன். தயவு செஞ்சு என்னைப் பிடிக்கலன்னு சொல்லிடுங்க நீங்க."

"அப்படி நான் சொன்னா என்னை எல்லாரும் மெண்டல்னுவாங்க. உனக்கென்னாச்சு நந்தினி நல்லாத்தானே இருந்த? திடீர்னு என்ன? ஏன் உனக்கு இஷ்டமில்ல? என்னைப் பிடிக்கலயா? இல்ல என்னைப் பத்தி யாராவது தப்பா ஏதாவது சொன்னாங்களா?"

"அப்படியெல்லாம் எதுவுமில்ல."

"அப்புறம்?"

"ஆறு மாசமா நான் ஒருத்தரை லவ் பண்றேன்."

"ஆறு... அறிவிருக்கா உனக்கு? இதை முதல் நாளே சொல்றதுக்கென்ன?"

"முடியல."

"சரி வேணாம். என்னைப் பிடிக்கலன்னு சொல்லியிருக்கறதுதானே."

"அதுவும் முடியல. உங்ககிட்ட ஒரு குறையும் தெரியலயே."

"ஏன் இல்ல. நான் சராசரி உயரம்தான். மாநிறம்தான், பாடிபில்டப் பண்ணி வெச்சுக்கல. என் வேலை சாதாரணம்தான், சம்பளம் பத்தாது... இப்படி எவ்ளோ இருக்கு சொல்லித் தட்டிக்கழிக்க?"

"நீங்க நல்லவர்."

"யாருக்கு வேணும் உன் சர்ட்டிபிகேட்? கடவுளே இப்பொ எப்படி இந்த விஷயத்தை வீட்ல சொல்லுவேன்?"

"அதான் உங்களுக்கு என்னைப் பிடிக்கலன்னு சொல்லச் சொல்றேன்."

"ஷட் அப்... குழந்தைத்தனமா பேசாதே. சரி சொல்லு யாரை நீ காதலிக்கற?"

"கீழதான் இருக்கார்."

அவள் சர்வசாதாரணமாக தன் பேவரைட் புன்னகையுடன் சொல்ல, அவனுக்குப் பற்றிக்கொண்டு வந்தது. 'இந்த சிரிப்பில் இன்னும் எத்தனை மர்மங்களை மறைத்து வைத்துக் கொண்டிருக்கிறாளோ?'

"போ... போய்க் கூட்டிட்டு வா."

அவள் ஓடினாள்.

அவனோடு திரும்பி வந்தாள். கருப்பாய் உயரமாய் வாட்டசாட்டமாய் இருந்தான். கழுத்தில் தங்கச் சிலுவை அணிந்திருந்தான்.

"நாங்க கொஞ்ச நாள் ஒரே ஆபீஸ்ல ஒண்ணா வேலை பார்த்தோம். அப்பதான்... இவர் பேர் தாமஸ்."

"ஏன் சார் உங்களுக்காவது மூளை வேண்டாம். நீங்கள்ளாம் எதுக்கு சார் காதலிக்கறீங்க? உங்க காதல்ல, மூணாவதா ஒரு ஆளுக்கு ஏன் அனாவசியமான மனக்கஷ்டங்களையும், பிரச்சனைகளையும் குடுக்கறீங்க? நீங்க லவ் பண்ணினா தைரியமா அவங்க வீட்ல பேசிக் கல்யாணம் செய்துக்க வேண்டியதுதானே? என்னை எதுக்குப் பெண் பார்க்க வரச்சொல்லி, பேசி, இஷ்டம்னு சொல்லி..."

"சாரி சார்... தப்புதான். ஏதோ பயத்துல..."

"என்ன பயம்? இப்பொ சொல்லலை தைரியமா? இதை அப்பவே சொல்லித்தொலைச்சிருக்கறது. நிச்சயதார்த்தத்துக்கு நாள் குறிக்கும்போதும், நிச்சயதார்த்த பத்திரிகை அடிச்சு இவங்க வீட்டுக்கு கொண்டு போகும்போதும், நகையும் புடவையும் வாங்கும் போதும் வாய்ல என்ன கொழக்கட்டையா வெச்சிருந்தா? ஊர் முழுக்க ஆசை ஆசையா பத்திரிகை கொடுத்து கூப்ட்ருக்கா எங்கம்மா. இப்பொ போய் இப்படி... எங்கம்மாட்ட என்னன்னு சொல்லுவேன் நான்? உங்க திருவிளையாடலுக்கெல்லாம் நாந்தானா கிடைச்சேன்? எதுக்காக என்னை இப்படி அலைக்கழிக்கணும்?"

விஸ்வநாதன் முகம் சிவக்க குமுறினவன் முகத்தில் வழிந்த வியர்வையை அழுந்தத் துடைத்துக் கொண்டு நிமிர்ந்தான். தன் டென்ஷனைக் குறைத்துக் கொண்டு அவர்களைப் பார்த்தான்.

"ஓகே... ஆனது ஆய்டுத்து. உங்க லவ் இனிமேயாவது ஸ்ட்ராங்கா இருக்குமா?"

"என்ன சார் இப்படிக் கேக்கறீங்க?"

"காரணமாதான். இன்னிக்கு எனக்கு நடந்தது நாளைக்கு வேற ஒருத்தனுக்கு நடந்துடக்கூடாதில்லையா? அதான் கேட்டேன்."

"நாங்க கல்யாணம் பண்ணிக்கப் போறது நிச்சயம் சார்."

“சந்தோஷம். நீங்க கொஞ்சம் அப்படி இருக்கீங்களா நான் இவகிட்ட ஒரு விஷயம் கேக்கணும்.”

“ஷ்யூர் சார்” தாமஸ் விலகிச் சென்று பால்கனிப் பக்கம் நின்று வேடிக்கை பார்த்தான். அடிக்கடி இவர்களையும் திரும்பிப் பார்த்தான்.

“இங்க பார் நந்தினி, மறுபடியும் உங்கிட்ட நான் இதையேதான் கேக்கறேன். உங்க வீட்ல உங்க கல்யாணத்துக்கு சம்மதிப்பாங்கன்ற நம்பிக்கையிருக்கா? உன் லவ் மேட்டர் அங்க யாருக்காவது தெரியுமா?”

“தெரியாது.”

“எத்தனை பேரை நீ ஏமாத்திட்ட? ஒருவேளை உங்க வீட்ல சம்மதிக்காட்டா என்ன செய்வ?”

“தெரியல.”

“என்ன பொண்ணு நீ? தெரியலன்னு சொல்றவ எந்த தைரியத்துல அவனைக் காதலிச்ச? இது காதல்தானா இல்ல இன்ஃபாக்சுவேஷனா? எனக்கு சந்தேகமா இருக்கு. உனக்கு மெச்சூரிட்டி இருக்கா இல்லையான்னே புரியல. அல்லது வெகுளி மாதிரி நடிக்கறயா?”

“ப்ளிஸ்... நானே நொந்து போயிருக்கேன். எனக்குத் தெரியும் எங்க காதலுக்கு லேசுல சம்மதம் கிடைக்காதுன்னு. அதான் என் மனசை இறுக்கிக்கிட்டு உங்களைக் கல்யாணம் செய்துக்க சம்மதிச்சேன். காலப்போக்குல எல்லாம் சரியாய்டும்னு நினைச்சேன். ஆனா தாமஸ் என்னை விட்டாத்தானே? சூஸைட் பண்ணிப்பேன்னு சொல்றார். அப்புறம் எப்படி? அதான் துணிஞ்சுட்டேன். இப்பக்கூட அவன் விட்டுட்டா நான் உங்களையே பண்ணிக்க ரெடி.”

விஸ்வநாதன் அயர்ந்து போனான். சிரிப்பதா அழுவதா என்று புரியாமல் அவளை வெறித்துப் பார்த்தான்.

"பார் நந்தினி, நீ இப்ப பேசினதுலேர்ந்து எனக்கு ஒண்ணு புரியறது. உனக்குள்ள நிறைய குழப்பங்கள் இருக்கு. முதல்ல நீ தெளிஞ்சாத்தான் நாம ஒரு முடிவுக்கு வரமுடியும்."

"தாமஸ்மேல உனக்கிருக்கறது காதலா சலனமாங்கறதை நீ முதல்ல தெளிவுபடுத்திக்கப்பார். ஒருவேளை அது வெறும் இன்ஃபாக்சுவேஷன்தான்னு உனக்கே தெளிவு ஏற்பட்டா, இதுவரை இங்க நீ பேசின எல்லாத்தையும் நான் மறந்துடறேன். நீயும் எல்லாத்தையும் மறந்துடு. இந்த விஷயம் நமக்குள்ளயே அமுங்கிப் போகட்டும். இதை ஒரு குழந்தைத் தவறா நினைச்சு உன்னைக் கல்யாணம் செய்துக்கறேன். நாளன்னிக்கு எந்தக் குழப்பமுமில்லாமல் நம்ம நிச்சயதார்த்தம் நடக்கட்டும். அப்படியில்ல இது அசைக்க முடியாத காதல்தான்னா நானே உங்க வீட்ல பக்குவமா விஷயத்தைச் சொல்லி உங்க கல்யாணம் நடக்க ஹெல்ப் பண்றேன். ஸோ... நீ யோசிச்சு ஒரு தெளிவுக்கு வா. ஒரு மணிநேரம் உனக்கு டைம் தரேன்."

விஸ்வநாதன் அவளைத் தனியே விட்டுவிட்டு தாமஸிடம் வந்தான். அவனிடமும் அதையே கேட்டான். "இது தீவிரமான காதல்தானா இல்ல இன்பாக்சுவேஷனா? ஏன்னா ஒரு பெண்ணோட வாழ்க்கை அநியாயமா நாசமாய்டக்கூடாதுங்கற எண்ணத்துலதான் கேக்கறேன். அவ யோசிக்கறா, நீங்களும் யோசிச்சு சொல்லுங்க" விஸ்வநாதன் ஹோட்டலை விட்டு இறங்கிச் சென்றான். ஒரு மணிநேரம் கழித்து திரும்பி வந்தான்.

"என்ன... மனசு தெளிஞ்சுதா?" இருவரையும் பார்த்துக் கேட்டான்.

"எவ்ளோ கஷ்டம் வந்தாலும் காதலுக்காகப் போராடறதுன்னு தீர்மானிச்சுட்டோம்."

"அப்பறம் என்ன தைரியமா வீட்டுக்கு கிளம்பிப்போய் விஷயத்தை சொல்லி கல்யாணம் பண்ணிக்கற வழியைப் பாருங்க. நான் கிளம்பறேன். விஷ் யூ ஆல் தி பெஸ்ட் ஏதாவது

பிரச்சனைன்னா போன் பண்ணுங்க. நானும் வந்து இவங்க வீட்ல பேசறேன்."

விஸ்வநாதன் தாமஸின் கரம் பற்றி குலுக்கிவிட்டு கிளம்பினான். பைத்தியக்காரன் போல தி.நகரின் தெருக்களில் சுற்றி சுற்றி வந்தான். 'எப்படி வீட்டில் இதைச் சொல்வது? ஊர் முழுக்க அழைத்தாயிற்று. ஆசை ஆசையாய் அம்மா ஒவ்வொரு விஷயமும் பண்ணிக் கொண்டிருக்கிறாள். உண்மையைச் சொன்னால் தாங்குவாளா? என்ன பெண் இவள்? ஒன்றரை மாதத்தில் எத்தனைமுறை பேசினாள். என்னவெல்லாம் பேசினாள். மனசில் வேறு ஒருவனை நினைத்துக் கொண்டா அத்தனையும் பேசினாள்? எப்படி முடிந்தது? காதலனையும் ஏமாற்றிக் கொண்டு இவனையும் ஏமாற்றிக் கொண்டு... என்ன நினைத்து விட்டாள் ஆண்களை, இளித்தவாயர்கள் என்றா? எவரிடமும் நேர்மையாயிருக்க முடியாதவள் எதற்குக் காதலிக்க வேண்டும்? அதை மறைக்க வேண்டும். பிறகு போட்டு உடைக்க வேண்டும். பெண் பார்க்கும்போதாவது சொல்லியிருக்க வேண்டும், எத்தனைமுறை பேசினாள், அப்போதாவது சொல்லியிருந்தால் ஒரு குழப்பமும் இருந்திருக்காது. பத்திரிகை அடித்து ஊர் முழுக்க வினியோகம் செய்யும்வரை கல்லுளி மங்கியாய் இருந்துவிட்டு கடைசி நேரத்தில் சொல்கிறாள் என்றால் எவ்வளவு மோசமானவள்! ஆண்கள் என்றாலே ஆதிக்க உணர்வு கொண்டவர்கள் என்று சத்தம் போட்டுப் பேசும் பெண்ணியவாதிகள் இதற்கு என்ன சமாதானம் சொல்வார்கள்? சகட்டுமேனிக்கு ஆண்களை இழிவாகப் பேசிப் பேசி பெண் செய்யும் தவறுகள் எல்லாம் வெளிச்சத்திற்கே வருவதில்லையா?'

விஸ்வநாதன் துவண்டு போய் வீட்டுக்கு வந்தான். யாரிடமும் எதுவும் பேசாமல் கமுந்தடித்துப் படுத்தான்.

"எங்கடா அலஞ்சுட்டு வர?"

"ப்ரண்டைப் பாக்கப் போனேன்."

“சரி. தோசை வெச்சிருக்கேன் சாப்டு. நானும் அப்பாவும் ஜ்வல்லரிவரைக்கும் போய்ட்டு வரோம்.”

“எதுக்கு?”

“இந்த நெக்லஸ்ல ரெண்டு கண்ணிகூட சேர்க்கணும் போல்ருக்கு. ஒரு கல் வேற ஆடறது. சரி பண்ணிண்டு வரோம்.”

விஸ்வநாதன் எழுந்து உட்கார்ந்தான். அம்மாவின் கையிலிருந்த நகைப்பெட்டியை வாங்கிக் கட்டிலில் ஒரு பக்கமாய் வீசிப் போட்டான்.

“இப்ப இதுக்கு அவசியமில்ல.”

“என்னடா சொல்ற?”

“நிச்சயதார்த்தம் நடக்கப்போறதில்லம்மா நிறுத்திடு. எல்லார்க்கும் சொல்லிடு.”

“என்னடா... என்னாச்சுடா...?”

“ஊரெல்லாம் என்னைப் பத்தி அவா விசாரிச்சா, ஏன் நீ நல்ல மாமியாரா இருப்பயான்னு உன்னைப்பத்திக்கூட யார் யார்ட்டயோ விசாரிச்சா. சரி அதுல ஒண்ணும் தப்பில்லன்னு நாம பெருந்தன்மையா அதை எடுத்துண்டோம். இவ்ளோ தூரம் என்னை விசாரிச்சவா தன் பெண்ணைப் பத்தி ஒண்ணுமே தெரிஞ்சுக்கலயே. நம்ம பங்குங்கு நீங்களும் அவளைப் பத்தி விசாரிச்சிருக்கலாம்னு தோண்றது.”

“என்னதாண்டா நடந்தது?”

“அவ வேற யாரையோ லவ் பண்றாளாம்.”

“தெய்வமே!”

“தெய்வம் நம்ம பக்கம்தாம்மா... அதான் இப்பவே தடுத்து நிறுத்திடுத்து. போகட்டும் விடு.”

“எப்படிடா... எப்படி விடமுடியும்?”

“நானும் அதானலதாம்மா அவகிட்ட திரும்பத் திரும்பக் கேட்டேன். இன்பாக்சுவேஷனா இல்ல காதலான்னு, வெறும்

சலனமார்ந்தா பேசாம எல்லாத்தையும் மறந்துடு, நான் உன்னைக் கல்யாணம் பண்ணிக்கறேன், இதைப் பத்தி கடைசி மூச்சுவரை உங்கிட்ட பேசி உன்னைக் கஷ்டப்படுத்த மாட்டேன்னுகூட சொன்னேன். ஆனா... பிரயோஜனமில்ல."

அம்மா சிலையாய் அமர்ந்திருந்தாள்.

"எப்படிடா கண்ணா, இவ்ளோ நடந்தப்புறமும் அந்த மாதிரி சொல்ல முடிஞ்சுது உன்னால?"

"பழகிட்டேனேம்மா, ஒண்ற மாசம் பேசியிருக்கேன். பொண்டாட்டியாகப் போறாங்கற நம்பிக்கைல அன்பை வளர்த்துண்டேனே. அந்த அன்பு காரணமாத்தான் எல்லாத்தையும் மறந்துடலாம்னு நெனச்சு அப்படிச் சொன்னேன். தவிர உன்னை இப்படி இடிஞ்சு போன நிலைல பாக்கற சக்தியும் எனக்கில்ல. உம்மேல நான் வெச்சிருக்கற அன்பு, அவமேல ஏற்பட்ட அன்பு, இந்த அன்பு காரணமாத்தான் அப்படிச் சொன்னேன். முதல்லயே அவ இதைச் சொல்லாததால் எவ்ளோ பேருக்கு கஷ்டம். அவமானம்! போகட்டும். கல்யாணத்துக்கப்பறம் ஏதாவது ஏடாகூடமாகியிருந்தா...? அந்தவரை தப்பிச்சோம்னு நினைச்சு சமாதானப்படுத்திக்க முயற்சிப்போம்."

"கடவுளே... இப்படி பண்ணிட்டாளே, இத்தனையும் அவ சொல்லி... எல்லாத்தையும் எப்படிடா தாங்கிண்ட கண்ணா?"

"பிரச்சனைகள் வரும்போதுதான் மனுஷனுக்கு தன்னைத்தானே சுயதரிசனம் பண்ணிக்கற வாய்ப்பு கிடைக்கும்ங்கறது உண்மைதான். நானும் இந்தக் கஷ்டத்துல என்னைப்பத்தி நிறையத் தெரிஞ்சுண்டேன். என் நிதானம் எவ்ளோ, என் பக்குவம் எவ்ளோ, பலம் எவ்ளோன்னெல்லாம் தெரிஞ்சுண்டேன். அந்தவரை அவா ரெண்டு பேருக்கும் நன்றிதான் சொல்லணும், விட்ரு. நாம யாரையும் சபிக்க வேண்டாம் எங்க இருந்தாலும் நன்னார்க்கட்டும்."

விஸ்வநாதன் தன் ஏமாற்றத்தையும் துக்கத்தையும் அடி மனசில் போட்டு மூடியபடி சொல்ல, அம்மா கண்ணீரோடு அவனை அணைத்துக்கொண்டு அவன் நெற்றியில் முத்தமிட்டாள்.

அந்தப் பெண் தன் காதலனை அடைந்தாளா இல்லையா என்பது தெரியாது. ஆனால் அவள் ஒரு நல்ல மனிதனை இழந்துவிட்டாள் என்றுதான் சொல்ல வேண்டும். அல்லது அவனை அடையப்போகிற அதிர்ஷ்டசாலி யாரோ?

— முற்றும் —

www.ingramcontent.com/pod-product-compliance
Lightning Source LLC
LaVergne TN
LVHW060242051026
849517LV00005B/1688